एकोणिसाव्या शतकातील
महाराष्ट्र
मध्यमवर्गाचा उदय

डॉ. राजा दीक्षित

प्राध्यापक व प्रमुख
आंतरप्रणाली अभ्यासकेंद्र
(मानव्यविद्या व सामाजिक शास्त्रे)
पुणे विद्यापीठ

डायमंड पब्लिकेशन्स

एकोणिसाव्या शतकातील महाराष्ट्र : मध्यमवर्गाचा उदय
Ekonisavya Shatakateel Maharashtra : Madhyamvargacha Uday
(Maharashtra in the 19th Century : Rise of the Middle Class)

डॉ. राजा दीक्षित / Dr. Raja Dixit

प्रथम आवृत्ती – १६ डिसेंबर २००९

ISBN 978 - 81- 8483 - 223 - 5

अक्षरजुळणी :
सावली ग्राफिक, पुणे

मुखपृष्ठ :
शाम भालेकर

प्रकाशक :
दत्तात्रेय गं. पाष्टे
डायमंड पब्लिकेशन्स,
१६९१, सदाशिव पेठ, शंकरप्रसाद को. हौ. सो.
तिसरा मजला, टिळक रोड, पुणे ४११०३०.
☎ ०२०–२४४५२३८७

प्रमुख वितरक :
डायमंड बुक डेपो
६६१, नारायण पेठ, अप्पा बळवंत चौक,
पुणे ३०.
☎ ०२०–२४४८०६७७

डायमंड सहकारी – सु. ह. जोशी, लीना बोर्जेस, शिल्पा कुलकर्णी, शिल्पा कुलथे, राजश्री जाधव, पूनम बैचे, गायत्री लोणी, सचिन, विकास, अजय.

डॉ. अरविंद देशपांडे
आणि
डॉ. सरोज देशपांडे
यांना
कृतज्ञतापूर्वक

- राजा

लेखक-परिचय

राजा दीक्षित या लेखन-नामाने परिचित असणारे डॉ. श्रीधर मधुकर दीक्षित (जन्म ८ मार्च १९५५) हे १९७७ पासून अध्यापन-व्यवसायात आहेत. सध्या ते पुणे विद्यापीठाच्या 'आंतरप्रणाली अभ्यासकेंद्र (मानव्यविद्या व सामाजिक शास्त्रे)' या विभागाचे प्राध्यापक व प्रमुख आहेत. तसेच 'सेंटर फॉर सोशल सायन्स अँड ह्यूमॅनिटिज' या केंद्राचे समन्वयक आहेत. त्याआधी अनुक्रमे पुण्याचे फर्गसन महाविद्यालय, पुणे विद्यापीठाचे स्पर्धा-परीक्षा-केंद्र, नाशिकचे यशवंतराव चव्हाण महाराष्ट्र मुक्त विद्यापीठ आणि पुणे विद्यापीठाचा इतिहास-विभाग येथे त्यांनी अध्यापन व संशोधन केले. शैक्षणिक व सामाजिक अशी दुहेरी बांधीलकी मानणारे एक पुरोगामी अभ्यासक, कवी व वक्ते म्हणून ते ओळखले जातात. एस. सी. इ. आर. टी., बालभारती आणि एस्.एस्.सी./ एच्.एस्.सी. बोर्ड यांच्या राज्यस्तरीय इतिहास-समित्यांचे अध्यक्षपद त्यांनी भूषवलेले आहे. किंबहुना पहिली ते पीएच्.डी. अशा व्यापक कक्षेत अभ्यासक्रम-निर्मिती, पाठ्यपुस्तक निर्मिती, मूल्यमापन, शिक्षक-प्रशिक्षण व संशोधन-मार्गदर्शन यांबाबत त्यांनी दीर्घकाळ कार्य केलेले आहे. 'इतिहास, सामाजविचार आणि केशवसुत' (१९९३), 'वेस्टर्न इंडिया : हिस्ट्री सोसायटी अँड कल्चर' (सह-संपादित इंग्रजी ग्रंथ, १९९७), 'पुणे विद्यापीठाचा इतिहास' (१९९९), साहित्य अकादमीचे 'निवडक शेजवलकर' (संपादन, २००७) अशी ग्रंथसंपदा, अनेक पाठ्यपुस्तके/शिक्षक-हस्तपुस्तिका, शोधनिबंध, कोशगत नोंदी, ग्रंथपरीक्षणे, लेख, कविता, कथा, एकांकिका अशी साहित्यसंपदा त्यांच्या नावावर जमा आहे. 'पुणे विद्यापीठाचा इतिहास' या ग्रंथासाठी त्यांना पुण्याच्या महाराष्ट्र

साहित्य परिषदेचा ‘दत्तो वामन पोतदार पुरस्कार’ (१९९९) आणि ‘इतिहास शिक्षक महामंडळ, महाराष्ट्र’ यांचा ‘डॉ. अरविंद देशपांडे पुरस्कार’ (२००३) प्राप्त झाला. तसेच उरळीकांचनच्या मणिभाई देसाई प्रतिष्ठानचा ‘डॉ. मणिभाई देसाई राष्ट्रसेवा पुरस्कार’ (२००३) आणि अध्यापन व संशोधनासाठीचा पुणे विद्यापीठाचा ‘प्राचार्य व्ही. के. जोग पुरस्कार’ (२००७) त्यांना प्राप्त झालेला आहे. महाराष्ट्रातील विविध इतिहास-परिषदांचे अध्यक्षपद वा विभागीय अध्यक्षपद त्यांनी भूषविलेले आहे. ‘एकोणिसाव्या शतकातील महाराष्ट्र’ आणि ‘साहित्याचे समाजशास्त्र’ हे त्यांच्या विशेष अभ्यासाचे विषय आहेत.

(पत्ता : २, भालचंद्र हाइटस्, ८४७, सदाशिव पेठ, पुणे ४११०३०; दूरध्वनी : (०२०) २४४७७८३७).

अनुक्रमणिका

मनोगत

माझ्या पीएच्.डी.च्या प्रबंधाचे संस्कारित आणि थोडे विस्तारित रूप वाचकांच्या हाती देताना मला विशेष आनंद होत आहे. १९९८ मध्येच मला पुणे विद्यापीठाची 'पीएच्. डी. (इतिहास)' ही पदवी मिळाली. त्यानंतर प्रबंध प्रकाशित करण्याची इच्छा दोन-तीन प्रकाशकांनी दर्शवली. पण प्रबंधावर आवश्यक ते संस्करण करण्याइतका वेळच मला एक दशकभर मिळाला नाही! अनेकांनी हा प्रबंध झेरॉक्स करून घेतला, ही त्यांची व्यावहारिक सूज्ञताच म्हटली पाहिजे! पण अखेर प्रबंध-प्रकाशनाचा योग येत आहे. प्रबंधात खूप मोठी भर घालणे मला शक्य होत नव्हते; पण 'आहे तसाच छापलात तरी प्रबंधाचा खूप उपयोग होईल' असा अनेक विद्यार्थ्यांचा प्रेमळ आग्रह होता. अखेर मी मध्यम-मार्ग स्वीकारला. अगदी आवश्यक वाटणारी काही संस्करणे केली, काही नव्या संदर्भांची भर घातली आणि प्रबंधाची सुधारित मुद्रण-प्रत सिद्ध केली. तीच वाचकांच्या हाती देत आहे. माझ्या मनातल्या अनेक कल्पना साकार करण्यासाठी पुढे-मागे एकोणिसाव्या शतकातल्या महाराष्ट्रावर अधिक विस्तृत संदर्भग्रंथ लिहायचा विचार आहे. बघू त्या इतिहासाचे भवितव्य काय आहे ते!

इतिहास हा मूलत: अन्वयार्थ (interpretation) असतो. हा अन्वयार्थ कालमानाप्रमाणे बदलत जातो. कारण तात्त्विक अर्थाने सर्व इतिहास 'समकालीन' असतो. स्वाभाविकपणे इतिहासाचे नवनवीन पद्धतींनी विश्लेषण करणे ही ऐतिहासिक संशोधनातील एक अपरिहार्यता असते. वर्ग-मीमांसेवर आधारित विश्लेषणपद्धती ही समाजशास्त्रीय संशोधनात मान्यता पावलेली एक आधुनिक विश्लेषणपद्धती आहे. मात्र भारतातील वर्ण व जातींच्या वास्तवामुळे भारतीय इतिहासाला ती लागू करणे ही एक अत्यंत जटिल आणि आव्हानात्मक बाब आहे. भारतात आधुनिक कालखंडात वर्ण, जाती, वर्ग या सर्वांची सरमिसळ होऊन समाजजीवन अत्यंत व्यामिश्र बनले. या व्यामिश्रतेचा वेध घेण्यासाठी, आतापर्यंत महाराष्ट्रेतिहासाबाबत काहीशा दुर्लक्षित राहिलेल्या आणि वर्ग-

मीमांसेवर आधारित अशा विश्लेषणाचा प्रयोग प्रस्तुत प्रबंधाद्वारे केलेला आहे. वर्ण-जातींच्या मीमांसेवर आधारित विश्लेषणाच्या विरोधी नव्हे, तर त्याला पूरक असाच हा प्रयत्न आहे. त्यातून एक संशोधकीय सुसंवाद साधला जावा, अशी आशा आहे.

भारतीय मध्यमवर्गाविषयी सलग, सविस्तर व स्वतंत्र संशोधन केले गेलेले आहे; परंतु महाराष्ट्राबाबत असे संशोधन झालेले नव्हते. महाराष्ट्रातील मध्यमवर्ग हा भारतीय मध्यमवर्गाचाच एक भाग असला, तरी सर्वसाधारण भारतीय चौकटीत महाराष्ट्राचा प्रादेशिक आविष्कार वैशिष्ट्यपूर्ण आहे. त्यावर प्रकाश टाकण्याचा प्रयत्न प्रस्तुत प्रबंधाच्या माध्यमातून केलेला आहे. प्रबंधाचे स्वरूप निव्वळ माहितीप्रधान नाही. म्हणूनच पृष्ठसंख्येने तो जाडजूड नाही. अन्वयार्थी परिशीलनाच्या संकल्पनात्मक व सूत्रमय पद्धतीने संशोधन सादर करण्याचा प्रयत्न केलेला आहे. मात्र, त्याच्या सिद्धतेसाठीचे तपशील व आकडेवारी मुळातच पिंजून काढून गरजेनुरूप त्यांचा आधार अन्वयार्थाला दिलेला आहे.

या संशोधनासाठी डॉ. अरविंद म. देशपांडे यांच्यासारखे मार्गदर्शक मला लाभले, हे मी माझे भाग्य समजतो. त्यांच्या स्वयंभू विचारशैलीमुळे, अष्टपैलू व्यासंगामुळे आणि समशीतोष्ण स्वभावामुळे माझे संशोधन सुलभ व सुसह्य बनले. विद्यार्थ्याला पुरेसे स्वातंत्र्य देऊनसुद्धा संशोधकीय शिस्त पाळायला लावण्याचे कसब त्यांच्याकडे होते. त्यामुळे त्यांच्या मार्गदर्शनाखाली काम करताना बौद्धिक आनंद मिळाला आणि खूप काही शिकता आले. लेखन, अध्यापन व अनौपचारिक संभाषणातूनसुद्धा महाराष्ट्रातील मध्यमवर्गाविषयीची बीजरूप मांडणी डॉ. देशपांडे करत राहिले. एका शोधनिबंधात १८ व्या शतकातील महाराष्ट्रेतिहासाचा नवा अन्वयार्थ लावून त्याची १९ व्या शतकाशी अर्थपूर्ण सांगड त्यांनी घातली. या बीजरूप मांडणीपासून स्फूर्ती घेऊनच मी माझे गृहीतक मांडले आणि त्या पायावर प्रस्तुत संशोधनाचा इमला उभा राहिला. प्रथम डॉ. अरविंद देशपांडे यांचा मी अत्यंत कृतज्ञतापूर्वक ऋणनिर्देश करतो.

पुणे विद्यापीठ (जयकर ग्रंथालय), विद्यापीठाचे स्पर्धा-परीक्षा केंद्र, भारत इतिहास संशोधक मंडळ, महाराष्ट्र साहित्य परिषद आणि पुणे नगर वाचन मंदिर या संस्थांच्या पुण्यातील ग्रंथालयांमुळे, तसेच 'मुंबई अर्काइव्हज्' (मुंबई अभिलेखागार) आणि दादरचे 'मुंबई मराठी ग्रंथसंग्रहालय' या दोन संस्थांमुळे मला संशोधन-साधने उपलब्ध होऊ शकली. या सर्व संस्थांचे चालक, ग्रंथपाल व सेवकवर्ग यांचा मी अत्यंत आभारी आहे.

प्रस्तुत संशोधनाच्या काळात पुणे विद्यापीठाच्या इतिहास विभागात मी व्याख्याता होतो, तर स्पर्धा-परीक्षा केंद्राचा सह-संचालक होतो. या दोन्ही विभागांचे प्रमुख व तेथील सर्व शिक्षक व सेवक सहकारी यांनी मला प्रत्यक्षाप्रत्यक्ष मदत केली. त्यावेळच्या इतिहास-विभाग-प्रमुख डॉ. सुषमा वर्मा आणि स्पर्धा-परीक्षा केंद्राचे संचालक डॉ. श्रीकांत परांजपे यांचा प्रातिनिधिक नामोल्लेख करून सर्व संबंधितांचे मी खास आभार मानतो. प्रबंधाला ग्रंथरूप देण्याच्या काळात मी पुणे विद्यापीठाच्या 'आंतरप्रणाली अभ्यासकेंद्र (मानवव्यविद्या व सामाजिक शास्त्रे)' या विभागाचा प्राध्यापक व प्रमुख आहे. तेथील सर्व सहकाऱ्यांचीही मदत मला लाभली. त्यांचेही मन:पूर्वक आभार.

माझे कुटुंबीय, मित्र आणि विद्यार्थी यांनी प्रत्यक्षाप्रत्यक्षपणे खूप मदत केली आणि त्यांना भरपूर तसदी देण्याचा हक्क मी बजावला. माझे वडील म. श्री. दीक्षित हे सदैव मदतीला तत्पर असतात. मी पुस्तकाचे काम पूर्ण करावे यासाठी माझी पत्नी मीनल आणि मुलगा निखिल यांनी गेले वर्षभर मला त्यांच्या प्रेमळ धाकातच ठेवले होते! पीएच्. डी. पदवी मिळाली तेव्हा आणि प्रबंधाला ग्रंथरूप मिळताना आई (प्रतिभा दीक्षित) हयात नसल्याची विलक्षण हळहळ जाणवत राहिली. आईच्या प्रेमाची आणि कौतुकाची जातकुळीच वेगळी! माझ्यावर भरभरून प्रेम करणाऱ्या विद्यार्थ्यांचा उल्लेख करायचा तर भलीमोठी यादीच द्यावी लागेल. पण या पुस्तकासंदर्भाने पद्माकर प्रभुणे, श्रीकांत बोत्रे, जास्वंदी वांबूरकर, श्रद्धा कुंभोजकर, गणेश राऊत या प्राध्यापक विद्यार्थी-मित्रांचा प्रातिनिधिक उल्लेख अवश्य करायला हवा. मित्रांपैकी प्राचार्य नंदकुमार निकम, डॉ. चंद्रकांत अभंग, डॉ. अरविंद गणाचारी आणि विवेक सबनीस यांचाही प्रातिनिधिक उल्लेख करतो. या सर्वांच्या सदिच्छांचे पाठबळ फार मोलाचे आहे.

प्रा. ज. वि. नाईक आणि डॉ. श्याम कायंदे हे माझ्या प्रबंधाचे परीक्षक होते. त्या दोघांनी आणि डॉ. सरोज देशपांडे यांनी केलेल्या सूचना उपयुक्त ठरल्या. या तिघांचा मी ऋणी आहे. माझ्या पीएच्.डी. व्हायव्हाच्या वेळी प्रा. ज. वि. नाईक यांनी त्यांच्या समीक्षण-अहवालातील काही भाग जाहीरपणे वाचून दाखवला. त्यातील दोन वाक्ये त्यांच्या अनुमतीने उद्‌धृत करीत आहे – "More than fifty years ago, a senior historian of India in his report on a Ph.D. thesis recorded : "I am glad to be alive to read such a thesis." I have more or less the same feeling while penning this report." मुंबई विद्यापीठाचे माजी इतिहास-विभागप्रमुख असणाऱ्या आणि 'इंडियन हिस्ट्री कॉंग्रेस' व 'महाराष्ट्र

इतिहास परिषदे'च्या अधिवेशनांचे अध्यक्षपद भूषवणाऱ्या प्रा. नाईक यांच्यासारख्या ख्यातनाम अभ्यासकाची ही शाबासकी मला सतत प्रेरणा देत आली.

या पुस्तकाचे प्रकाशक श्री. दत्तात्रेय पाष्टे आणि त्यांचे सहकारी यांनी माझ्या प्रबंधाला मुद्रणसाज चढवला. श्याम भालेकरांनी त्यांच्या नेहमीच्या सफाईने मुखपृष्ठ चितारले. या सर्वांना मनापासून दाद द्यायला हवी. दत्तात्रेय पाष्टे यांचामाझा स्नेह सुमारे दोन दशकांचा. पाष्टे हा एक पक्का ग्रंथवेडा माणूस! जगाच्या दृष्टीने अव्यवहार आरंभून प्रत्यक्षात त्यांनी 'उत्तम वेव्हार' साधला तो केवळ ज्ञानप्रेम, ग्रंथवेड, प्रामाणिक कष्ट, डोळस साहस आणि आशावाद यांच्या बळावर. एवढं यश मिळवूनही या माणसाने आपली जी ऋजुता टिकवलीय तिला सलामच करायला हवा. त्यांच्या प्रकाशनकार्यात वेळोवेळी पाष्टे माझा सल्ला घेत आले, हक्काने मदत मागत आले. पण त्यांची तीव्र इच्छा असूनही 'डायमंड' प्रकाशनांच्या यादीत अद्याप माझे पुस्तक नव्हते. त्यांची इच्छा आज फलद्रूप होत आहे, याचा मला आनंद वाटतो.

हे पुस्तक मी डॉ. अरविंद देशपांडे आणि डॉ. सरोज देशपांडे यांना अर्पण केलं आहे. देशपांडे सर आज हयात नाहीत. ते केवळ माझे एम्.फिल्. आणि पीएच्.डी.चे मार्गदर्शक नव्हते, तर एकंदरीतच मित्र-तत्त्वज्ञ-मार्गदर्शक होते. त्यांचं सारं कुटुंबच माझ्या जिवाभावाचं आहे. चतुरस्त्र विद्वान, उत्तम शिक्षक आणि सर्वांना प्रिय प्रियदर्शी माणूस असं दुर्मिळ रसायन सरांच्यात होतं. 'लाख माणूस' म्हणजे काय याची व्याख्या त्यांच्यावरून करावी! सरांप्रमाणे बाईसुद्धा मला आदरणीय आहेत, त्या केवळ गुरुपत्नी म्हणून नव्हे. त्यांची स्वतंत्र गुणसंपदा आहे, स्वतंत्र कर्तृत्व आहे, सतेज व्यक्तिमत्त्व आहे. ते सारं स्तिमित करणारं आहे. या दोघांचं प्रेम आणि मार्गदर्शन मी भरभरून अनुभवलं. हे ऋण कधीही न फिटणारं आहे. अर्पणपत्रिका हा माझ्या कृतज्ञतेचा एक छोटासा आविष्कार!

पुणे, १६ डिसेंबर २००९ **राजा दीक्षित**

प्रकरण

१

विषय-प्रवेश

"नव्या मनूंतिल नव्या दमाचा शूर शिपाई आहें,
कोण मला वठणीला आणूं शकतो तें मी पाहें!"

– केशवसुत ('नवा शिपाई', १८९८)

कवी केशवसुतांनी मोठ्या आत्मविश्वासाने काढलेले हे काव्योद्गार ऐतिहासिक दृष्ट्या फार अर्थपूर्ण आहेत. एकोणिसाव्या शतकाअखेरच्या महाराष्ट्रातील नवे सामाजिक अंत:सत्त्व (social ethos) केशवसुतांच्या कवितेतून प्रकटले. त्यांच्या कवितेतील स्वातंत्र्याची ओढ, समतेचा पुकारा, ऐहिक दृष्टी, 'स्वर्गसमक्षता', 'साकल्याच्या प्रदेशा'ची व निसर्गाची ओढ, परंपरेविरुद्धचा विद्रोह, नवे घडवण्याची आकांक्षा, स्त्रीविषयक नवा समताभाव व दाक्षिण्य कल्पना, शेतकरी-दलित-मजूर यांविषयीचा कळवळा इत्यादी सर्व गोष्टी म्हणजे केवळ एका कवीच्या काही कवितांमध्ये डोकावणाऱ्या अपघातात्मक कल्पना नव्हत्या. महाराष्ट्रातील नवोदित मध्यमवर्गाच्या नव्या मूल्यव्यवस्थेचा तो सेंद्रिय आविष्कार होता. या दृष्टीने केशवसुत खरोखरच 'युगमानसाचे कवी' होते. महाराष्ट्रातील नवोदित मध्यमवर्गाचे सामर्थ्य तर त्यांच्या कवितेतून आविष्कृत झालेच; पण या वर्गाच्या मर्यादाही त्यांच्या कवितेत प्रतिबिंबित झाल्या. केशवसुतांच्या कवितेतील विसंगती, गूढवाद, निराशावाद, पलायनवाद यांचा सखोल विचार केला तर तत्कालीन मध्यमवर्गाच्या मर्यादांशीसुद्धा त्या गोष्टींचा मेळ घालता येतो.

एकोणिसाव्या शतकातल्या महाराष्ट्रातील प्रबोधनाच्या 'नव्या मनू'चे एक खास वैशिष्ट्य म्हणजे मध्यमवर्गाचा उदय. या प्रक्रियेचा वेध प्रस्तुत प्रबंधाद्वारे घेतलेला आहे.

१.१ प्रास्ताविक

एकोणिसावे शतक हा भारताच्या इतिहासातील एक वैशिष्ट्यपूर्ण टप्पा आहे. हे शतक म्हणजे भारतातील सामाजिक-धार्मिक सुधारणा-चळवळींचा, राष्ट्रवादाचा, स्वातंत्र्य-आंदोलनाचा व आधुनिकतेचा आरंभकाल होता. या सर्वाला साकल्याने 'भारतीय प्रबोधन' असे म्हणता येईल. 'प्रबोधन' हा शब्द 'रेनेसाँ' (renaissance) या इंग्रजी (मूळ फ्रेंच) संकल्पनेचा निव्वळ प्रतिशब्द म्हणून वापरलेला नाही. भारतीय संदर्भात 'रेनेसाँ' हा शब्द वापरावा का नाही आणि वापरल्यास त्याचा नेमका अर्थ काय असावा, याबाबत अभ्यासकांमध्ये मतभिन्नता आहे.[१] प्रस्तुत विवेचनात या वादात शिरण्याचे कारण नाही, म्हणून त्याची फक्त नोंद केलेली आहे. परंपरा व नवता, तसेच पाश्चात्त्य व भारतीय परंपरा यांच्या संघर्षात्मक समन्वयातून भारतातील प्रबोधन साकार झाले. 'जीवन, विचार व संस्कृती यांचे भौतिकीकरण हे प्रबोधनाचे सारतत्त्व' होते आणि प्रबोधन हा 'मध्ययुग व आधुनिक युग यांना जोडणारा सेतू' होता, या आशयाचे रॉबर्ट इरगँग यांनी केलेले वर्णन[२] भारतातील प्रबोधनालासुद्धा लागू पडण्याजोगे आहे. दि. के. बेडेकर यांचे उद्‍गारसुद्धा भारतातील प्रबोधनाच्या संदर्भात विशेष अर्थपूर्ण आहेत : ''प्रबोधन ही एक लहान समूहाची समाजात पसरत जाणारी बंडखोरी असते.... 'चेन-रिॲक्शन' सुरू होऊन अणुशक्ती प्रकट होते. त्याप्रमाणे काही व्यक्ती व एक समूहांश जी प्रक्रिया सुरू करतात, तिला साखळीक्रमाने भव्य गुणाकार व समाजाकार लाभतो.... प्रबोधनाची प्रक्रिया साखळीक्रमाने भव्य आकार घेते, हा नियम झाला; पण तो नियमही लागू होताना, त्याला कोंडाळी पडतात. हा देखील नियमच.''[३] भारतीय प्रबोधनाची प्रक्रिया ही जरी एक व्यापक देशव्यापी सर्वसाधारण प्रक्रिया असली तरी ती अनेक प्रादेशिक आविष्कारांमधून साकार झालेली आहे. त्यामुळे ते आविष्कार समजावून घेतल्याशिवाय भारतीय प्रबोधनाचे यथार्थ आकलन होऊ शकणार नाही. प्रस्तुत प्रबंधात प्रबोधनाच्या महाराष्ट्रीय आविष्काराचा विचार केलेला आहे. भारतीय प्रबोधन हे एक परिवर्तन होते. या परिवर्तनात नवोदित मध्यमवर्गाची भूमिका महत्त्वाची होती. मध्यमवर्ग हे प्रबोधनाचे फलित होते आणि हा वर्ग प्रबोधनाचा कारक व वाहकही होता. एकोणिसाव्या शतकातील महाराष्ट्राच्या संदर्भात मध्यमवर्गाचा उदय व भूमिका यांची चिकित्सा येथे अभिप्रेत आहे.

१.२ प्रबंधाची संक्षिप्त रूपरेषा

संशोधन-विषयाच्या संदर्भात तत्कालीन वास्तव, प्रेरणा, प्रवृत्ती, मूल्ये, विचारप्रवाह, समस्या, स्थितिबदल या सर्वांच्या आकलनासाठी शासकीय कागदपत्रांपासून ललित साहित्यापर्यंत विविध प्रकारच्या मूळ साधनांचा, तसेच अनेक दुय्यम साधनांचाही अभ्यास केलेला आहे. प्रबंधाच्या शेवटी दिलेल्या 'निवडक संदर्भ-साहित्य-सूची' वरून त्याची कल्पना येऊ शकेल. प्रबंधाच्या आरंभीचे म्हणजे प्रस्तुत प्रकरण प्रास्ताविक स्वरूपाचे आहे. या प्रकरणात प्रबंधाची संक्षिप्त रूपरेषा मांडून मध्यवर्गाची संकल्पना स्पष्ट केलेली आहे. तसेच भारतीय मध्यमवर्गाविषयी विवेचन केलेले आहे. दुसऱ्या प्रकरणात १९ व्या शतकाच्या आरंभकालातील महाराष्ट्राचा बहुव्यापी, पण सूत्रमय आढावा घेतलेला आहे. तिसऱ्या प्रकरणात महाराष्ट्रातील मध्यमवर्गाचा उदय, स्वरूप व भूमिका यांविषयी विवेचन केलेले आहे. त्यानंतरच्या प्रकरणात शिक्षण, प्रशासन, समाजकारण, अर्थकारण, राजकारण, साहित्य-संस्कृती अशा क्षेत्रांच्या विशेष संदर्भात मध्यमवर्गाचा उदय व भूमिका यांच्याशी संबंधित विविध प्रक्रियांचे विवेचन केलेले आहे. उपसंहाराच्या प्रकरणात संशोधनाच्या निष्कर्षांची मांडणी करून समारोप केलेला आहे.

१.३ प्रबंध-विषयाची स्थलकालमर्यादा

प्रथम प्रबंध-विषयाची स्थलकालमर्यादा निश्चित करणे आवश्यक आहे. येथे 'एकोणिसाव्या शतका'तील म्हणजे मुख्यत: १८१८ ते १९०१ या कालखंडातील महाराष्ट्राचा अभ्यास अभिप्रेत आहे. १८१८ मध्ये मराठ्यांचा पाडाव होऊन महाराष्ट्रात इंग्रजांची सत्ता प्रस्थापित झाली. हा केवळ महाराष्ट्राच्या नव्हे, तर भारताच्या इतिहासातीलसुद्धा परिवर्तनाचा एक टप्पा मानला जातो. म्हणून १८१८ पूर्वीचा कालखंड फक्त पार्श्वभूमीदाखल विचारात घेतलेला आहे. १९०१ हे थोर प्रबोधनकर्ते न्या. म. गो. रानडे यांच्या निधनाचे वर्ष होते. तसेच ते जनगणनेचे वर्ष होते. या जनगणनेच्या अहवालांत १९ व्या शतकातील महाराष्ट्राविषयीची महत्त्वाची आकडेवारी प्राप्त होते.

संयुक्त महाराष्ट्र-निर्मितीपूर्वीच्या (१९६० पूर्वीच्या) महाराष्ट्राचा संशोधनपर अभ्यास करताना कोणत्या भौगोलिक सीमा विचारात घ्याव्यात ही समस्या उद्‌भवू शकते. आजच्या महाराष्ट्र-राज्याच्या सीमांमध्ये ऐतिहासिक महाराष्ट्राचे संशोधन बद्ध करणे कृत्रिम ठरेल. अभ्यास-विषयाच्या कालखंडात ज्याची ऐतिहासिक

अर्थपूर्णता प्रकर्षाने जाणवते असा महाराष्ट्रातील भौगोलिक प्रदेश निवडून मराठी संस्कृतीच्या व मानसिकतेच्या संदर्भात त्याचा अभ्यास केला की त्याचे 'महाराष्ट्रा'चा अभ्यास असे सर्वसाधारण वर्णन अभ्यासक करतात, असे दिसते. महाराष्ट्रेतिहासाची प्राचीनता आणि वेळोवेळी राजकीय सीमांमध्ये होत गेलेले बदल लक्षात घेता, अभ्यासकांचा हा मार्ग व्यवहार्य व यथार्थ वाटतो. महाराष्ट्रेतिहासाच्या प्राचीनतेची साक्ष देण्यास दोन उदाहरणे पुरेशी आहेत- (१) आजवरच्या संशोधनातून महाराष्ट्रातील काही भागांत गेल्या दीड लाख वर्षांच्या कालावधीतील मानवी अस्तित्वाचा सलग पुरावा हाती आलेला आहे.[४] (२) श्री. व्यं. केतकर यांनी 'महाराष्ट्र' या देशनावाची प्राचीनता बुद्धकालापर्यंत नेऊन भिडवली आहे.[५] भौगोलिक सीमांचा विचार करायचा तर महाराष्ट्राचे दैवत बनलेल्या शिवाजी या इतिहास-पुरुषाचे राज्यसुद्धा आजच्या महाराष्ट्राच्या सुमारे एक-पंचमांश एवढेच होते.[६] शिवकालीन सामाजिक-आर्थिक जीवनाविषयीच्या संशोधनपर ग्रंथास अ. रा. कुलकर्णी यांनी 'शिवकालीन महाराष्ट्र' असे नाव दिले आहे. शिवाजीराजांच्या वर्चस्वाखाली असलेल्या महाराष्ट्राचाच नव्हे, तर सतराव्या शतकातील मराठी मुलुखाचा विचार केल्याचे ते नमूद करतात.[७] 'संपूर्ण महाराष्ट्राचे चित्र' रेखाटल्याचा लेखकाचा दावा नसल्याचेही त्यांनी स्पष्ट केले आहे.[८] तसेच 'शिवकालीन' महाराष्ट्रात संभाजी व राजाराम यांचा कालखंडही गृहीत धरून १६८० नंतरच्या काही कागदपत्रांचा त्यांनी वापर केला आहे व 'काळाचे बंधन शिथिल' केलेले आहे.[९] आधुनिक महाराष्ट्राच्या इतिहासाविषयीची महत्त्वपूर्ण अशी तीन उदाहरणे येथे लक्षात घेऊ. (१) केनेथ बॉलहॅचेट यांनी आपल्या प्रबंधाच्या[१०] शीर्षकात 'पश्चिम भारत' असा शब्दप्रयोग केलेला आहे. मात्र त्यांनी सर्व विवेचन पश्चिम भारतातील तत्कालीन मुंबई इलाखा व मुंबई शासनाच्या संदर्भात केलेले आढळते. मुख्यत: ब्रिटिशांनी पेशव्यांकडून जिंकून घेतलेल्या पश्चिम भारतातील प्रदेशावर त्यांनी आपले संशोधन केंद्रित केले आहे. (२) रवींद्रकुमार यांनी १९ व्या शतकातील महाराष्ट्राविषयीच्या प्रबंधाच्या[११] शीर्षकात 'पश्चिम भारत' असा उल्लेख विशेषत्वाने केलेला आहे. प्रत्यक्षात पश्चिम भारताचा महत्त्वपूर्ण भाग असणाऱ्या 'महाराष्ट्र' या प्रदेशवाचक शब्दाचाच वापर त्यांच्या प्रबंधात जागोजागी केलेला आहे.[१२] 'महाराष्ट्रा'विषयीचे हे संशोधन त्यांनी मुख्यत: तत्कालीन मुंबई इलाखा व मुंबई शासनाच्या संदर्भात आणि पुणे जिल्हा व इंदापूर तालुक्याच्या विशेष संदर्भात केलेले आहे. (३) य. दि. फडके यांनी विसाव्या शतकातील महाराष्ट्राचा इतिहास लिहिताना आजच्या महाराष्ट्र राज्याच्या भौगोलिक सीमांपेक्षा मराठी-भाषिकतेचा घटक महत्त्वाचा मानलेला

आहे.[१३] महाराष्ट्राच्या इतिहासात बृहन्महाराष्ट्रातील व परदेशातील मराठीभाषक लोकांच्या कार्याचीही नोंद त्यांनी आवर्जून केलेली आहे. कारण त्यांच्या मते तो 'मूलत: व मुख्यत: मराठी मातृभाषा असलेल्या लोकांचा'[१४] इतिहास आहे.

आतापर्यंतच्या चर्चेवरून हे स्पष्ट होते की, ऐतिहासिक महाराष्ट्राविषयीच्या संशोधनात वापरला जाणारा 'महाराष्ट्र' हा शब्द त्याच्या वर्तमान भौगोलिक व प्रशासकीय सीमांमध्ये बद्ध नाही. अभ्यासविषयाच्या संदर्भात व तारतम्याने त्याचा अर्थ लक्षात घ्यावा लागतो. विशेषत: मराठी संस्कृतीच्या व मानसिकतेच्या अनुबंधात महाराष्ट्रेतिहासाचा विचार केला जातो. प्रस्तुत प्रबंधातही तसाच प्रयत्न केलेला आहे. अभ्यासाच्या सोयीसाठी, मराठ्यांच्या पाडावानंतर डेक्कन कमिशनर एल्फिन्स्टन याच्या अधिपत्याखाली असलेले मराठी-भाषक प्रदेश (मुख्यत: खानदेश, अहमदनगर, पुणे व सातारा हे विभाग) आणि मुंबईचा गव्हर्नर झाल्यावर त्याच्या अधिपत्यासाठी आलेले जुन्या मुंबई इलाख्यातील आणखी काही मराठी-भाषक प्रदेश (मुंबई व कोकण), अशा विशिष्ट प्रदेशांशी संबंधित संशोधन प्रस्तुत प्रबंधात प्रामुख्याने सादर केलेले आहे. दुसऱ्या शब्दांत असेही म्हणता येईल की, १९०१ मधील जनगणना अहवालात नमूद केलेले[१५] मुंबई इलाख्यातील मुंबई शहर आणि खानदेश, नाशिक, अहमदनगर, पुणे, ठाणे, कुलाबा, रत्नागिरी, सातारा, सोलापूर हे जिल्हे व त्यांच्या परिसरातील संस्थानी प्रदेश यांना व्यापणाऱ्या भूप्रदेशाशी संबंधित संशोधन केलेले आहे. त्याच्या आधारे महाराष्ट्रातील मध्यमवर्गाचा उदय व भूमिका यांबाबतचे सर्वसाधारण निष्कर्ष काढलेले आहेत.

प्रबंधलेखनात अभिप्रेत असणाऱ्या 'महाराष्ट्रा'बाबतचा स्थल-काल संदर्भातील विचार आतापर्यंत केला असला, तरी मराठी मानसिकतेबाबतचा एक मुद्दा लक्षात घेणेसुद्धा आवश्यक आहे. कारण इतिहास-मीमांसेत प्रादेशिकतेपेक्षाही मानसिकता अधिक महत्त्वाची असते. प्रस्तुत प्रबंधासाठी '१९ व्या शतकातील मुंबई इलाख्यातील मराठी-भाषक प्रदेश' ही मर्यादा जरी मुख्यत: आखून घेतलेली असली, तरी या प्रशासकीय व भाषक भूभागातील लोकांच्या मानसिकतेत 'महाराष्ट्र' या ऐतिहासिक सांस्कृतिक संकल्पनेला महत्त्वाचे स्थान होते, ही अर्थपूर्ण वस्तुस्थिती दुर्लक्षून चालणार नाही. १९ व्या शतकात मुंबई इलाख्यातील विविध व्यक्तींनी भिन्न वेळी व भिन्न संदर्भात 'महाराष्ट्र,' 'महाराष्ट्र देश,' 'महाराष्ट्र भाषा' इ. शब्दप्रयोग केल्याची असंख्य उदाहरणे आढळून येतात. त्यातील काही निवडक उदाहरणांचा निर्देश येथे आवश्यक वाटतो.

एल्फिन्स्टनच्या प्रेरणेने व पुढाकाराने मुंबईत स्थापन झालेल्या 'हैंदशाळा

शाळापुस्तक मंडळी' या संस्थेने १८२२ मध्ये सर्वप्रथम छापलेली पुस्तके म्हणजे 'पंचोपाख्यान' व 'विदुरनीति' ही होत. त्यांपैकी 'विदुरनीति'मध्ये "...महाराष्ट्रभाषेत हा ग्रंथ केला आहे," असा उल्लेख होता.[१६] ३ ऑक्टोबर १८२३ रोजी या दोन्ही ग्रंथांची जाहिरात 'कूरिअर' या वृत्तपत्रात प्रसिद्ध झाली. त्यामध्ये 'महाराष्ट्र ग्रंथ' असा उल्लेख आढळतो.[१७] १८२७ मध्ये वेंकटमाधवकृत 'महाराष्ट्रप्रयोगचंद्रिका' हे व्याकरणविषयक पुस्तक प्रसिद्ध झाले.[१८] मोल्सवर्थ व कँडीच्या मार्गदर्शनाखाली अनेक मराठी पंडितांनी १८२५ पासून तयार केलेला मराठी-मराठी-कोश १८२९ मध्ये प्रसिद्ध झाला. 'पंडिती कोश' म्हणून ओळखल्या जाणाऱ्या या कोशाचे मूळ नाव 'महाराष्ट्र भाषेचा कोश' असे होते; या कोशाच्या प्रस्तावनेत 'महाराष्ट्र देश' असे उल्लेख आलेले आहेत; "महाराष्ट्रभाषा म्हणजे महाराष्ट्र देशी राहणारे जे देशस्थ ब्राह्मणादिक लोक त्यांची बोलायची प्राकृत भाषा", असे विधान या प्रस्तावनेत आढळते.[१९] १ जानेवारी १८३६ रोजी गंगाधर शास्त्री फडके यांचे 'महाराष्ट्र भाषेचे व्याकरण' प्रसिद्ध झाले.[२०] याच वर्षी प्रकाशित झालेल्या दादोबा पांडुरंगकृत 'मराठी भाषेचे व्याकरण' या पुस्तकाच्या प्रस्तावनेत त्यांनी 'महाराष्ट्र देश' असा शब्दप्रयोग केलेला आढळतो.[२१]

आचार्य बाळशास्त्री जांभेकर यांनी आपल्या 'दिग्दर्शन' या मासिकात १८४० साली 'महाराष्ट्र भाषा' आणि 'महाराष्ट्र देशाचा नकाशा' असे उल्लेख केलेले आढळतात.[२२] तसेच त्यांनी 'गणित शास्त्राचा उपयोगा विषयींचे संवाद' (१८३५), 'बालव्याकरण' (१८३८), 'नीतिकथा' (१८३८) आणि 'शब्दसिद्धि निबंध' (१८४३) या पुस्तकांमध्ये 'महाराष्ट्र भाषा' हा शब्दप्रयोग वापरल्याचे दिसते.[२३] भाऊ महाजन संपादित 'प्रभाकर' या वृत्तपत्राच्या १८४१-४२ च्या अंकांमध्ये 'महाराष्ट्र मुलुख'[२४] आणि 'महाराष्ट्र देश'[२५] असे उल्लेख आढळतात. 'प्रभाकर'मध्ये 'कोणी लिहून पाठवलेला मजकूर' या टिपणात "सर्व महाराष्ट्रात मराठी वर्तमानपत्र म्हटले तर एक प्रभाकर आहे..." असे विधान आहे.[२६]

रामकृष्ण विश्वनाथ यांनी १८४३ मध्ये लिहिलेल्या अर्थशास्त्रविषयक ग्रंथात 'माहाराष्ट्र लोक' व 'माहाराष्ट्र लोकांचे राज्य' असे शब्दप्रयोग करून शिवाजी महाराजांविषयी गौरवपर लेखन केलेले होते.[२७] १८४९ मध्ये प्रसिद्ध झालेल्या लोकहितवादींच्या एका पुस्तकाचे शीर्षक 'महाराष्ट्र देशातील कामदारांशी संभाषण' असे होते.[२८] त्यांनी आपल्या 'ग्रामरचना' (१८८३) या ग्रंथात 'महाराष्ट्र देश' व 'महाराष्ट्रीय' हे शब्दप्रयोग केलेले आहेत.[२९] त्यांच्या 'शब्दालंकार' (१८५१) या ग्रंथाच्या शीर्षकपृष्ठावर 'महाराष्ट्र भाषा' हा शब्दप्रयोग आहे आणि विशेष

म्हणजे आपले पुस्तक 'महाराष्ट्र देशांतील लोकांचे उपयोगार्थ केले' असा उल्लेख आहे.[३०] हरि केशवजी पाठारे यांच्या १८५४ मधील अर्थशास्त्रीय ग्रंथाच्या शीर्षकपृष्ठावर 'महाराष्ट्र भाषा' असा उल्लेख आहे.[३१] तसेच कृष्णशास्त्री चिपळोणकर यांच्या १८५५ मधील अर्थशास्त्रीय ग्रंथाच्या प्रस्तावनेतही 'महाराष्ट्र भाषा' असा उल्लेख आहे.[३२]

गोविंद नारायण माडगावकर (शेणवी) यांनी आपल्या 'उद्‌भिज्जन्यपदार्थ' (१८५६) या ग्रंथाच्या प्रस्तावनेत स्वभाषेची गोडी आपल्याला कशी लागली याची माहिती देताना 'महाराष्ट्र भाषा' हा शब्दप्रयोग केलेला आहे.[३३] माधव चंद्रोबा डुकले यांनी मराठी काव्यप्रकाशनासाठी सुरू केलेल्या 'सर्वसंग्रह' मासिकाच्या पहिल्या वर्षाच्या (१८६०) प्रस्तावनेत 'महाराष्ट्र देश' असा उल्लेख आहे.[३४]

१८४२ साली अहमदनगर येथे ख्रिस्ती मिशनरींनी सुरू केलेल्या 'ज्ञानोदय' या वृत्तपत्रातही 'महाराष्ट्र देश' असे उल्लेख आढळतात. उदा. २ जून १८५१, २ एप्रिल १८६० आणि १६ डिसेंबर १८६१ च्या अंकांमध्ये असे उल्लेख आढळतात.[३५] त्यांपैकी २ एप्रिल १८६० च्या अंकात ''या महाराष्ट्र देशात एका ब्राह्मणी विधवेचा पुनर्विवाह झाला, हे लिहिण्यास आम्हास फारच आनंद वाटतो,'' असा अर्थपूर्ण उल्लेख आहे.[३६]

महात्मा जोतीबा फुले यांनी 'ब्राह्मणांचे कसब' (१८६९) हा ग्रंथ 'महाराष्ट्र देशांतील कुणबी, माळी, मांग, महार' यांना 'परम प्रीतीनें' अर्पण केला होता.[३७] 'गुलामगिरी' (१८७३) या ग्रंथात त्यांनी बळीराजाच्या ताब्यातील दक्षिणेच्या क्षेत्राचे वर्णन करताना 'महाराष्ट्र', 'महाराष्ट्री' हे शब्दप्रयोग केलेले आहेत, तसेच 'महासुभा' (तथा 'म्हसोबा') हा बळीराजाचा 'महाराष्ट्रा'तील अधिकारी असल्याचे सांगितले आहे.[३८] 'शेतकऱ्याचा असूड' (१८८३) या ग्रंथातील एका तळटिपेत त्यांनी 'गोडबोल्यांच्या महाराष्ट्र देशाच्या इतिहासा'चा उल्लेख केला आहे.[३९] या ग्रंथाच्या परिशिष्टात म. फुले असे म्हणतात की, ''महाराष्ट्रात जेवढे म्हणून महारापासून तों ब्राह्मणापर्यंत लोक आहेत, त्या सर्वांसच मराठे म्हणतात.''[४०] त्यांच्या 'सत्सार' (अंक २, ऑक्टो. १८८५) मध्येही 'महाराष्ट्र' हा शब्दप्रयोग आहे.[४१] 'सत्यशोधक समाजोक्त मंगलाष्टकासह सर्व पूजा-विधि' (१८८७) या पुस्तकाच्या समारोपात ही 'मंगळाष्टके व मंत्र महाराष्ट्र देशातील कोणत्याही जातींतील लोकांस मोठ्यांच उपयोगाचे' असल्याचे ते नमूद करतात.[४२]

निबंधमालाकार विष्णुशास्त्री चिपळूणकर यांच्या लेखनात 'महाराष्ट्र', 'आमचा महाराष्ट्र', 'महाराष्ट्र देश', 'आमचा महाराष्ट्र देश', 'महाराष्ट्र देशाचा इतिहास',

'महाराष्ट्र देशाचे राजकारण' असे शब्दप्रयोग अनेक वेळा आलेले दिसतात.[४३] 'निबंधमाले'त एके ठिकाणी (पुस्तक २, अंक २, जुलै १८७५) 'महाराष्ट्रा' विषयी अभिमान व्यक्त करताना धैर्य, साहस, शौर्य, प्रामाणिकपणा, बुद्धिप्रागल्भ्य इत्यादी गुणांची "...उदाहरणे महाराष्ट्र देशाच्या इतिहासांत जी सांपडतील त्याहून मोठी इतर कोणत्याही प्राचीन किंवा अर्वाचीन देशाच्या इतिहासात सांपडणे नाहींत," असे उद्‌गार विष्णुशास्त्री काढतात.[४४]

बाबा पदमनजी यांचे 'महाराष्ट्र देशाचा संक्षिप्त इतिहास' या नावाचे पुस्तक १८६६ मध्ये प्रसिद्ध झाले.[४५] 'काव्येतिहास संग्रह' या नियतकालिकाच्या (१८७८ ते १८९०) इतिहास विभागाचे प्रमुख संपादक का. ना. साने यांनी 'काव्येतिहाससंग्रहा'ची भूमिका विशद करताना असे म्हटले होते की, "...आमच्या मते महाराष्ट्र देशाचा स्वतंत्र इतिहास लिहिण्यास जी साधने असावी ती पूर्णपणे अद्याप मिळविणे आहेत."[४६] १८८७ ते १८९२ या काळात इतिहासकार द. ब. पारसनीस यांनी 'महाराष्ट्र कोकिळ' या नावाचे मासिक चालवले.[४७] १९ व्या शतकाच्या अखेरच्या दशकात सयाजीराव गायकवाड यांच्या आश्रयाने 'महाराष्ट्र ग्रंथमाला' सुरू झाली. त्यामध्ये गो. स. सरदेसाईंनी केलेली काही भाषांतरे समाविष्ट होती.[४८] १८९३ ते १९०७ या काळात मराठ्यांच्या इतिहासावर विविध पुस्तके लिहिणारे जनार्दन महादेव गुर्जर यांनी "मराठे म्हणजे महाराष्ट्र देशातील मराठी भाषा बोलणारे" अशी मराठ्यांची व्याख्या केली होती.[४९] १८९८ साली प्रसिद्ध झालेल्या 'मराठ्यांच्या इतिहासाची साधने, खंड १' या ग्रंथाच्या दीर्घ प्रस्तावनेत वि. का. राजवाडे यांनी 'महाराष्ट्र' आणि 'महाराष्ट्र धर्म' हे शब्द अनेक वेळा वापरले आहेत.[५०] उदाहरणादाखल त्यांची तीन विधाने[५१] लक्षात घेण्याजोगी आहेत : (१) "पूर्वजांच्या इतिहासाची आस्था महाराष्ट्रात अलीकडील तीस पस्तीस वर्षांत नव्यानें झाली आहे." (२) "मराठ्यांचे हिंदुस्थानांत मुख्य कार्य म्हटलें म्हणजे महाराष्ट्रधर्माचा प्रसार करणें हें होय." (३) "सतराव्या व अठराव्या शतकांत महाराष्ट्रांतील लोकांच्या अंगी स्थितीपेक्षा गतीचेंच प्राबल्य विशेष होते." 'केसरी'च्या उद्देशपत्रिकेत (जून १८८०) 'महाराष्ट्र-भाषा' हा शब्दप्रयोग आढळतो.[५२] लोकमान्य टिळकांच्या लेखनातसुद्धा 'महाराष्ट्र', 'महाराष्ट्र-लोक', 'महाराष्ट्रीय', 'महाराष्ट्र-भाषा' असे शब्दप्रयोग अनेक जागी आढळतात.[५३] याचे एक ठळक उदाहरण म्हणजे 'केसरी'च्या २ जुलै १८९५ च्या अंकातील त्यांचा अग्रलेख होय. त्यामध्ये टिळक म्हणतात, "जगाच्या अर्वाचीन इतिहासात मराठे लोकांचे, महाराष्ट्र देशाचे किंबहुना सर्व हिंदुस्थानचे नाव, ज्याने अजरामर केले, त्या श्रीशिवाजीमहाराजांच्या कृतीबद्दल सर्व खऱ्या

महाराष्ट्रीयांस अभिमान वाटणे अगदी साहजिक आहे.''[५४] न्या. म. गो. रानडे यांनी मराठ्यांच्या सत्तेच्या उदयाविषयी लिहिलेल्या ग्रंथात (१९००) विविध संदर्भात 'महाराष्ट्रा'चे उल्लेख आढळतात.[५५]

१८८४ मध्ये गंगाधर रामचंद्र मोगरे यांचा 'महाराष्ट्रजन विलाप' हा काव्यसंग्रह प्रसिद्ध झाला.[५६] विष्णु मोरेश्वर महाजनींचा 'कुसुमांजली' (१८८५) हा काव्यसंग्रह 'महाराष्ट्रीयांस अर्पण' केलेला आहे.[५७] विनायक लक्ष्मण परळकर यांनी १९०१ च्या ऑगस्टच्या मासिक मनोरंजनच्या अंकात 'सॉनेट' वर एक लेख लिहिला होता. त्यामध्ये त्यांनी नमुना म्हणून दिलेल्या स्वत:च्या एका कवितेत 'महाराष्ट्रपुण्यभूमि' असा शब्दप्रयोग केलेला आहे.[५८] 'आधुनिक मराठी कवितेचे जनक' म्हणून ओळखले जाणारे १९ व्या शतकाच्या उत्तरार्धातील कवी केशवसुत यांनी मृत्युपूर्वी सहा-सात महिने आधी धारवाडहून लिहिलेल्या एका पत्रात (९ फेब्रु. १९०५) 'महाराष्ट्र' हा शब्द वापरलेला आहे. ते म्हणतात, ''हल्ली महाराष्ट्रात ज्यांना गद्याच्या चार ओळीही जपून लिहिता येत नाहीत असे वृत्तदर्पण्ये कवी पैशापासरी झाले आहेत.''[५९]

प्रस्तुत प्रबंधासाठी निवडलेल्या प्रदेशातील लोकांची मानसिकता 'महाराष्ट्रीय' होती, हे आतापर्यंतच्या प्रातिनिधिक उदाहरणांवरून स्पष्ट होते. उदाहरणांची यादी आणखी वाढवता येईल. परंतु मूळ मुद्दा स्पष्ट होण्यासाठी दिलेली उदाहरणे पुरेशी आहेत. प्रबंधाच्या शीर्षकात 'महाराष्ट्र' हा शब्द वापरण्याचे कारण या सर्वांवरून स्पष्ट होऊ शकते. आखून घेतलेल्या स्थलकालमर्यादेला अभ्यासाच्या सोयीसाठी एखाद्या अपवादात्मक वेळी किंचित मुरड घालावी लागते. परंतु सर्वसाधारणपणे या मर्यादेत राहून १९ व्या शतकातील महाराष्ट्रामधील मध्यमवर्गाच्या उदयाचा व भूमिकेचा विचार प्रस्तुत प्रबंधात केलेला आहे.

१.४ वर्ग-संकल्पना

महाराष्ट्रातील मध्यमवर्गाचा विचार करण्यापूर्वी 'मध्यमवर्ग' ही संकल्पना स्पष्ट करून घेणे आवश्यक आहे. त्यासाठी मुळात 'वर्ग' ही समाजशास्त्रीय संकल्पना[६०] विचारात घ्यायला हवी. आधुनिक सामाजिक शास्त्रांचा उदय झाला, त्या सुमारास मध्ययुगीन बंधनांमधून नुकतीच व्यक्तीची मुक्तता होत होती. अठराव्या व एकोणिसाव्या शतकात सामाजिक शास्त्रे व्यक्तीलाच सामाजिक जीवनाचा केंद्रबिंदू मानत होती.[६१] व्यक्तीचे संबंध, हक्क, कर्तव्ये, सुख, हित यांभोवतीच सामाजिक शास्त्रांच्या सिद्धातांची गुंफण करण्यात आली. या सिद्धातांना

तेव्हा युगधर्माची प्रतिष्ठा लाभली. मात्र सामाजिक शास्त्रांच्या विकासाबरोबर व्यक्तिवादी दृष्टिकोनाचा अपुरेपणाही विचारवंतांना जाणवू लागला. परस्परावलंबी व समानधर्मी व्यक्तींचे विविध गट अस्तित्वात येतात; समाज हा व्यक्तींचा बनलेला असला, तरी तो निव्वळ सुट्या सुट्या व्यक्तींचा समुदाय नसतो; व्यक्ती कोणत्या ना कोणत्या गटाची घटक असते आणि गटसंबंधांमधून समाजजीवनाला आकार मिळतो; समाजाच्या स्थिती-गतीचा अन्वयार्थ लावताना व्यक्तीप्रमाणेच गटांचाही विचार करण्याची आवश्यकता असते, या सर्वाचा प्रत्यय समाजशास्त्रज्ञांना येऊ लागला.[६२] त्यामुळे इतिहाससमीमांसेतसुद्धा वर्गचिकित्सा महत्त्वाची बनली.

व्यक्ती, सामाजिक संबंध व सामाजिक गट आणि या सर्वांना नियंत्रित करणाऱ्या सामाजिक संस्था यांचा समावेश 'समाजा'त होतो. समताधिष्ठित समाजाचे स्वप्न मानव सदैव पाहत आलेला आहे. पण प्रत्यक्षात मात्र मानवी इतिहासातील विविध समाजांमध्ये प्राचीन काळापासून विषमता अस्तित्वात असल्याचे जाणवते. विषमतेच्या मुळाशी संपत्ती, सत्ता व प्रतिष्ठा हे तीन घटक असतात. मानवाला हव्याशा, पण दुर्मिळ अशा या तीन गोष्टींच्या असमान वाटपामुळे समाजात विषमता निर्माण होते. संपत्ती, सत्ता व प्रतिष्ठा या निकषांमुळे विविध गटांमध्ये किंवा स्तरांमध्ये होणाऱ्या समाजाच्या विभागणीला 'सामाजिक स्तरीकरण' (social stratification)[६३] असे म्हणतात. गुलामगिरी, जातिव्यवस्था, एस्टेट-पद्धती आणि वर्गव्यवस्था या सामाजिक स्तरीकरणाच्या चार मूलभूत पद्धती आहेत. जीवनातील विविध प्रकारच्या संधी, वर्तनाचे संस्थात्मक नमुने, जीवन-शैली, मूल्ये, वृत्ती, विचारप्रणाली अशा विविध घटकांच्या संदर्भात समाजातील विविध स्तर एकमेकांपेक्षा भिन्न स्वरूपाचे असतात. स्तरीकरणाच्या विविध प्रकारांपैकी वर्गव्यवस्था हा सर्वात गतिशील प्रकार असतो. कारण धार्मिक वा कायदेशीर तरतुदींद्वारे वर्ग ठरत नाहीत. वर्गांमधल्या सीमारेषा सुस्पष्ट असत नाहीत. व्यक्तीचा वर्ग हा निव्वळ जन्माधिष्ठित नसतो. तो निदान काही प्रमाणात तरी व्यक्तीने प्राप्त केलेला असतो. वर्गाधिष्ठित समाजरचनेत उर्ध्वगामी व अधोगामी सामाजिक गतिशीलता (Upward and downward social mobility) असते. समाजाच्या एका स्तरातून दुसऱ्या स्तरात प्रवेश करण्याबाबत व्यक्तीला असणारी उपलब्धता म्हणजे 'सामाजिक गतिशीलता'[६४] होय. ही आंतरस्तरीय हालचाल प्रामुख्याने व्यावसायिक संदर्भात तपासली जाते. ही गतिशीलता अधिक असलेला समाज खुला (open), तर कमी असलेला समाज बंदिस्त (closed) मानला जातो. जातिव्यवस्था बंदिस्त स्वरूपाची असते, तर त्या तुलनेत वर्गव्यवस्था खुली असते.

मुख्यत: व्यक्तिगटांमधील आर्थिक भेदांनुसार वर्ग ठरतात. वर्गव्यवस्थेचा पाया आर्थिक असला, तरी वर्ग हे निव्वळ आर्थिक गट मात्र नसतात. लुईस आणि मौदे यांच्या मते, व्यक्तीचा वर्ग ठरवताना तिचे उत्पन्न, व्यवसाय, उच्चार-शैली, व्यय-पद्धती, निवास, संस्कृती, फावल्या वेळेचा विनियोग, कपडे, शिक्षण, नैतिक वृत्ती, अन्य व्यक्तींशी संबंध, कुटुंब व त्याच्या तीन पिढ्या – अशा विविध घटकांचा विचार केला पाहिजे.[६५] एकंदरीत, आर्थिक साधनसंपत्तीचा उपभोग आणि त्याद्वारे प्रभावित होणारी जीवनशैली यांच्या आधारे होणाऱ्या लोकांच्या गटवार विभागणीतून वर्गव्यवस्था आकाराला येते. या व्यवस्थेतील प्रमुख वर्ग किती आणि कोणते, याबाबत समाजशास्त्रज्ञांमध्ये मतभिन्नता आहे. परंतु सामान्यत: उच्च, मध्यम व कनिष्ठ अशी ढोबळ सामाजिक वर्गवारी रूढ आहे. वर्ग-संबंधांच्या मूलभूत संरचनेत प्रामुख्याने वर्गा-वर्गांमधील पुढील प्रकारच्या संबंधांचा समावेश होतो : (१) उत्पादन साधनांच्या मालकीच्या स्वरूपाशी संबंधित आणि उत्पादनाच्या वितरण, विनिमय व उपभोग प्रक्रियांशी संबंधित असे आर्थिक संबंध; (२) राज्यसत्ता आणि शासन यांच्याशी संबंधित असे राजकीय संबंध; (३) देशातील कायदा व सुव्यवस्था यांच्याशी संबंधित असे कायदेशीर संबंध; (४) नीतिमूल्यांच्या पूर्ततेशी संबंधित असे नैतिक संबंध; (५) कलात्मक मूल्यनिर्मिती व उपभोग यांच्याशी संबंधित असे सौंदर्यशास्त्रीय संबंध, इत्यादी.[६६] सामाजिक स्तरीकरणाविषयी आणि वर्गव्यवस्थेविषयी कार्ल मार्क्स, मॅक्स वेबर, टाल्कोट पार्सन्स, किंग्स्ले डेव्हिस, विल्बर्ट मूर, मायकेल यंग, मेल्विन ट्यूमिन, फ्रॅन्क पार्किन, इव्हा रोसेनफिल्ड, एरिक ओलिन राइट, इत्यादी समाजशास्त्रज्ञांनी विविध सिद्धान्त मांडलेले आहेत. त्यांमध्ये एकवाक्यता नाही. एक मार्क्सवादी संप्रदाय जरी विचारात घेतला तरी त्याअंतर्गत विविध विचारप्रवाह आढळतात. मात्र, एकंदरीत मार्क्सवादात वर्गसंकल्पना केंद्रीय महत्त्वाची आहे. वर्गनिर्मितीची कारणे, वर्गसंबंधांचे स्वरूप आणि वर्गविनाशाचा मार्ग यांची विस्तृत चर्चा कार्ल मार्क्स (१८१८-१८८३) याने केली. मार्क्सच्या मते श्रमशक्तीद्वारे निर्माण होणाऱ्या उत्पन्नातील वाढ मानवाच्या प्राथमिक गरजा भागवण्यापलीकडे पोहोचली की समाज दुभंगतो आणि श्रमाद्वारे संपत्तीचे उत्पादन करूनही वंचित राहणारा शोषित वर्ग व अतिरिक्त उत्पन्न गिळंकृत करणारा शोषक वर्ग यांमध्ये समाजाची विभागणी होते.[६७] मार्क्स 'वर्गवास्तव' आणि 'वर्गजाणीव' ('class in itself' and 'class for itself')[६८] यांमध्ये फरक करतो. सामाजिक बदलासाठी निव्वळ 'वर्ग म्हणून वर्ग' असे वर्गवास्तव असून भागत नाही, तर 'वर्गासाठी

वर्ग' अशी वर्गजाणीव आवश्यक असते. इतिहास ही वर्गसंघर्षाची कहाणी असल्याचे प्रतिपादन मार्क्सने केले आणि मानवी वर्गसंघर्षाचे, समाजवादी क्रांतीचे व वर्गविरहित समाजनिर्मितीचे भाकीतही त्याने केले. मार्क्सचे भाकीत जरी पूर्णांशाने प्रत्यक्षात उतरू शकले नाही, तरी वर्गजाणीव ही निश्चितपणे एक महत्त्वपूर्ण ऐतिहासिक शक्ती ठरलेली आहे. आधुनिक युगाच्या ऐतिहासिक आकलनासाठी वर्गजाणीवांचा अभ्यास अर्थपूर्ण ठरू शकतो. सामाजिक घटितांच्या विश्लेषणासाठी वर्गाधिष्ठित अभ्यासाचा दृष्टिकोन (class approach) उपयुक्त ठरतो. या दृष्टिकोनामुळे ऐतिहासिक प्रक्रियांच्या मुळाशी असणाऱ्या सामाजिक शक्तींची आणि सामाजिक विकासाच्या मुख्य प्रवाहांची उकल शक्य होते.[६९] नलिनी पंडित यांनी म्हटल्याप्रमाणे, "श्रमजीवी व सुखवस्तू या दोन वर्गांच्या परस्परसंबंधातून त्या त्या समाजाची घडण बनत जाते. कायदेपद्धती, शासनव्यवस्था, कौटुंबिक संबंध व सामाजिक चालीरिती या सर्व क्षेत्रांत कधी उघडपणे तर कधी अप्रकट रितीने या वर्गसंबंधांचे पडसाद उमटतात. शोषक व शोषित वर्गांच्या परस्परसंबंधांचा आर्थिक व सांस्कृतिक जीवनावर कसा व किती परिणाम झाला, हे शोधून काढल्यास कोणत्याही देशाच्या इतिहासाचे अंत:सूत्र आपल्या हाती येते."[७०]

१.५ मध्यमवर्ग

वरिष्ठ वर्ग आणि कनिष्ठ वर्ग यांच्यामधील स्तराला किंवा स्तर-समुच्चयाला 'मध्यमवर्ग' असे म्हणतात. परंतु केवळ दोहोंच्या मध्ये असणे एवढेच मध्यमवर्गाचे व्यवच्छेदक लक्षण नव्हे. काही व्यावसायिक व सांस्कृतिक संदर्भ आणि ऐतिहासिक भूमिका यांमुळे मध्यमवर्ग हा समाजातील एक वैशिष्ट्यपूर्ण स्तर म्हणून ओळखला जातो. इतिहासातील अनेक स्थित्यंतरांमध्ये मध्यमवर्गाचा वाटा महत्त्वपूर्ण होता. मध्यमवर्गात बुद्धिजीवी गटांचा समावेश होत असल्याने या वर्गाचे वैचारिक योगदानसुद्धा अर्थपूर्ण ठरलेले आहे. अगदी प्राचीन काळातसुद्धा ॲरिस्टॉटल व युरिपिडस् यांसारख्या ग्रीक विचारवंतांनी मध्यमवर्गाची महती सांगितल्याचे आढळते.[७१] मार्क्स व एंगल्स यांनी 'मध्यमवर्ग' ही संज्ञा विविध अर्थांनी वापरली होती.[७२] परंतु 'जुन्या मध्यमवर्गा'त सर्वसाधारणपणे छोटे उत्पादक, कारागीर, स्वतंत्र व्यावसायिक इं.चा, तर 'नव्या मध्यमवर्गा'त कारकून, पर्यवेक्षक, तंत्रज्ञ, शिक्षक, शासकीय अधिकारी, इं.चा समावेश त्यांनी केल्याचे आढळते.[७३] एकंदरीत, मध्यमवर्गात प्रामुख्याने पांढरपेशे, व्यावसायिक व बुद्धिजीवी यांचा समावेश करता येईल. सरंजामशाहीच्या स्थितिविरोधातून (antithesis of feudalism) आधुनिक

मध्यमवर्ग उदयाला आला.[७४] व्यापारी व औद्योगिक विकासात आणि राष्ट्रवादी, लोकशाहीवादी व उदारमतवादी तत्त्व-व्यवहारांच्या दृढीकरणात मध्यमवर्गाने अर्थपूर्ण भूमिका पार पाडली. 'व्यापार, मालमत्ता, सत्ता व कमाई या लक्षणांमुळे नव्हे, तर संघटन, स्वातंत्र्य, शासन व स्वत्व या लक्षणांद्वारे आधुनिक मध्यमवर्गाचे अस्तित्व जाणवू लागले,'[७५] या अर्थाचे ब्रिटिश मध्यमवर्गाबाबतचे लुईस व मौदे यांचे विधान अन्यत्रही मध्यमवर्गाला लागू पडण्याजोगे आहे.

मध्यमवर्ग हा दोन वर्गांच्यामधील वर्ग असल्याने आर्थिक व जीवनमूल्यात्मक पातळीवर त्याची ओढाताण होत राहते. या वर्गाला परस्परविरोधी दबावांना व प्रभावांना तोंड द्यावे लागते. या अर्थाने त्याची 'दुहेरी नाकेबंदी' (dual closure)[७६] होते. मध्यमवर्गीय स्तरांना मार्क्सने 'स्थित्यंतराच्या अवस्थेतील वर्ग' (transitional classes)[७७] म्हटले आहे. त्याने आधुनिक समाजाबाबत वर्गांच्या 'ध्रुवीकरणा'चा (polarization) विचार मांडलेला आहे. त्यानुसार मध्यमवर्ग विरून जाणे मार्क्सला अभिप्रेत होते. विशेषत: मध्यमवर्गाचा बराचसा भाग कष्टकरी वर्गात समाविष्ट होईल, त्याचे 'नाही-रे-करण' होईल (proletarianization) असे त्याचे भाकीत होते. मार्क्सच्या टीकाकारांच्या मते मात्र मध्यमवर्गाच्या वाढीने मार्क्सचा सिद्धान्त खोटा ठरवला आहे.[७८] विसाव्या शतकात औद्योगिकदृष्ट्या प्रगत समाजांमध्ये मध्यमवर्गाची विशेष वाढ झाली. वरिष्ठ व कनिष्ठ अशा दोन वर्गांमध्ये ध्रुवीकरण घडण्याऐवजी वाढत्या मध्यमवर्गामुळे भांडवल व श्रमशक्ती यांच्यामधील दरी भरून काढण्यास हातभार लागला.[७९] कनिष्ठ वर्गाचे वाढते मध्यमवर्गियीकरण वा बुर्झ्वाकरण (embourgeoisement) या प्रक्रियेबाबतची मीमांसा विसाव्या शतकाच्या मध्यानंतर समाजशास्त्रज्ञांनी मोठ्या प्रमाणात सुरू केली आहे.[८०] या प्रक्रियेमुळे नवे सामाजिक स्तरीकरण पिरॅमिडसारखे त्रिकोणी न राहता चौकटच्या किंवा पंचकोनी आकाराचे बनत असल्याचे या अभ्यासकांचे मत आहे. अर्थात अनेक कामगार-गटांची आर्थिक स्थिती सुधारली, तरी त्यांची जीवनदृष्टी मात्र मध्यमवर्गीय नसल्याचा प्रतिवादसुद्धा केला जातो.[८१] विसाव्या शतकाच्या मध्याला इंग्लंड, अमेरिका, कॅनडा इ. ठिकाणी घेण्यात आलेल्या अनेक पाहण्यांमधून असे आढळून आले की, मध्यमवर्गाच्या लोकसंख्येतील एकूण प्रमाणाबाबत समाजशास्त्रज्ञांनी मांडलेल्या निष्कर्षांपेक्षा अधिक टक्के लोक स्वत:ला मध्यमवर्गीय म्हणवून घेतात.[८२] अनेक निरीक्षकांच्या मते इंग्लंडमधील बहुसंख्य लोक आता मध्यमवर्गात समाविष्ट झाले आहेत. कारण कष्टकरी

रोजगारांपेक्षा (blue-collar jobs) पांढरपेशा रोजगारांचे (white-collar jobs) प्रमाण वाढत आहे.[८३] भारतात गेल्या दोन शतकांमध्ये मध्यमवर्गाची वाढ होत राहिली आणि या वर्गाने महत्त्वपूर्ण ऐतिहासिक भूमिका बजावली. आधुनिक काळातील मध्यमवर्गाचे स्वरूप इतके विविधतापूर्ण आहे की, अनेक वेळा त्याचा उल्लेख बहुवचनी ('middle classes' असा) केला जातो.[८४] मराठीत हा उल्लेख 'मध्यम वर्ग-संकुल' किंवा 'मध्यम वर्ग-समुच्चय' असाही करता येईल.

१.६ आधुनिक भारताचा इतिहास : वर्गीय आशय व मध्यमवर्ग

आधुनिक भारतीय इतिहासाचा वर्गीय आशय हे एक दुर्लक्षित अभ्यास-क्षेत्र आहे. राष्ट्रवादी इतिहासकारांच्या संप्रदायाच्या कामगिरीची चिकित्सा करताना बिपन चंद्र यांनी या मुद्याकडे लक्ष वेधले आहे.[८५] विविध सामाजिक वर्ग, स्तर, गट यांच्यावरील वसाहतवादाचे परिणाम आणि वसाहतवादासंदर्भातील त्यांचा भ्रमनिरास या दोन्ही गोष्टी विभिन्न पद्धतींनी व विभिन्न पातळीवर घडल्याचे त्यांनी नमूद केले आहे. मात्र, याचा अर्थ असा नव्हे की, भारतात वर्गानुसार स्वतंत्र राष्ट्रीय चळवळी वा राष्ट्रवाद अस्तित्वात आले. उदा. भांडवलशाही राष्ट्रवाद, शेतकरी राष्ट्रवाद, कामकरी राष्ट्रवाद, मध्यमवर्गीय राष्ट्रवाद किंवा सरंजामशाही राष्ट्रवाद असे प्रकार पाडता येणार नाहीत. त्यांच्या मते, राष्ट्रवाद ही एकाच ठरावीक वर्गाची मक्तेदारीही मानता येणार नाही. राष्ट्रवादी इतिहासकारांना दोन गोष्टींची जाण होती, असे बिपन चंद्र नमूद करतात. त्यातील एक म्हणजे, राष्ट्रवादी चळवळ हे ब्रिटिश वसाहतवाद व भारतीय जनता यांच्यातील मूलभूत हितसंबंधविरोधाचे (primary contradiction) फलित होते. दुसरी गोष्ट म्हणजे, राष्ट्रीय चळवळ हा संपूर्ण भारतीय जनतेचा लढा होता, विशिष्ट वर्गाचा वा गटाचा लढा नव्हता. असे असले तरी राष्ट्रीय चळवळीचा वर्गीय आशय आणि भारतीय समाजांतर्गत असणारे दुय्यम हितसंबंधविरोध (internal/secondary contradictions) मात्र राष्ट्रीय इतिहासकारांकडून दुर्लक्षित राहिले. समाजावर व चळवळींवर आपले धुरीणत्व वा प्रभुत्व (hegemony) प्रस्थापित करण्याचा प्रयत्न सामाजिक वर्ग करत असतात आणि ही प्रक्रिया अत्यंत व्यामिश्र असते. या प्रक्रियेचा वेध घेणे बिपन चंद्र यांना अभिप्रेत आहे. नवशिक्षित बुद्धिमंतांच्या नेतृत्वाखाली भारतीय राष्ट्रवादाचा आणि राष्ट्रीय चळवळीचा उदय झाला. या बुद्धिमंतांचे कार्य विचारप्रणालीहीन पोकळीत घडलेले नाही. आधुनिक भारतातील आरंभकालीन बुद्धिमंत नेतृत्वाने सामाजिक विकासाचा भांडवलशाही दृष्टिकोन स्वीकारला होता,[८६]

असे बिपन चंद्र यांनी नमूद केले आहे. वर्गीय आशयाच्या संदर्भात चळवळीवर प्रभुत्व गाजवणारी विचारप्रणाली लक्षात घेणे त्यांना आवश्यक वाटते. वसाहतवादविरोधी मुक्तिलढ्यात अंतर्गत वर्गलढा दुय्यम ठरतो आणि वर्गमेळ (class adjustment) साधावा लागतो, ही अभिजात मार्क्सवादी भूमिका बिपन चंद्र यांना स्वीकारार्ह आहे.[८७] त्यासाठी त्यांनी मार्क्स, एंगल्स, लेनिन व विशेषत: माओ त्से तुंग यांच्या विवेचनाचे दाखलेही दिलेले आहेत. अशा वैशिष्ट्यपूर्ण कालखंडात वर्गीयता, वर्गसंबंध, वर्गसंघर्ष नष्ट होत नाहीत; परंतु लढ्याच्या प्राधान्यक्रमात त्यांना दुय्यमत्व प्राप्त होते. वर्गीयतेचे अस्तित्व वर्गमेळाच्या रूपात टिकून राहते. इतिहास-संशोधकांनी या अस्तित्वाचा शोध घेणे आवश्यक आहे. एकोणिसाव्या शतकातील महाराष्ट्राबाबत मध्यमवर्गाच्या विशेष संदर्भात असा शोध घेणे प्रस्तुत प्रबंधात अभिप्रेत आहे.

आधुनिक भारतीय मध्यमवर्गाच्या उदय व विकासप्रक्रियेचे पहिले पद्धतशीर संशोधन बी. बी. मिश्रा यांनी केले. हा प्रबंध [८८] १९६० मध्ये प्रथम प्रकाशित झाला. भारतीय मध्यमवर्गाचा विचार करताना मिश्रा यांचे प्रतिमान उपयोगी पडते. मात्र ते जसेच्या तसे न स्वीकारता नव्या दृष्टीने संशोधन करणे आवश्यक आहे. कारण त्यामध्ये नव्या प्रतिमान-निर्मितीच्या शक्यता संभवतात.

आधुनिक भारतीय मध्यमवर्गाचा उदय ब्रिटिश कालखंडात झाला. भारतीय मध्यमवर्गाचे स्वरूप पाश्चात्त्य किंवा ब्रिटिश मध्यमवर्गापेक्षा भिन्न आहे. याला मुख्यत: भारतीय समाजरचनेचे, तसेच मध्यमवर्गाच्या उदयाच्या कालिक-प्रादेशिक संदर्भचौकटीचे वेगळेपण कारणीभूत आहे. वर्णव्यवस्था व जातिव्यवस्था हे भारतीय समाजरचनेचे अविभाज्य भाग असल्याने भारतीय वर्गमीमांसा अत्यंत व्यामिश्र व जटिल बनली आहे. या मीमांसेत आर्थिक घटकांबरोबरच सांस्कृतिक घटकांना महत्त्व देणे आवश्यक ठरते. अशी वर्गमीमांसा हे संशोधकांसाठी एक महत्त्वाचे आव्हान ठरलेले आहे. महाराष्ट्राच्या इतिहासासंबंधात हे आव्हान स्वीकारून १९ व्या शतकामधील मध्यमवर्गाचा उदय व भूमिका यांबाबत स्वतंत्र संशोधन करण्याचा प्रयत्न प्रस्तुत प्रबंधाद्वारे केलेला आहे.

भारतातील आणि महाराष्ट्रातील मध्यमवर्गाच्या उदयाला ब्रिटिश अंमल कारणीभूत ठरला असला, तरी ते मध्यमवर्गाच्या उदयाचे एकमेव कारण नाही. इतिहास हा सातत्य आणि बदल यांच्या द्वंद्वात्मक संवादातून साकार होतो, हे लक्षात घेता ब्रिटिशांद्वारे घडलेल्या बदलांप्रमाणे भारताच्या ऐतिहासिक सातत्याची दखल घेणेसुद्धा महत्त्वाचे ठरेल. त्या दृष्टीने प्रथम मध्ययुगीन भारतातील 'मध्यमवर्गा'चा

किंवा मध्यमवर्ग-विकसनाच्या क्षमतांचा विचार करणे आवश्यक आहे. मध्ययुगीन भारतीय समाज हा जितका स्थितिशील (stagnant) मानला जातो, तितका तो स्थितिशील नव्हता; किंबहुना त्यामध्ये काही अर्थपूर्ण हालचाली घडत होत्या आणि काही प्रमाणात सामाजिक गतिशीलता अस्तित्वात होती, असे प्रतिपादन आता इतिहास-संशोधक करू लागले आहेत.[९] स्वाभाविकच आधुनिक भारतीय मध्यमवर्गाचे काही मूलस्रोत मध्ययुगीन भारतीय परंपरेत सापडतात, असे म्हणण्यास जागा आहे.

इक्तिदार सिद्दिकी यांनी सुलतानशाहीच्या कालखंडातील (इ.स. १२०६-१५२६) भारतातील सामाजिक गतिशीलतेवर[१०] नवा प्रकाश टाकला आहे. विशेषत: नागर वस्तीतील कारागीरांमधील गतिशीलता आणि तुघलक कालखंडातील उमरावशाहीमधील गतिशीलता यांचा निर्देश सिद्दिकी यांनी केला आहे. ज्यांचा उदय भारताबाहेर झाला होता, अशा 'कारखाना' आणि 'मदरसा' या दोन संस्थांनी नागर प्रदेशातील सामाजिक गतिशीलतेला हातभार लावला; या संदर्भात सूफी संतांची व त्यांच्या 'खनक' या संस्थांची कामगिरीही उल्लेखनीय होती; सुलतानशाहीच्या कालखंडातील अफगाण, कलाल, जैन, खत्री व कांबो या समाजांचा उदय हेसुद्धा सामाजिक गतिशीलतेचे द्योतक होते, असे सिद्दिकी यांचे मत आहे. नागरीकरणाद्वारे कारागीरांमध्ये निर्माण झालेल्या गतिशीलतेचा सिद्दिकी यांच्या विवेचनातील मुद्दा भावी मध्यमवर्गाच्या संदर्भात विशेष अर्थपूर्ण आहे. इर्फान हबीब यांनी, सुलतानशाहीच्या काळात, विशेषत: १४ व्या शतकाच्या प्रथमार्धात, चलनी पैशात वाढ झाल्याचे आणि वित्तीय अर्थव्यवस्थेचा (money economy) विकास झाल्याचे नमूद केले आहे.[११] या कालखंडात व्यापारी-विक्रेते व ग्राहक यांच्यामधील दलाल-वर्गाचा उदय झाल्याचेही त्यांनी नमूद केले आहे.[१२] मुघलपूर्व काळातील हे बदल अर्थपूर्ण म्हटले पाहिजेत.

इक्तिदार आलम खान यांनी १९७५ मधील 'इंडियन हिस्ट्री कॉंग्रेस' च्या मध्ययुगीन विभागीय अध्यक्षपदावरून केलेल्या भाषणाचा विषयच 'मुघल साम्राज्यातील मध्यमवर्ग'[१३] असा होता. त्यामध्ये खान यांनी मुघलकालीन भारतातील व्यापारी व व्यावसायिक गटांनी बनलेल्या मध्यम स्तराच्या ऐतिहासिक कामगिरीची चर्चा केली आहे. त्यांच्या मते भारतीय सरंजामशाही चौकटीत, पण सरंजामशाही मालमत्तेव्यतिरिक्त उपजीविकेची स्वतंत्र साधने असणाऱ्या या वर्गाचे हितसंबंध जहागीरदार-जमीनदारांच्या सरंजामी हितसंबंधांविरोधी होते आणि या वर्गामध्ये सरंजामशाही उत्पादनपद्धतीच्या स्थितिविरोधाच्या सुप्त क्षमता होत्या. त्यांच्या

मते, मुघलकालीन भारतातील सामाजिक बदलासंदर्भातील संशोधनात पुढील तीन मुद्यांवर सर्वसाधारणपणे एकवाक्यता आढळते : (१) मोठ्या प्रमाणात अस्तित्वात असणारी वित्तीय अर्थव्यवस्था. त्यामुळे शेतकी व बिगरी-शेतकी क्षेत्रांमध्ये बाजारपेठेसाठी उत्पादन करण्याकडे वाढणारा कल. (२) दूरगामी व्यापाराद्वारे अंतर्गत बाजारपेठेचा जागतिक व्यापाराशी येणारा संबंध, ज्यायोगे युरोपीय व्यापारी कंपन्यांचा व्यापार महत्त्वपूर्ण बनत गेला. (३) मोठ्या प्रमाणावरील व्यापारी भांडवलाचे अस्तित्व व नागर केंद्रातील लघुउद्योगांच्या मोठ्या क्षेत्रावरील त्याचे नियंत्रण. – या सर्वांवरून व्यापारी, सावकारी व अन्य विविध व्यवसायांतील लोकांचे अस्तित्व आणि समाजावरील त्यांचा विशेष प्रभाव जाणवतो. मध्यमवर्गातील व्यापारी, सराफ व महाजन यांनी वित्तीय अर्थव्यवस्थेत रुजलेल्या बिगरसंरजामशाही मालमत्ता प्रकारांचे प्रतिनिधित्व केले. कारकून, हिशेबनीस, वैद्य, शिक्षक इत्यादी मध्यमवर्गीय कुशल व्यावसायिकांच्या सेवांना शासकीय व अशासकीय अशा दोन्ही पातळीवर मोठी मागणी होती. या व्यावसायिकांची व महसूल प्रशासनातील नोकरदारांची मोठ्या प्रमाणात आर्थिक भरभराट झाली होती. सरंजामदार वर्ग आणि मध्यमवर्गीय व्यावसायिक यांच्यामध्ये हितसंबंधविरोध निर्माण होऊ लागला होता. विशेषत: महसूल अधिकाऱ्यांविषयी सरंजामदारांच्या मनात तीव्र राग होता. भ्रष्टाचारासंदर्भात अशा अधिकाऱ्यांबाबत अत्यंत कडक भूमिका घेतली गेल्याचे असंख्य तत्कालीन पुरावे याची साक्ष देतात. मध्यमवर्गात आंतरव्यावसायिक व भौगोलिक गतिशीलता अस्तित्वात होती. प्रा. खान यांच्या मते ही सर्व वस्तुस्थिती आधुनिक भारतीय मध्यमवर्गाच्या मूलस्त्रोतांच्या संदर्भात अर्थपूर्ण आहे.

भारतातील व्यापारी, सराफ, सावकार यांच्या भरभराटीची चर्चा सतीशचंद्र यांनीही केलेली आहे.[१४] पैशाच्या स्वरूपातील मोठ्या प्रमाणावरील भांडवल हाताशी असणाऱ्या भांडवलदारांचा वर्ग भारताच्या पश्चिम किनाऱ्यावर व कॉरोमाँडेल किनाऱ्यावर अस्तित्वात होता. बहर्जी बोहरा ('फॅक्टरी रेकॉर्डस्'मधील वीरजी व्होरा) हा त्याच्या कालखंडातील जगातला सर्वात धनाढ्य व्यापारी मानला जात होता; नंतरच्या कालखंडातील अब्दुल गफार बोहरा याची गणना जगातल्या सर्वात धनाढ्य व्यापाऱ्यांमध्ये केली जात होती, असे सतीशचंद्र यांनी नमूद केले आहे.[१५] १७ व्या शतकात मुघल राज्यकर्ते व त्यांचे कुटुंबीय हे व्यापारी उलाढालींमध्ये रस घेऊन मोठ्या प्रमाणात सहभागी होऊ लागल्याचेही सतीशचंद्र यांनी दाखवून दिले आहे.[१६] मात्र या सर्व पार्श्वभूमीवरसुद्धा व्यापारी भांडवलशाहीचे (merchant capitalism) रूपांतर औद्योगिक भांडवलशाहीत (industrial capitalism) होऊ

शकले नाही. पूर्ण विकसित रूपातील वित्तीय अर्थव्यवस्थेच्या मार्गात अनेक संस्थात्मक अडसर होते.[१७] विशेषत: जातिसंस्था हा सामाजिक गतिशीलतेच्या मार्गातील फार मोठा अडसर होता. मुघल बादशाहांची व सत्ताधारी वर्गाची व्यापार-उद्योगांच्या विकासाबाबतची दृष्टी मर्यादित होती. त्यांच्या दृष्टीने व्यापार महत्त्वाचा असला, तरी तो उत्पन्नाचा दुय्यम व पूरक मार्ग होता. समाजात विकसित होणाऱ्या नव्या शक्तींचे आकलन त्यांना झाले नाही आणि आरमार, विज्ञान व तंत्रज्ञानाचे मूलभूत महत्त्वसुद्धा त्यांच्या लक्षात आले नाही. १८ व्या शतकात तर व्यापारी भांडवलशाहीचा विकासही मंदावला आणि औद्योगिक भांडवलशाहीची कोणतीही चिन्हे तेव्हा दिसत नव्हती, असे सतीशचंद्र यांनी नमूद केले आहे.

तपन रायचौधरी यांनी केलेली मुघलकालीन भारतातील आर्थिक वास्तवाची मीमांसाही[१८] लक्षात घेण्याजोगी आहे. तत्कालीन भारतात वस्तूंचे उत्पादन आणि वितरण हे उपजीविकाप्रधान व व्यापारी-बाजारपेठीय क्षेत्रांचे सहअस्तित्व व सरमिसळ (co-existence and... inter-penetration of a subsistence and a commercialized sector) यांवर आधारलेले होते. मुघलकालीन अर्थव्यवस्थेत विचित्र विरोधाभास दिसून येतो. बहुसंख्य जनता आपल्या गरजा स्वत: केलेल्या उत्पादनाद्वारे वा शेजारी-गावकरी यांच्याशी पारंपरिक पद्धतीने केलेल्या विनिमयाद्वारे भागवत असे. विनिमय-प्रक्रियेत जवळपास प्रत्येकजण उत्पादक व उपभोक्ता अशा दुहेरी नात्याने सहभागी होत असे. तत्कालीन अर्थव्यवस्था उपजीविकाप्रधान (subsistence-oriented) होती आणि कृषिउत्पादनातील जवळपास निम्मा भाग महसूलरूपाने द्यावा लागत असे. त्यामुळे सर्वसामान्य लोकांची क्रयशक्ती फार मर्यादित होती. महसूलरूपाने अतिरिक्त उत्पादनाचे शोषण करणाऱ्या संपन्न सत्ताधारी-अधिकारी वर्गांकडून विविध प्रकारच्या मालासाठी मोठी मागणी निर्माण होत असे. गावपातळीपासून आंतरराष्ट्रीय पातळीपर्यंत व्यापारी उलाढाली चालत असत. अंतर्गत व परदेशी अशा दोन्ही प्रकारचा व्यापार तेजीत होता. व्यापार-उद्योग क्षेत्र व्यामिश्र व जोमदार होते. परंतु ही सर्व प्रगती मुख्यत: संख्यात्मक होती. नवे प्रयोग घडत नव्हते आणि त्यांची आवश्यकताही जाणवत नव्हती. विविध वस्तूंचे उत्पादनक्षेत्र भव्य, विविधतापूर्ण व विकसनशील होते. बरेचसे उत्पादन ग्रामीण भागात होत असे. नागर प्रदेशात चैनीच्या व कलाकुसरीच्या वस्तूंच्या उत्पादनाचे कारागिरी व्यवसाय भरभराटीला आले होते. उत्पादन क्षेत्रात बदल घडत नव्हते, असे नव्हे; पण भूतकाळाशी मोठी फारकत घेतली गेली

नाही. परंपरेच्या सातत्याचा प्रभावच अधिक राहिला. मुघलकालीन बचतीचे स्वरूप भांडवलनिर्मितीपेक्षा अनुत्पादक धनसंचयाचे वा साठेबाजीचे (hoarding) होते. शोषक व विलासी सत्ताधारी वर्ग, कारागीर वर्गाच्या व्यावसायिक गतिशीलतेवर असणाऱ्या मर्यादा आणि यंत्रविषयक जिज्ञासेचा अभाव यांमुळे बदलाची प्रक्रिया अतिशय संथ होती.

इर्फान हबीब यांनी एका शोधनिबंधात[९९] मुघलकालीन अर्थव्यवस्थेतील भांडवलशाही विकासाच्या क्षमतांची चर्चा केलेली आहे. त्यांच्या मते, मुघलकाळात शेती व बिगर-शेती अशा दोन्ही क्षेत्रात मोठ्या प्रमाणात बाजारपेठेसाठी उत्पादन केले जात होते. विशेषत: 'खुद्-कष्ट' शेतीमध्ये भांडवलशाही शेतीच्या दिशेने प्रगती घडत होती. हस्तोद्योगांच्या क्षेत्रात मोठ्या प्रमाणावर व्यापारी भांडवल विकसित झाले होते. मुघलकाळात वित्तीय अर्थव्यवस्था प्रचलित होती. पण तरीही औद्योगिक भांडवलशाही विकसित होऊ शकली नाही. राजकीय पर्यावरण व जातिव्यवस्था हे त्यामधील अडसर असल्याचे अतिशयोक्त पद्धतीने सांगितले जाते, असे हबीब यांचे मत आहे. रोखीच्या महसूल भरण्याच्या रूपाने अतिरिक्त उत्पादन हस्तांतरित करण्यासाठी ग्रामीण वित्तीयीकरण (rural monetization) घडलेले होते. असे वित्तीयीकरण घडूनसुद्धा नागर प्रदेशातील उत्पादनासाठी ग्रामीण बाजारपेठा मात्र निर्माण झाल्या नाहीत. जेव्हा कृषी-महसुली व्यवस्थेचा आपत्काल उद्‌भवला, तेव्हा साऱ्या अर्थव्यवस्थेचीच अवनती झाली. व्यापारापुरत्या मर्यादित राहिलेल्या भांडवलास स्वत:चा असा भक्कम पाया नव्हता. या भांडवलाचे भवितव्य मुघल सत्ताधारी वर्गाशी निगडित होते. त्यामुळे सत्ताधारी वर्गाच्या पतनानंतर १८ व्या शतकात हे भांडवलही रोडावले आणि भांडवलशाहीची लक्षणे असणारी मुघलकालीन ठळक आर्थिक वैशिष्ट्येसुद्धा लोप पावू लागली.

भारतीय आर्थिक वस्तुस्थितीबाबत भारतविद्यावादी सोविएत अभ्यासक (Soviet Indologists) अधिक आशावादी भूमिका घेतात, असे आय. ए. खान यांनी नमूद केले आहे.[१००] विशेषत : १६ व्या ते १८ व्या शतकातील भारतीय आर्थिक विकासाचा सखोल अभ्यास करणाऱ्या चिचेरोव्ह यांचे प्रतिपादन[१०१] अर्थपूर्ण आहे. चिचेरोव्ह यांच्या मते, १८ व्या शतकाच्या उत्तरार्धात भारत सरंजामशाही अर्थव्यवस्थेच्या सर्वसाधारण चौकटीत भांडवलशाही विकासाच्या औद्योगिक टप्प्याकडे वाटचाल करू लागला होता; परंतु युरोपीय वसाहतवादी विस्तारामुळे या प्रक्रियेला खीळ बसली.

बी. बी. मिश्रा यांची या संदर्भातील मीमांसा[१०२] थोडक्यात विचारात घेऊ. त्यांच्या मते, ब्रिटिश अंमलापूर्वी भारतात भांडवलशाहीला पूरक संस्थांचा अभाव नव्हता. कारागिरी उद्योग व व्यावसायिक विशेषीकरण मोठ्या प्रमाणावर विकसित झाले होते. व्यापाऱ्यांचा स्वतंत्र वर्ग अस्तित्वात होता. त्यांचा परकीय व्यापार, मुबलक माल आणि धनाढ्यता यांची परकीय प्रवाशांनीसुद्धा नोंद घेतलेली आहे. व्यापारी श्रेणी-संघटना अस्तित्वात असून किंमत-नियंत्रण आणि शासकीय अधिकारी व जमीनदारांच्या हस्तक्षेपापासून संरक्षण ही त्यांची कार्ये होती. व्यापार-नियंत्रणातील स्वायत्ततेबाबत त्यांची मध्ययुगीन युरोपीय व्यापारी संघटनांशी तुलना होऊ शकते. भारतात संयुक्त भांडवली संस्था (joint-stock companies) नव्हत्या; पण भारतीय व्यापाऱ्यांचे देशव्यापी व्यवस्थापकीय जाळे पसरलेले असे. त्यात कर्जपुरवठा व मालपुरवठा करणाऱ्या मध्यस्थांचा समावेश होता. भारतात प्राचीन काळापासून रोखीची अर्थव्यवस्था अस्तित्वात होती. मुघलकालीन नाण्यांच्या शुद्धतेविषयी परकीयांनी प्रशंसोद्गार काढलेले आहेत. वित्तीय उलाढाली करणारे सराफ (money changers) होते. त्यांच्या हुंड्यांमुळे व्यापाराला मोठा हातभार लागत असे. परंतु तरीही मॅक्स वेबरने म्हटल्यानुसार 'ब्रिटिशांपूर्वी वा ब्रिटिश कालखंडात एतद्देशीय भांडवलशाहीचा विकास होऊ शकला नाही. एखाद्या तयार वस्तूप्रमाणे भांडवलशाही भारतात आली. तिचा उगम स्वतंत्रपणे झाला नाही'.[१०३] मध्यमवर्गीय भांडवलशाही विकासाच्या क्षमता असूनही जातिव्यवस्थेची स्थितिशीलता व नोकरशाहीची हुकुमशाही प्रवृत्ती यांमुळे प्रत्यक्षात असा विकास शक्य झाला नाही. समाजातील मध्यमवर्गीय घटकांना एकसंध स्तराचे स्वरूप प्राप्त झाले नाही. जमिनीवर आधारित अर्थव्यवस्था, मर्यादित स्वरूपाची शिक्षणव्यवस्था, अप्रगत तंत्रज्ञान, उत्पादनाची गृहोद्योग पद्धती, कारागिरी लघुद्योग हे सारे घटक भांडवलशाही स्तरीकरणाला प्रतिकूल होते. परिदृढ प्रतिष्ठा-गटांमध्ये समाज विभागलेला होता. मध्यस्थ गट होते; पण खऱ्या अर्थाने मध्यमवर्ग अस्तित्वात नव्हता.

भारतातील मध्ययुगाच्या संदर्भात अलीकडे '१८ व्या शतकाविषयीचे वादंग' (18th Century Debate) इतिहासलेखन क्षेत्रात निर्माण झाले आहे.[१०४] मुघल सम्राज्याचा डोलारा कोसळू लागताच राजकीय ऱ्हासाबरोबर सामाजिक व आर्थिक अवनती घडून आली, भारतात 'तमोयुग' अवतरले आणि त्यानंतर ब्रिटिशांमुळेच आधुनिकता अवतरली, असे आजवर मानले गेले. पण या गृहीतकांचा पुनर्विचार आता सुरू झाला आहे. भारतीय संदर्भात १८वे शतक हे अधोगतीचे साचेबंद शतक होते, हा रूढ साम्राज्यवादी दृष्टिकोन आता मागे पडू लागला आहे. या

शतकातील भारतात कोणत्या अर्थपूर्ण हालचाली घडत होत्या, गतिशीलतेच्या क्षमता कशा अस्तित्वात होत्या, सातत्य व बदलाच्या द्वंद्वात्मकतेच्या अंगाने आधुनिक युगाच्या संदर्भात १८वे शतकसुद्धा कसे अर्थपूर्ण होते याचा अभ्यास मोठ्या प्रमाणावर होत आहे. निव्वळ ऱ्हासाचे चित्र रंगवण्याऐवजी तत्कालीन भारतात प्रादेशिक राज्यांमध्ये आर्थिक समृद्धी कशी निर्माण होऊ लागली, केवळ दिल्लीच्या मुघल साम्राज्याला केंद्रस्थानी ठेवून विचार करण्यापेक्षा परिघ प्रदेशातील नव्या सत्तांचा उदय कसा अर्थपूर्ण ठरला, ब्रिटिशप्रणीत बदलातसुद्धा भारतीय सातत्याचे धागे कसे टिकून होते, मुख्यत: पर्शियन साधनांवर अवलंबून राहण्यापेक्षा प्रादेशिक लोकभाषांमधील साधनांचा आधार घेणेसुद्धा कसे महत्त्वपूर्ण आहे, या सर्वाला १८ व्या शतकाविषयीच्या वादंगात महत्त्व प्राप्त झाले आहे. भारतातील मध्यमवर्गाच्या उदयासंदर्भात हे सारे विचारमंथन अर्थपूर्ण आहे.

आतापर्यंतच्या विवेचनावरून असे म्हणता येईल की, मध्ययुगीन भारतातील आर्थिक-सामाजिक वस्तुस्थितीबाबतच्या संशोधकांच्या दृष्टिकोनांमध्ये विभिन्नता आहे. परंतु तरीही व्यापाराची भरभराट, रोखीची अर्थव्यवस्था, व्यापारी भांडवल-संचय, मध्यमस्तरीय अशा व्यापारी-सराफी-सावकारी गटांचे व विविध व्यावसायिकांचे अर्थपूर्ण अस्तित्व, काही प्रमाणातील सामाजिक गतिशीलता, काही समकालीन मर्यादांमुळे सरंजामशाही चौकटीकडून औद्योगिक भांडवलशाही चौकटीकडे जाण्यातील अपयश, इत्यादी मुद्द्यांबाबत सर्वसाधारण एकवाक्यता आढळते. ब्रिटिशांचे राज्य आले नसते, तरी थोडे उशीरा का होईना आधुनिक मध्यमवर्गासाठी पूरक असे स्थित्यंतर घडले असते, या प्रकारच्या कल्पनाविलासाला वाव आहे. परंतु त्यामध्ये न शिरता किमान एवढा निष्कर्ष तरी काढता येईल की, मध्ययुगीन भारतीय आर्थिक-सामाजिक जीवन अत्यंत स्थितिशील मानणे चुकीचे आहे. किंबहुना त्यामध्ये बदलाच्या काही सुप्त क्षमता होत्या. आधुनिक मध्यमवर्गाचा अग्रदूत (precursor) असा मध्यम-स्तरही भारतीय समाजात साकार झालेला होता. त्यामुळे ब्रिटिश कालखंडात काही अनुकूल घटकांची जोड मिळाल्यावर आधुनिक मध्यमवर्गीय जाणीवेची उदयप्रक्रिया सुलभ बनली.

आधुनिक भारतीय मध्यमवर्गाचे स्वरूप समजावून घेण्यासाठी प्रथम बी. बी. मिश्रा यांच्या मांडणीची[१०५] दखल घेणे आवश्यक आहे. मिश्रा यांच्या मते भारतातील नवा मध्यमवर्ग हा केवळ 'दोन वर्गांच्या मधला' गट नव्हता; तर त्याहून अधिक काहीतरी होता. त्यांच्या संदर्भात दोन घटक[१०६] महत्त्वाचे आहेत. एकतर हा मध्यमवर्ग म्हणजे एकसंध मध्यम स्तर होता. त्यात व्यावसायिक हितसंबंधांची

प्रचंड विविधता असली तरी समान जीवनशैली व वर्तनप्रकारांनी तो बद्ध होता. दुसरे असे की, वैचारिकदृष्ट्या या नव्या वर्गाने बौद्धिक स्वातंत्र्य, सामाजिक गतिशीलता, उदारमतवादी व्यक्तिवाद आणि राजकीय लोकशाही यांचा पुरस्कार केला. पाश्चिमात्य मध्यमवर्गापेक्षा भारतीय मध्यमवर्गाचे स्वरूप भिन्न होते.[१०७] पाश्चात्त्य जगतात, विशेषत: इंग्लंडमध्ये, मुख्यत: आर्थिक व तंत्रज्ञानात्मक बदलांमुळे मध्यमवर्गाचा उदय झाला. हा वर्ग प्रामुख्याने व्यापार-उद्योगांत व्यस्त होता. याउलट भारतात आर्थिक विकासापेक्षा मुख्यत: कायदेपद्धती व सार्वजनिक प्रशासनातील बदलांमुळे मध्यमवर्गाचा उदय झाला. या वर्गात प्रामुख्याने बुद्धिजीवी व्यावसायिकांचा समावेश होता.

ब्रिटिश अंमलाखाली आधुनिक भारतीय मध्यमवर्गाचा उदय झाला. १८३५ साली मेकॉलेने म्हटल्याप्रमाणे, ब्रिटिश राज्यकर्ते व भारतीय जनता यांच्यातील मध्यस्थांचा असा वर्ग निर्माण करणे ब्रिटिशांना अभिप्रेत होते की, 'जो वर्ग रक्ताने व रंगाने भारतीय असेल, पण त्याच्या आवडीनिवडी, मते, नीतिनियम आणि बुद्धिमत्ता या गोष्टी इंग्रजी वळणाच्या असतील.'[१०८] मध्यमवर्गीय समाजरचनेच्या संस्था व संकल्पनांची आयात भारतात करण्यात आली. त्या आतून उमलून आलेल्या नव्हत्या. 'घोड्यापुढे गाडी' असा हा प्रकार असल्याचे मत[१०९] मिश्रा यांनी व्यक्त केले आहे. अनुकरणशील भारतीय मध्यमवर्ग ब्रिटिशांना अभिप्रेत होता; नवी मूल्ये व पद्धती निर्माण करणारा वर्ग अभिप्रेत नव्हता. त्यादृष्टीने शैक्षणिक व आर्थिक अशा दोन्ही क्षेत्रांना 'झिरपणी सिद्धान्त' (Theory of 'filtration') लागू करण्याचा ब्रिटिशांचा प्रयत्न होता. भारतीय मध्यमवर्गात शासकीय कर्मचारी, वकील, शिक्षक, डॉक्टर्स इत्यादी बुद्धिजीवी व्यावसायिकांचे प्रमाण अधिक होते; पण पाश्चात्त्य पद्धतीच्या व्यापारी-औद्योगिक व्यावसायिकांचे प्रमाण मात्र तुलनेने फारच कमी होते. भारतीय मध्यमवर्गामध्ये विविध प्रकारच्या सामाजिक गटांचा समावेश होता. बी. बी. मिश्रा यांनी अशा अकरा गटांमध्ये त्याची विभागणी[११०] केली आहे आणि या गटांसाठी 'मध्यमवर्ग' या शब्दाचा बहुवचनी वापर ('middle classes') केलेला आहे.

ईस्ट इंडिया कंपनीच्या अंमलातील नव्या वातावरणात, विशेषत: १८३३ मध्ये कंपनीची व्यापारी मक्तेदारी समाप्त झाल्यानंतर, भारतात मध्यमवर्गाच्या उदयप्रक्रियेला गती मिळाल्याचे मिश्रा यांनी दाखवून दिले आहे. या नव्या वातावरणाचे वर्णन करताना त्यांनी काही घटकांचा स्पष्ट निर्देश[१११] केला आहे. उदा., शासनाचे सौम्य व घटनात्मक स्वरूप, कायद्याचे राज्य, खाजगी मालमत्तेची सुरक्षा, शेतकरी

वर्गाचे विधिमान्य हक्क, शिक्षणाची राष्ट्रव्यापी व्यवस्था, सलग शांततेचा कालखंड, खुली अर्थरचना (laissez-faire) आणि रोजगार-विषयक व समाजसुधारणा-विषयक उदारमतवादी धोरण. हे सर्व घटक भांडवलशाही पद्धतीच्या विकासाला पूरक होते. जन्मजात अधिकारांकडून करारबद्धतेकडे (status to contract) झुकणाऱ्या समाजनिर्मितीला अनुकूल असे नवे सामाजिक संबंध या घटकांमुळे प्रस्थापित झाले. मोठ्या प्रमाणावरील उत्पादनाला चालना देण्याच्या गरजेमुळे तंत्रज्ञानातील आणि दळणवळण व संज्ञापनातील प्रगती, रेल्वे बांधणी, संयुक्त भांडवली संस्थांचा विकास, नव्या रोजगारांची निर्मिती या गोष्टी साध्य झाल्या. या सर्वांद्वारे भारतात सामाजिक गतिशीलतेला चालना मिळाली.

ब्रिटिशकालीन मध्यमवर्गाच्या संदर्भात १९०५ पर्यंतच्या कालखंडाचे दोन भाग[११२] बी. बी. मिश्रा यांनी पाडले आहेत. त्यातील पहिला टप्पा हा मुख्यत: कंपनीच्या सत्ताकालाचा होता. या काळात मध्यमवर्गाचा उदय झाला. विशेषत: बंगाल इलाख्यातील नागर प्रदेशात या प्रक्रियेला प्रथम चालना मिळाली. यामध्ये जुन्या सरंजामी गटांविरुद्ध ब्रिटिशांशी हातमिळवणी करणारा भारतीय सहायक वर्ग[११३] समाविष्ट होता. गुमास्ते, बनिया, दुभाषे, सराफ, दलाल इत्यादींचा या संदर्भात उल्लेख करता येईल. कंपनीच्या राज्यात व्यापार व शिक्षण यांच्यातील पारंपरिक दरी कमी होऊ लागली. व्यापारी, जमीनधारक, नवशिक्षित बुद्धिजीवी असे विविध प्रकारचे नवे मध्यमवर्गीय गट निर्माण झाले. भारतीय शासनाच्या नागरी सेवांमध्ये नोकरीला असणाऱ्या भारतीयांची संख्या १८२८ ते १८४९ या काळात ११९७ वरून २८१३ पर्यंत वाढली.[११४] १८५८ मध्ये कंपनीच्या जागी ब्रिटिश पार्लमेंटचे राज्य सुरू झाले. या काळात इंग्रजी शिक्षणाचा अधिक विस्तार झाला. विशेषत: १८७० नंतर निम्नस्तरीय मध्यमवर्गीयांमध्ये शिक्षणप्रसार वाढला. या कालखंडात भारतात युरोपीय भांडवलाचा मोठ्या प्रमाणात शिरकाव झाला. नागर लोकसंख्येचे प्रमाण[११५] वाढू लागले. १८९२ च्या कायद्यापूर्वीच्या वीस वर्षांमध्ये मध्यमवर्गाचा प्रभाव विशेषत्वाने वाढला. कुळांच्या अधिकारवृद्धीला, कामगार-विषयक सुधारणांना, साम्राज्यवादी शासकीय धोरणांना, प्रशासनावरील अनाठायी खर्चाला या वर्गाने जो विरोध केला आणि भारतीय भांडवलदार वर्गाला जो पाठिंबा दिला, त्यातून त्याचे हितसंबंध स्पष्ट होतात.[११६] शासकीय सेवांमध्ये वरिष्ठजातीय मध्यमवर्गीयांचे वर्चस्व होते.[११७] तसेच भारतीय राष्ट्रीय सभेवर (काँग्रेसवर) या वर्गाचे मोठ्या प्रमाणावर वर्चस्व होते.[११८] १९व्या शतकाच्या अखेरीस सुशिक्षितांची बेरोजगारी, करांचा बोजा, धार्मिक राष्ट्रवादाचा प्रभाव,

इत्यादी कारणांमुळे बदललेल्या वातावरणात मध्यमवर्गीयांमध्ये सुधारणावादी आणि पुनरुज्जीवनवादी असे दोन गट पडले.[११९] एका गटाने उदारमतवादी भूमिकेतून धार्मिक-सामाजिक सुधारणांचा पुरस्कार केला, तर दुसऱ्या गटाने धार्मिक-सांस्कृतिक पुनरुज्जीवनवादाची कास धरून राष्ट्रवादी चळवळीवर लक्ष केंद्रित केले. हिंदू पुनरुज्जीवनवादाप्रमाणेच मुस्लिम पुनरुज्जीवनवादसुद्धा उफाळून आला. बी. बी. मिश्रा यांच्या मते, भारताचे स्वातंत्र्य आणि फाळणी या दोन्ही गोष्टी म्हणजे मध्यमवर्गाच्या कार्याचे फलित होते.[१२०]

बी. बी. मिश्रा यांच्याव्यतिरिक्त अन्य काही इतिहासकारांनीसुद्धा आधुनिक भारताचा इतिहास लिहिताना भारतीय मध्यमवर्गाविषयीची चिकित्सा केलेली आहे. येथे त्या सर्वांचा परामर्श घेणे शक्य नाही. परंतु उदाहरणादाखल ताराचंद यांच्या विवेचनाचा थोडक्यात विचार करता येईल. ताराचंद यांनी त्यांच्या 'भारतीय स्वातंत्र्यलढ्याच्या इतिहासा'त एका प्रकरणाद्वारे स्वतंत्रपणे भारतीय मध्यवर्गाची दखल[१२१] घेतलेली आहे. ब्रिटिश अंमलात भारतात सामाजिक परिवर्तन घडू लागले. भारतीय समाजातील पारंपरिक वर्गांमधून नवे गट पुढे आले. संपत्ती, शिक्षण, व्यवसाय या बाबतीत त्यांच्यात भिन्नता असली तरी त्यांच्यात काही गुणधर्म समान होते. त्यामुळे त्यांचा एक वर्ग तयार झाला. या वर्गाच्या काही नव्या आकांक्षा, तसेच व्यक्तिगत, सामाजिक व राजकीय वर्तनाविषयीच्या नव्या धारणा निर्माण झाल्या. या नव्या वर्गाला 'मध्यमवर्ग' संबोधले जाते. अर्थात मूलस्रोत, स्वरूप व तत्त्वज्ञान या बाबतीत तो पाश्चिमात्य मध्यमवर्गापेक्षा, तसेच मध्ययुगीन भारतीय मध्यम-स्तरीय वर्गापेक्षा भिन्न होता. ताराचंद यांच्या मते, भारतातील नवोदित मध्यमवर्गाने आर्थिक क्षेत्रात युरोपीय मध्यमवर्गासारखी भूमिका बजावली नाही; पण राजकीय क्षेत्रातील दोघांची भूमिका मात्र तुलना करण्याजोगी आहे. राष्ट्रीय जागृतीचे लोण जनसामान्यांपर्यंत पोहोचवण्याचे, राष्ट्रीय मुक्तीची चळवळ संघटित करण्याचे आणि अखेरीस परकीय अंमलातून देशाला मुक्त करण्याचे श्रेय या वर्गाकडे जाते.[१२२]

इतिहासकार ताराचंद यांच्या मते, भारतातील आधुनिक मध्यमवर्गाचा उदय हा दुहेरी प्रक्रियेमुळे[१२३] घडून आला. एकीकडे जुन्या सत्ताधारी वर्गाचा विनाश ओढवला, तर दुसरीकडे जमीनधारक, धंदेवाईक व बुद्धिमंत यांचे गट उदयाला आले. जुन्या वरिष्ठवर्गाचा विनाश हा ब्रिटिश विजयाचा प्रत्यक्ष परिणाम होता; धंदेवाईक वर्गाचा उदय हे युरोपीय औद्योगिक उलाढालीचे आनुषंगिक फलित होते; आणि जमीनधारक व बुद्धिमंत गटांची वाढ ब्रिटिश प्रशासनाच्या स्थापनेमुळे

व पाश्चात्त्य शिक्षणामुळे झाली. मुख्यत: मद्रास, मुंबई व कलकत्ता अशा शहरांमध्ये आणि ब्रिटिश व्यापार व प्रशासनाची दुय्यम केंद्रे असणाऱ्या गावांमध्ये नवा मध्यमवर्ग उदयाला आला.

मध्यमवर्गाच्या विकासासंदर्भात ताराचंद यांनी चार कालखंड[१२४] पाडले आहेत : (१) १७५७ पर्यंतचा काळ, (२) १७५७ ते १७८५, (३) १७८५ ते १८३३, (४) १८३३ ते १८५८. पहिल्या टप्प्यात ईस्ट इंडिया कंपनीच्या व्यापाराला पूरक अशा भारतीय व्यापारी, सराफ, तंत्रज्ञ, दुभाषे, मध्यस्थ, कंपनीच्या कारभारातील नोकरदार इत्यादी दुय्यम सहायकांच्या रूपाने मध्यमवर्ग उदयाला आला. पाश्चात्त्य प्रभावाने त्याची वृत्ती व जीवनशैली बदलू लागली आणि जात, जमात, कुटुंब अशा पारंपरिक धाग्यांपेक्षा नव्या मानसिकतेमुळे स्वतंत्र सामाजिक-आर्थिक वर्ग म्हणून मध्यमवर्ग पुढे येऊ लागला. जुन्या मुघल सत्ताधारी वर्गापेक्षा परकीय व्यापारी कंपनीशी सहकार्य करणे या वर्गाला किफायतशीर वाटत होते. राष्ट्रभक्तीची भावना विकसित व्हायला अद्याप बराच अवकाश होता आणि तात्कालिक व्यक्तिगत लाभाचा विचार त्यांच्या मनावर प्रभाव गाजवत होता.[१२५] दुसऱ्या टप्प्यात म्हणजे १७५७ मधील प्लासीच्या लढाईनंतर भारतीय पारंपरिक राजकीय व्यवस्था कोसळू लागली. भारतीय सत्ताधारी वर्गाची जागा परकीय सत्ताधीशांनी घेतली. जुना व्यापारी वर्ग काही प्रमाणात नव्या व्यापारी वर्गात विलीन झाला. शेतकरी, कारागीर व अकुशल कामगार यांचा कनिष्ठ वर्ग म्हणजे शोषित वर्ग होता. याचा अर्थ या काळात भारतात प्रामुख्याने छोटासा मध्यमवर्ग आणि जनसामान्यांचा कनिष्ठ वर्ग असे दोनच प्रमुख वर्ग अस्तित्वात होते. त्यांपैकी मध्यमवर्गाने परिस्थितीचा लाभ उठवला, तर कनिष्ठ वर्ग परिस्थितीने भरडून निघाला. व्यापारी भरभराटीच्या या कालखंडात दलालवर्ग बळावला. परकीयांच्या प्रभावाखालील बँकांच्या उदयाने सराफ वर्गावर आघात झाला. मात्र दुसऱ्या व तिसऱ्या टप्प्यांमधील जमीनविषयक नव्या धोरणामुळे जमीन ही क्रयवस्तू बनली, जमीनजुमल्यातील गुंतवणूक वाढली आणि जमीनदार मध्यमवर्ग बळावला. तिसऱ्या टप्प्यात, विशेषत: १८१३ आणि १८३३ च्या दोन सनदांमधल्या काळात, नव्या मध्यमवर्गाची वाढ झाली. भारतीय सराफी-सावकारी वर्गावर नव्या बँका व चलनविषयक सुधारणांमुळे चांगलीच संक्रांत आली. परंतु प्रामुख्याने मद्रास व मुंबई या रयतवारी इलाख्यांत ग्रामीण भांडवलदारांचा, विशेषत: सावकारांचा वर्ग वाढीला लागला. हा वर्ग पाश्चात्त्य शिक्षणाकडे आकृष्ट होऊ लागला. १८३३ पासूनच्या शेवटच्या टप्प्यात कंपनीची व्यापारी मक्तेदारी संपून परकीय व्यापारी

उलाढाली प्रचंड प्रमाणात वाढल्या. इंग्लंडमधील औद्योगिक विकासामुळे त्या देशाचा तयार माल व भांडवल यांच्या मोठ्या प्रमाणावरील निर्यातीचा टप्पा सुरू झाला. भारतात त्याचे परिणाम जाणवू लागले. ब्रिटिश माल खपवण्याच्या यंत्रणेतील दुय्यम सहायकाची भूमिका काही मध्यमवर्गीय गट पार पाडत होते. युरोपीय व्यापारी संस्था व पतसंस्थांमध्येसुद्धा काही भारतीयांचा मर्यादित सहभाग होता. उदा. द्वारकानाथ टागोर हे युनियन बँकेचे एक संचालक बनले. या काळात मळ्यांचे उद्योग भरभराटीला आले. या क्षेत्रात युरोपीय भांडवलशाहीचे वर्चस्व होते. भारतीयांना व्यापारी पिकांच्या क्षेत्रात काही प्रमाणात वाटा मिळत असे. उदा. अंतर्भागातील कापूस-उत्पादनक्षेत्र भारतीयांच्या हाती होते. विशेषत: दख्खनच्या प्रदेशाबाबत हे प्रकर्षाने जाणवते. या टप्प्यात ब्रिटिश न्यायपद्धती व मुलकी प्रशासन आणि इंग्रजी शिक्षण यांमुळे मध्यमवर्गाची संख्यात्मक वाढ तर झालीच, पण त्यामध्ये अधिक एकरूपता निर्माण झाली. राष्ट्रव्यापी कायदा, प्रशासन, शिक्षण, प्रसारमाध्यमे व साहित्य, रेल्वेसारख्या सुधारणा यांमुळे मध्यमवर्गीयांमधील संपर्क व मेळ वाढीला लागला. या वर्गाने राष्ट्रीय जाणिवांच्या विकासात मोठा वाटा उचलला.

'आधुनिक भारतीय मध्यमवर्ग' विषयीच्या आढाव्याचा समारोप करण्यापूर्वी एका महत्त्वाच्या मुद्याचा निर्देश आवश्यक वाटतो. तो मुद्दा म्हणजे 'मध्यमवर्ग' या संकल्पनेच्या वापराबाबतचा वाद. या वादाची कल्पना यावी म्हणून नमुन्यादाखल मायकेलगुग्लिएल्मो टोर्री यांच्या एका लेखाचा [१२६] थोडक्यात विचार करू. लेखकाच्या मते, विसाव्या शतकातील पाचव्या ते सातव्या दशकापर्यंत भारतीय राष्ट्रवादासंबंधीच्या संशोधनाचे दोन केंद्रबिंदू होते. त्यातील एक स्वाभाविकपणे महात्मा गांधी हा होता, तर दुसरा 'इंग्रजी शिक्षण घेतलेला मध्यमवर्ग', 'पाश्चात्त्य वळणाचा मध्यमवर्ग' किंवा 'पाश्चात्त्य वळणाचा अभिजनवर्ग' हा होता. विसाव्या शतकाच्या आठव्या दशकापासून या 'भारतीय मध्यमवर्ग-संकल्पने'ला आव्हान दिले गेले. विशेषत: 'केंब्रिज संप्रदाय' म्हणून ओळखल्या जाणाऱ्या इतिहासकारांच्या गटाकडून हे आव्हान दिले गेले.

मेकॉलेच्या शिक्षणविषयक अहवालात (१८३५) त्याने वर्णन केलेल्या, ब्रिटिशांना अभिप्रेत अशा मध्यस्थवर्गापर्यंत 'पाश्चात्त्य वळणाच्या मध्यमवर्गा'ची संकल्पना मागे नेऊन भिडवता येते. १९ व्या शतकाच्या उत्तरार्धातील अरविंद घोष किंवा सुरेंद्रनाथ बॅनर्जी यांसारख्या नेत्यांनी 'भारतीय-मध्यमवर्ग-संकल्पने'ला महत्त्व दिले. देशाच्या कारभारातील सहभागाची मागणी करताना मध्यमवर्गीय

भारतीय राष्ट्रवाद्यांना या संकल्पनेच्या आधारे वादविवादात्मक आव्हान (polemical challange) उभे करता आले. ब्रिटिश राज्यकर्त्यांची त्याविरुद्धची प्रतिक्रिया तीव्र होती. हा खऱ्या अर्थाने नवा वर्ग नसून जुन्या भारतीय राज्यकर्त्यांच्या नोकरशाहीतील उच्चजातीय अभिजनवर्ग आहे; तसेच त्याचे पुरेसे पाश्चात्त्यीकरण झालेले नसल्याने तो सत्ताधारी बनण्यास सक्षम नाही, 'खऱ्या' पारंपरिक भारतापासून हा वर्ग तुटलेला असून तो फक्त स्वत:पुरतेच प्रतिनिधित्व करतो, असा ब्रिटिश राज्यकर्त्यांचा दावा होता. व्हाइसरॉय लॉर्ड डफरिन याने 'अतिसूक्ष्म अल्पसंख्य' (microscopic minority) या शब्दांत या वर्गाची संभावना केली होती.

राष्ट्रवादी नेते व वसाहतवादी राज्यकर्ते यांच्यात 'भारतीय मध्यमवर्ग-संकल्पने' विषयी कितीही तीव्र मतभेद असले, तरी पाश्चात्त्य प्रभावाखालील भारतीयांचा एक स्वायत्त सामाजिक गट निर्माण झाल्याचे दोहोंनाही मान्य होते. 'मध्यमवर्ग-संकल्पना' म्हणजे आधुनिक भारताच्या इतिहासाच्या संदर्भात एक महत्त्वाचे पद्धतिशास्त्रीय साधन (methodological tool) बनले. किंबहुना उत्तरवसाहतवादकालीन भारतीय इतिहासाच्या अन्वयार्थाची ती एक गुरुकिल्लीच बनली. टॉर्री यांच्या मते ज्युडिथ ब्राऊन यांचा गांधींवरील पहिला ग्रंथ म्हणजे 'पाश्चात्त्य वळणाचा मध्यमवर्ग' ही संकल्पना वापरण्याच्या प्रक्रियेचा कळसबिंदू (apogee) ठरला आणि अचानकपणे व अनपेक्षितपणे तो या प्रक्रियेचे हंस-गीत तथा मृत्युघंटाही (swan-song) ठरला. नवोदित केंब्रिज संप्रदायातील एक लेखक डेव्हिड वॉशब्रुक यांनी ज्युडिथ ब्राऊन यांच्या ग्रंथावरील टीकालेखनात 'मध्यमवर्ग-संकल्पने'वर प्रभावीपणे हल्ला चढवला. पुढे अनिल सील यांनी या टीकेची सविस्तर व पद्धतशीर मांडणी केली. 'मध्यमवर्गा'च्या उपगटांमधील एकवाक्यतेचा अभाव, या मुद्यावर भर देऊन आणि विविध छोट्या-मोठ्या सत्ताकेंद्रांच्या तुलनेतील कॉंग्रेसचा पोकळपणा नमूद करून वॉशब्रुक यांनी 'मध्यमवर्ग-संकल्पना' नाकारली. कॉंग्रेस ही त्यांच्या दृष्टीने एक 'रिकामी पेटी' होती. अनिल सील यांनी आश्रयदाते-आश्रित संबंधांची (patron-client relationship) कल्पना मांडून विविध नेते हे भारतीय जनता व ब्रिटिश शासन यांच्यामधील 'सत्तेचे दलाल' (power-brokers) असल्याचे सांगितले. गांधींवरील दुसऱ्या पुस्तकात ज्युडिथ ब्राऊन यांचा कलही केंब्रिज संप्रदायाकडे झुकला. केंब्रिज संप्रदायाने जरी 'भारतीय मध्यमवर्ग-संकल्पने'ला धक्का दिला तरी या संप्रदायाच्या इतिहासकारांमध्ये एकवाक्यता आढळत नाही, त्यांच्या प्रतिपादनामध्ये विसंगती आहे आणि ते पर्यायी पद्धतिशास्त्रीय साधन निर्माण करू शकले नाहीत, अशा आशयाचे प्रतिपादन टॉर्री यांनी केले आहे. पद्धतिशास्त्रीय चक्रव्यूहात अडकलेल्या या विषयाला

त्यामधून बाहेर काढण्यासाठी टोर्री यांनी इटालियन मार्क्सवादी विचारवंत आंतोनिओ ग्रामची यांची अन्वयार्थ-पद्धती भारतीय संदर्भात वापरण्याचा पर्याय सुचवला आहे. सुमित सरकार, बिपन चंद्र, सबार्ल्टर्न संप्रदाय इत्यादींच्या इतिहास-संशोधनाद्वारे या दिशेने वाटचाल होत असल्याचेही त्यांनी नमूद केले आहे. ग्रामची यांची बुद्धिमंतांच्या भूमिकेविषयीची मांडणी या संदर्भात टोर्री यांना महत्त्वाची वाटते. टोर्री यांच्या लेखातील वाद-विषयाच्या 'इतिहासा'ची व त्यांनी सुचवलेल्या पर्यायाची सविस्तर तत्त्वज्ञानात्मक दखल घेणे येथे अभिप्रेत नाही. परंतु प्रस्तुत प्रबंध-लेखन करताना या सर्वांचे भान ठेवण्याचा प्रयत्न केलेला आहे, एवढे नमूद करणे आवश्यक वाटते.

भारतीय मध्यमवर्गासंदर्भात विविध इतिहासकारांच्या विवेचनाचा एक धावता आढावा आतापर्यंत घेतलेला आहे. परंतु त्याची यांत्रिक गोळाबेरीज करून 'भारतीय मध्यमवर्ग' नामक संशोधकीय रसायन तयार होऊ शकणार नाही. म्हणून प्रस्तुत संशोधनात अभिप्रेत असलेल्या भारतीय मध्यमवर्गाबद्दल थोडक्यात स्पष्टीकरण देणे आवश्यक आहे.

इतिहासात 'तमोयुग' म्हणून वर्णन केले जाणारे कालखंडसुद्धा पूर्णांशाने स्थितिशील असत नाहीत. ऐतिहासिक कालखंडांविषयीचा 'स्थितिशील' हा शब्दप्रयोग तुलनात्मक अर्थाने केलेला असतो. त्यामुळे एकतर 'मध्ययुगीन भारत स्थितिशील होता' असे म्हटले जाते, ते या तुलनात्मक अर्थानेच म्हटले जाते. दुसरे असे की मध्ययुगीन भारत जेवढा स्थितिशील असल्याचे ठसवण्यात येते होते, तेवढा प्रत्यक्षात तो स्थितिशील नव्हता असे आता संशोधनाद्वारे सिद्ध होऊ लागलेले आहे. मध्ययुगीन भारतात मर्यादित का होईना, गतिशीलता होती आणि ती क्रमशः वाढू लागली होती. नागर प्रदेशातील कारागीर, व्यापारी, मध्यस्थ, सराफ-सावकार, प्रशासकीय नोकरदार, बुद्धिजीवी व्यावसायिक इत्यादींचा एक मध्यम स्तर मध्ययुगीन भारतात साकार झालेला होता. या स्तराचा उमरावशाही स्तराशी काही प्रमाणात हितसंबंधविरोध निर्माण होत होता. या मध्यम स्तराला आधुनिक मध्यमवर्गाचा अग्रदूत (precursor) म्हणता येईल. ब्रिटिश सत्तेच्या प्रस्थापनेनंतर या मध्यम स्तराला मध्यमवर्गीयत्व प्राप्त होण्याचे कारण म्हणजे विविध घटकांमुळे विकसित होत गेलेली वर्गजाणीव. पाश्चात्त्य शिक्षणाद्वारे अभ्युदयाचे नवे मार्ग खुले होऊ लागले आणि पारंपरिक समाजातील उच्चवर्णीय व उच्चजातीय गटांमधील अनेक व्यक्ती त्या मार्गांनी वाटचाल करू लागल्या. ब्रिटिश हे प्रत्यक्ष सत्ताधीश असले, तरी सत्तेच्या गाभ्याभोवती पसरलेल्या विस्तृत प्रशासकीय सत्तावर्तुळात

या व्यक्तींनी प्रवेश केला. आपल्या नव्या स्थानाच्या आधारे समाजात आपले धुरीणत्व प्रस्थापित करण्याच्या बहुमुखी हालचाली त्यांनी सुरू केल्या. या हालचालींमधून नव्या संस्था, संकल्पना, चळवळी विकसित होऊ लागल्या. नवे सामाजिक अंत:सत्त्व आकार घेऊ लागले. आधुनिकतेच्या मार्गावर देशाची वाटचाल सुरू झाली. मध्यमवर्गाला पोषक परिस्थिती ब्रिटिश अंमलामुळे निर्माण झाली आणि ब्रिटिश शासनाच्या कृपाछत्राखाली हा वर्ग विस्तारू लागला. मात्र या मुद्यावर अतिरिक्त भर देणे चुकीचे ठरेल. कारण या मुद्यात तथ्यांश असला तरी ते काही संपूर्ण सत्य नव्हे. तसे मानणे म्हणजे केंब्रिज इतिहासकारांच्या अतिरंजित निष्कर्षाला बळकटी मिळवून देणे होय. 'सत्तेचे दलाल' किंवा 'आश्रयदाते-आश्रित साखळीतले मणी' असे शिक्के मध्यमवर्गीय नेतृत्वावर मारणे अन्यायाचे ठरेल. सत्ताभिलाषेपोटी या वर्गाने ब्रिटिशांचे अखंड लांगूलचालन केल्याचे दिसत नाही. पाश्चात्त्य संस्कृतीचे व राज्यपद्धतीचे आकर्षण त्यांना निश्चितच वाटत होते. परंतु बिपन चंद्र यांनी म्हटल्याप्रमाणे, ब्रिटिश साम्राज्यवादी हितसंबंध आणि भारतीय जनतेचे हितसंबंध यांमधील विरोधाचे भानही त्यांना होते. त्यामुळे एकीकडे 'ईश्वरी वरदान' अशी ब्रिटिश राज्याची भलावण करताना प्रसंगी ब्रिटिशकृत शोषणाची मीमांसाही त्यांनी केली. हे राज्य म्हणजे 'कटू शाप' असल्याचेही त्यांनी नमूद केले. ब्रिटिशांचे राज्य कायमस्वरूपी असल्याचा भ्रम त्यांनी बाळगला नाही. हे परकीय राज्य संपुष्टात येईल तेव्हाचे एतद्देशीय राज्य कसे असावे याची रूपरेषा आखण्यात आणि त्या रूपरेषेत स्वत:चे हितसंबंध राखण्यात मध्यमवर्ग गर्क होता. नवतेच्या स्वीकाराला हा वर्ग उत्सुक होता; परंतु परंपरेशी पूर्ण फारकत घेणे त्याला शक्य नव्हते. या अर्थाने तो कात्रीत सापडलेला वर्ग होता. सुधारणावादी पुनरुज्जीवनवादाचे उत्क्रांतिमार्गी धोरण त्याने स्वीकारले. एतद्देशीय राजकीय सत्ता नष्ट झाल्यामुळे जे स्वत्वहरण झाले होते, त्या पार्श्वभूमीवर नवी स्वत्वनिर्मिती करणे, नव्या मूल्यरचनेला आकार देणे, भारतीय जनतेच्या हितसंबंधांची काळजी वाहणे आणि ही काळजी वाहताना आपल्या वर्गीय हितसंबंधांची विशेष काळजी वाहणे, हे भारतीय मध्यमवर्गाचे धोरण होते. भांडवलशाहीची भौतिक परिस्थिती निर्माण करण्यातील कामगिरीपेक्षा अशा परिस्थितीसाठी आवश्यक विचारविश्व निर्माण करण्यातील या वर्गाची कामगिरी अधिक मोठी व महत्त्वाची होती. या वर्गाने देशाला बुद्धिमंतांची मोठी कुमक पुरवली. युरोपीय पद्धतीचा व्यापारी-उद्योजकीय मध्यमवर्ग असण्यापेक्षा भारतीय मध्यमवर्ग हा प्रामुख्याने बुद्धिजीवी वर्ग होता. बी. बी. मिश्रा यांचे या संदर्भातील

मतप्रतिपादन स्वीकारार्ह आहे. मात्र बी. बी. मिश्रा, ताराचंद वगैरे इतिहासकारांचे विवेचन प्राधान्याने बंगाल व उत्तर भारताच्या अभ्यासावर आधारलेले आहे. मुंबई व मद्रास इलाख्यांचा विचार त्यांनी केलेलाच नाही, असे नव्हे. पण भारतीय मध्यमवर्गाच्या सर्वसाधारण चौकटीत जे भिन्न भिन्न प्रादेशिक आविष्कार दिसून येतात, त्यांची पुरेशी दखल इतिहासकारांकडून घेतली गेलेली नाही. मध्यमवर्ग या शब्दाचा 'मिडिल क्लासेस' असा बहुवचनी वापर बी. बी. मिश्रा यांनी विविध व्यावसायिक गटांना उद्देशून केलेला आहे. पण भारताच्या विविध भागांमधील मध्यमवर्ग लक्षात घेऊन असा बहुवचनी शब्दप्रयोग करणेसुद्धा सयुक्तिक ठरले असते.

महाराष्ट्रातील मध्यमवर्ग हा भारतीय मध्यमवर्गाचाच एक भाग होता, हे उघड आहे. परंतु ऐतिहासिक विकासक्रमाच्या सर्वसाधारण भारतीय चौकटीअंतर्गत महाराष्ट्राचा प्रादेशिक आविष्कार वैशिष्ट्यपूर्ण होता. त्यामुळे मध्यमवर्गासंदर्भात उर्वरित भारताशी महाराष्ट्राचे काही बाबतीत साधर्म्य असले, तरी काही बाबतीत भिन्नतासुद्धा आहे. महाराष्ट्रातील मध्यमवर्गाच्या ऐतिहासिक-सांस्कृतिक पार्श्वभूमीपासूनच हे वेगळेपण जाणवते. तसेच स्वरूपाचा विचार करताना असे दिसते की, महाराष्ट्रातील मध्यमवर्ग हा उर्वरित भारतातील मध्यमवर्गाप्रमाणेच प्राधान्याने उच्चवर्णीय व उच्चजातीय असला तरी बंगाल वा उत्तर भारतातील मध्यमवर्गाइतका तो जमीनदारी पायावरचा सधन वर्ग नव्हता. महाराष्ट्रातील असंख्य मध्यमवर्गीय लोक निम्नस्तरीय आर्थिक परिस्थितीतील होते. ते प्राधान्याने पाश्चात्त्य-शिक्षित नागर बुद्धिजीवी होते आणि त्यांची मूल्यसरणी आधुनिकतेला अभिमुख होती. नवी जीवनमूल्ये, लोकशाहीप्रधान जीवनसरणी, नवे आर्थिक विचार व नवे राजकारण या बाबतीत महाराष्ट्रातील मध्यमवर्गाने भारताला नेतृत्व पुरवले आणि वैशिष्ट्यपूर्ण ऐतिहासिक भूमिका पार पाडली. प्रबंधाच्या दुसऱ्या प्रकरणात या मध्यमवर्गाच्या उदयाच्या पार्श्वभूमीचा, तर तिसऱ्या प्रकरणात मध्यमवर्गाची उदय-प्रक्रिया व स्वरूप यांचा सविस्तर विचार केलेला आहे.

□

संदर्भ आणि टिपा

१. उदाहरणार्थ पाहा -

(१) दि. के. बेडेकर व भा. शं. भणगे (संपा.). *भारतीय प्रबोधन (समीक्षण व चिकित्सा)*, पुणे , १९७३.

(२) नी. वि. सोवनी, *१९ व्या शतकातील महाराष्ट्रातील 'तथाकथित' प्रबोधनाचे स्वरूप*, पुणे, १९८१.

(३) रवि संगवई, 'भारतीय प्रबोधनाकडे दृष्टिक्षेप : एका चर्चासत्राचा वृत्तांत,' *परामर्श,* खंड ६, अंक ३, पुणे, नोव्हेंबर १९८४.

(४) J. V. Naik, 'Renaissance in Maharashtra', *Quarterly of the Bharata Itihasa Samshodhaka Mandala,* year 62, No. s 1- 4, Pune, July 1983 to April 1984.

२. Robert Ergang, *The Renaissance,* Princeton, New Jersey, 1967, Preface p. V., pp. 9-10.

३. दि. के. बेडेकर, 'दुसऱ्या प्रबोधनाची चाहूल!', समाविष्ट बेडेकर-भणगे (संपा.), पूर्वोक्त, पृ. १८३.

४. र. सु. पप्पू, 'अश्मयुगीन महाराष्ट्र - नवे संशोधन', *त्रैमासिक,* भारत इतिहास संशोधक मंडळ, पुणे, जुलै १९८३ - एप्रिल १९८४, पूर्वोक्त, पृ. ८४.

५. पाहा - ह. श्री. शेणोलीकर व प्र. न. देशपांडे, *महाराष्ट्र संस्कृती : घडण आणि विकास,* पुणे, १९७२, पृ. ३२.

६. दि. वि. काळे, *छत्रपति शिवाजी महाराज,* तृ. आ., पुणे, १९७१, पृ. १.

७. अ. रा. कुलकर्णी, *शिवकालीन महाराष्ट्र : सामाजिक-आर्थिक जीवनाचा अभ्यास,* सुधारित व वाढीव आवृत्ती, पुणे, १९९३, पृ. चौदा.

८. कित्ता, पृ. सतरा.

९. कित्ता.

१०. Kenneth Ballhatchet, *Social Policy and Social Change in Western India : 1817-1830,* London, 1957.

११. Ravinder Kumar, *Western India in the Nineteenth Century : A Study of the Social History of Maharashtra,* London and Toronto, 1968.

१२. Ibid., Passim.

१३. य. दि. फडके, *विसाव्या शतकातील महाराष्ट्र : १९०१-१९१४ : खंड पहिला,* पुणे, १९८९, प्रस्तावना, पृ. सहा.

१४. कित्ता.

१५. R. E. Enthoven, *Census of India, 1901, Vol. IX-B, Bombay, Part III, Provincial Tables,* Bombay, 1902, pp. 2-13.

१६. प्रा. रा. श्री. जोग (संपा.), *मराठी वाङ्मयाचा इतिहास,* खंड चौथा, पुणे, १९७३, पृ. १२०-२१. (येथून पुढे या ग्रंथाचा उल्लेख *'म. वा. इ.,* खं. ४' असा केलेला आहे.)

१७. कित्ता.

१८. कित्ता, पृ. ११७.

१९. कित्ता, पृ. ९१-९२.

२०. कित्ता, पृ. १०९.

२१. कित्ता, पृ. ११०.

२२. गणेश गंगाधर जांभेकर (संशोधक व संपा.), *बाळ गंगाधर शास्त्री जांभेकर (१८१२-१८४६) यांचे जीवनवृत्त व लेखसंग्रह,* खंड २, पुणे, १९५०, पृ. २०७, ९, १०. (येथून पुढे या ग्रंथाचा उल्लेख '*...जांभेकर,* खं. २' असा केला आहे. खंड १ व खंड ३ यांचा उल्लेखही तो तो खंड क्रमांक देऊन याच पद्धतीने केला आहे.)
२३. कित्ता, पृ. २४१, ५६, ८१, ९२-९३.
२४. *प्रभाकर,* पुस्तक १, कागद ६, मुंबई, २८ नोव्हेंबर १८४१, पृ. ४४.
२५. कित्ता, पु. १, का. ४६, ४ सप्टेंबर १८४२, पृ. ३६४.
२६. कित्ता.
२७. रामकृष्ण विश्वनाथ, *हिंदुस्थानची प्राचीन व सांप्रतची स्थिती व पुढे काय त्याचा परिणाम होणार, याविषयी विचार,* समाविष्ट दि. के. बेडेकर (संपा.), *चार जुने मराठी अर्थशास्त्रीय ग्रंथ (१८४३-१८५५),* पुणे, १९६९, पृ. २०.
२८. गोवर्धन पारीख व इंदुमती पारीख (संपा.), *लोकहितवादी : समग्र वाङ्मय,* खंड १, मुंबई, १९८८, पृ. २६, १६३. (येथून पुढे या ग्रंथाचा उल्लेख '*समग्र लोकहितवादी,* खं. १' असा केला आहे.)
२९. कित्ता, पृ. १०६, १४.
३०. कित्ता, पृ. २६९.
३१. हरि केशवजी पाठारे, *देशव्यवहारव्यवस्था,* समाविष्ट बेडेकर (संपा.), पूर्वोक्त, पृ. ७५.
३२. कृष्णशास्त्री चिपळोणकर, *अर्थशास्त्रपरिभाषा,* समाविष्ट कित्ता, पृ. २६५.
३३. जोग (संपा.), *म. वा. इ.,* खं. ४, पृ. ५१५.
३४. कित्ता, पृ. ६५९.
३५. रे. भास्कर पांडुरंग हिवाळे (संपा.), *ज्ञानोदयाची पहिली शंभर वर्षे,* मुंबई, १९४१, पृ. ९६, ११८, ३२.
३६. कित्ता, पृ. ११८.
३७. यशवंत दिनकर फडके (संपा.), *महात्मा फुले समग्र वाङ्मय,* मुंबई, १९९१, पृ. ८६. (येथून पुढे या ग्रंथाचा उल्लेख '*समग्र फुले...*' असा केला आहे.)
३८. कित्ता, पृ. १५०-५१.
३९. कित्ता, पृ. २८४.
४०. कित्ता, पृ. ३२५.
४१. कित्ता, पृ. ३७३.
४२. कित्ता, पृ. ४२३.
४३. उदाहरणार्थ पाहा - श्री. ना. बनहट्टी (संपा.), *विष्णुपदी,* प्रथमखंड, नागपूर व पुणे, १९७४, पृ. ११५, ५२, ८२, २०६, ८, ११-१२, १५, १७, ३२, ६४.

४४. कित्ता, पृ. २०६.
४५. जोग (संपा.), *म. वा. इ.*, खं. ४, पृ. ५०८.
४६. ग. ह. खरे व अ. रा. कुलकर्णी (संपा.), *मराठ्यांचा इतिहास,* खंड तिसरा, पुणे १९८६, पृ. ५४७ वर उद्‌धृत. (येथून पुढे या ग्रंथाचा उल्लेख *'म.इ.*, खं. ३' असा केला आहे.)
४७. (१) प्रा. रा. श्री. जोग (संपा.), *मराठी वाङ्‌मयाचा इतिहास,* खंड पाचवा, भाग दुसरा, पुणे, १९७३, पृ. १८०-८१, ९९. (येथून पुढे या ग्रंथाचा उल्लेख *'म.वा.इ.*, खं. ५, भा. २' असा केला आहे.)
(२) खरे-कुलकर्णी (संपा.), *म.इ.*, खं. ३. पृ. ५५५.
४८. जोग (संपा.), *म.वा.इ.*, खं.५, भा.२, पृ. १४८-४९.
४९. कित्ता, पृ. १९६-९७.
५०. विश्वनाथ काशिनाथ राजवाडे, *ऐतिहासिक प्रस्तावना (राजवाडे-लेख-संग्रह-भाग १ला),* पुणे, १९२८, पृ. १-१२३.
५१. कित्ता, पृ. १, ९१, १०५.
५२. *समग्र लोकमान्य टिळक,* खंड ६, पुणे, १९७६, पृ. ३. (येथून पुढे या ग्रंथाचा उल्लेख *'समग्र टिळक,* खं. ६' असा केला आहे. उर्वरित मराठी खंडांचा उल्लेखही त्याच पद्धतीने केला आहे.)
५३. उदाहरणार्थ पाहा -
महाराष्ट्र, महाराष्ट्र-भाषा, महाराष्ट्रीय : ७ जून १८९६ च्या भाषणातील उल्लेख – कित्ता, पृ. ९२४-२५.
महाराष्ट्र, महाराष्ट्र-लोक, महाराष्ट्र-समाज, महाराष्ट्र-आचार-विचार व भाषा : मे-जून १९०० मधील भाषणांतील उल्लेख
– कित्ता, पृ. ९७९-८२.
५४. कित्ता, खं. ४, पृ. ३०.
५५. Mahadeo Govind Ranade, *Rise of the Maratha Power,* New Delhi, 1974, p. 1 and passim.
५६. जोग (संपा.), *म.वा.इ.*, खं. ५, भा.१, पृ. २७७.
५७. कित्ता, पृ. १७८.
५८. प्रा. भ. श्री. पंडित (संपा.), *समग्र केशवसुत,* पुणे, १९७८, पृ. ९९.
५९. कित्ता, पृ. ३७५-७६.
६०. 'वर्ग' या संकल्पनेविषयीचे विवेचन मुख्यत: पुढील तीन संदर्भांच्या आधारे केलेले आहे :
(1) Tom Bottomore, Laurence Harris, V.G. Kiernan and Ralph Miliband (ed.), *A Dictionary of Marxist Thought,* Delhi, 1987, pp. 74-79.
(2) Anthony Giddens, *Sociology,* Oxford, 1990, Chapter 7.

(3) M. Haralambos and M. Heald, *Sociology : Themes and Perspectives,* New Delhi, 1995, Chapter 2.

६१. नलिनी पंडित, *जातिवाद आणि वर्गवाद,* मुंबई, १९९६, पृ. ४.

६२. कित्ता.

६३. See - Melvin M. Tumin, *Social Stratification : the forms and functions of inequality,* New Delhi, 1987.

६४. See - (1) Nicholos Abercrombie, Stephen Hill and Bryan S. Turner, *The Penguin Dictionary of Sociology,* Harmondsworth, Middlesex, 1984, pp. 196-97.

(2) Giddens, op. cit.

(3) Haralambos and Heald, op. cit.

६५. Roy Lewis and Agnus Maude, *The English Middle Classes,* London, 1950, p. 15.

६६. A. Yermakova and V. Ratnikov, *What are Classes and the Class Struggle?,* Moscow, 1987, p. 106.

६७. पंडित, पूर्वोक्त, पृ. ७-८.

६८. Marx cited in Yermakova and Ratnikov, op. cit., p. 59.

६९. See - Ibid., pp. 108-9.

७०. पंडित, पूर्वोक्त, पृ. ८.

७१. Lewis and Maude, op. cit., p. 5.

७२. Bottomore et al., op. cit., p. 333.

७३. Ibid.

७४. Lewis and Maude, op. cit., p.27.

७५. "The English middle classes are what they are by virtue not of trade but of organization, not of property but of independence; not by virtue of power, but by government; not solely because they wanted to *have,* but because of what they wanted to *be.*" Ibid., p. 106.

७६. Giddens, op. cit., p. 220.

७७. Ibid., p. 211.

७८. Haralambos and Heald, op. cit., p. 66.

७९. Ibid.

८०. (1) Ibid., p. 56.

(2) Bottomore et al., op. cit., p. 334.

(3) Lewis and Maude, op. cit., p. 276.

८१. Haralambos and Heald, op. cit., p. 60.

८२. Lewis and Maude, op. cit., pp. 17-18.
८३. Giddens, op. cit., p. 219.
८४. Lewis and Maude, op. cit., pp. 15-16.
Also see - B.B. Misra, *The Indian Middle Classes : Their Growth in Modern Times,* New Delhi, 1978.
८५. Bipan Chandra, 'Nationalist Historians' Interpretations of the Indian National Movement', in Sabyasachi Bhattacharya and Romila Thapar (ed.), *Situating Indian History,* New Delhi, 1986, pp. 194-238.
८६. Ibid., p. 230.
८७. Ibid.
८८. B.B. Misra, op. cit.
८९. विविध कालखंडांचा विचार करणारे पुढील चार शोध-निबंध या संदर्भात अर्थपूर्ण वाटतात-
(1) Iqtidar Husain Siddiqui, 'Social Mobility in the Delhi Sultanate', in Irfan Habib (ed.), *Medieval India 1 : Reseraches in the History of India,* Delhi, 1992, pp. 22-48.
(2) Iqtidar Alam Khan, *The Middle Classes in the Mughal Empire,* (Presidential Address, Medieval India Section, Indian History Congress, 36 th Session), Aligarh, 1975.
(3) Arvind Deshpande, '19th Century Maharashtra : a reassessment', unpublished paper (Henceforth' ...Reassesment'.)
(4) J. V. Naik, op. cit.
९०. I. H. Siddiqui, op. cit.
९१. Tapan Raychaudhuri and Irfan Habib (ed.), *The Cambridge Economic History of India : Vol. I : c. 1200 - c. 1750,* Delhi, 1984, p. 82.
९२. Ibid., p. 86.
९३. I. A. Khan, op. cit.
९४. Satish Chandra, *Medieval India : Society, the Jagirdari Crisis and the Village,* New Delhi, 1982, Article XII, pp. 155-65.
९५. Ibid., p. 164.
९६. Ibid., Article XI, pp. 147-54.
९७. Ibid., Article XII, p. 165.
९८. Raychaudhuri and Habib (ed.), op. cit., pp. 261-307, 325-59.
९९. 'Potentialities of Capitalistic Development in the Economy of Mughal India', in Irfan Habib, *Essays in Indian History : Towards a Marxist Perception,* New Delhi, 1997, pp. 180-232. (Paper first published in 1969.)

१००. I. A. Khan, op. cit., p. 3.
१०१. Ibid.
१०२. B. B. Misra, op. cit., pp. 7-10.
१०३. Cited in Ibid., p. 8. (मराठी भाषांतर प्रबंध-लेखकाचे).
१०४ अधिक माहितीसाठी पाहा –
Seema Alavi (ed.), *The Eighteenth Century in India,* New Delhi, 2002.
१०५. B. B. Misra, op. cit.
१०६. Ibid., p. 7.
१०७. Ibid., Preface, p. V.
१०८. "We must at present do our best to form a class who may be interpreters between us and the millions whom we govern - a class of persons Indian in blood and colour, but English in tastes, in opinions, in morals and in intellect." - Macaulay (2 Feb. 1835).
Cited in Ibid., pp. 11 and 154. (मराठी रूपांतर प्रबंध-लेखकाचे).
१०९. Ibid., p. 11.
११०. Ibid., pp. 12-13.
१११. Ibid., p. 69.
११२. Ibid., pp. 13-14, 343.
११३. Ibid., pp. 75-80.
११४. Ibid., p. 178.
११५. Ibid., p. 118.
११६. Ibid., Chapter XII.
११७. Ibid., pp. 322-23.
११८. Ibid., pp. 352-56.
११९. Ibid., pp. 16-17, 367-89.
१२०. Ibid., p. 400.
१२१. Tara Chand, *History of the Freedom Movement in India,* Vol. II, New Delhi, 1983, Chapter 3, pp. 108-69.
१२२. Ibid., p. 109.
१२३. Ibid.
१२४. Ibid., p. 111.
१२५. Ibid., p. 117.
१२६. Michelguglielmo Torri, ‘"Westernised Middle Class", Intellectuals and Society in Late Colonial India’, *Economic and Political Weekly,* Bombay, 27 January 1990.

□

प्रकरण २

एकोणिसाव्या शतकाच्या आरंभकालातील महाराष्ट्र

एकोणिसाव्या शतकातील महाराष्ट्रामधील मध्यमवर्गाच्या उदयाचा विचार करण्यापूर्वी त्याची पार्श्वभूमी समजावून घेणे आवश्यक आहे. त्यामुळे १९ व्या शतकाच्या आरंभकालातील महाराष्ट्र-जीवनाचा सविस्तर आढावा घेणे प्रस्तुत प्रकरणात अभिप्रेत आहे. त्यासाठी राजकीय संदर्भात दुसऱ्या बाजीरावाची पेशवाईची कारकीर्द (१७९६ ते १८१८) आणि एल्फिन्स्टनची डेक्कन कमिशनर (१८१८-१९) व गव्हर्नर (१८१९-२७) म्हणून कारकीर्द या कालखंडांवर अधिक भर द्यावा लागेल. मात्र सामाजिक जीवनाचा विचार करताना १८ व्या शतकाचा उत्तरार्ध व १९ व्या शतकाचा पूर्वार्ध हा कालखंड सर्वसाधारणपणे अभिप्रेत आहे.

२.१ महाराष्ट्रातील समाजव्यवस्था

हिंदू समाजव्यवस्थेची परंपरागत चौकट आणि मध्ययुगीन स्थितिशीलता या दोन गोष्टी उर्वरित भारताप्रमाणेच १९ व्या शतकाच्या आरंभकालातील महाराष्ट्रालाही लागू पडतात. समाजजीवनाच्या सर्व क्षेत्रांत धर्माचे प्राबल्य होते. धार्मिक मूल्यांबाबतच्या सार्वत्रिक ऐक्यामुळे विविध सामाजिक गट परस्परांशी जवळच्या नात्याने बांधले गेले होते.[१] वर्णधर्म, जातिव्यवस्था, गावगाडा, कुटुंबसंस्था अशा सामाजिक संस्थांना दैवी अधिष्ठान आहे, या समजुतीचा पगडा समाजमानसावर बसला होता. त्यामुळे या संस्था अपरिवर्तनीय मानल्या जात. धर्मजीवन विलक्षण चाकोरीबद्ध बनले होते. शास्त्रपूत रुढिप्रामाण्य हे उच्चवर्णियांमध्ये, तर रुढिप्रामाण्य हे बहुजनसमाजात धर्माचे लक्षण बनले. बदल म्हणजे भ्रष्टता असे समीकरण रूढ झाल्याने समाज स्थितिशील बनला.[२] पेशवाईच्या कालखंडात व्रतवैकल्ये व

अंधश्रद्धा मोठ्या प्रमाणात दिसून येतात.[३] शत्रुपराजयार्थ अनुष्ठान करण्याविषयी नीळकंठ महादेव यास माधवराव पेशव्यांनी लिहिलेले पत्र (२ फेब्रु. १७६४)[४] या संदर्भात पाहण्याजोगे आहे. पेशवाईच्या अंतानंतरही टिकून असलेल्या अंधश्रद्धांची कल्पना तत्कालीन लेखनावरून येऊ शकते. उदा. दादोबा पांडुरंग यांच्या आत्मचरित्रात असे उल्लेख आढळतात.[५]

वर्ण-जातींची विषमताप्रधान उतरंड, ज्ञान व श्रम यांची फारकत, दैववादी व अंधश्रद्ध विचारचौकट, स्वयंपूर्ण व बंदिस्त ग्रामजीवन, अस्पृश्यता व स्त्री-दास्य ही भारतीय समाजाची काही वैशिष्ट्ये तत्कालीन महाराष्ट्रालाही लागू पडत होती. ब्रिटिश-पूर्व भारतात कुटुंब, जात व ग्रामपंचायत यांच्यापुढे व्यक्तीला पूर्णतः दुय्यम लेखले जात असे.[६] महाराष्ट्रही याला अपवाद नव्हता. ग्रामसंस्था आणि जातिसंस्था हे येथील सामूहिक जीवनाचे मूलभूत घटक होते. पेशवाईच्या कालखंडात समाजातले ब्राह्मणांचे वर्चस्व वाढीला लागले.[७] पेशवाई-सरदारकी आदिंद्वारे राजकीय सत्ता, जहागिरी-सावकारीद्वारे आर्थिक संपन्नता, सत्ता व संपन्नता या दोहोंमुळे मूळ धार्मिक-सामाजिक प्रतिष्ठेत पडलेली भर, अशा तिहेरी मार्गाने ब्राह्मणांचे वर्चस्व वाढले होते. ब्रिटिशपूर्व काळात आर्थिक क्षेत्रात वतनदारी, तर सामाजिक क्षेत्रात जातिभावना यांचे वर्चस्व होते.[८] समाजजीवन सुसंघटित नव्हे, तर समुच्चयात्मक होते; गावांच्या समुदायांचा देश, तर जातींच्या समुदायांचा समाज अशा सैल बांधणीची रचना होती; साहजिकच येथील राजसत्तेचा पाया सामान्यतः भुसभुशीत राहिला.[९] शिवाजी महाराजांसारख्या समर्थ राज्यकर्त्यालासुद्धा जातिसत्ता, गोतसत्ता, वतनसंस्था व व्यापारी सत्ता यांच्याशी जुळवून घ्यावे लागले होते किंवा प्रसंगी नमते घ्यावे लागले होते, हे अर्थपूर्ण आहे.[१०] 'जुने सोडू नये, नवे करू नये' अशी पेशव्यांची सामाजिक धारणा होती.[११] इंग्रजांचे राज्य आल्यावर बाजीरावाचे सेवकपद सोडून गावी परत जाणाऱ्यांना वतने, इनामे, वर्षासने कायम ठेवण्याची लालूच 'साताऱ्याच्या द्वाही' द्वारे[१२] (११ फेब्रु. १८१८) इंग्रजांनी दाखवली होती. जातिसंस्थेचा पगडा इंग्रजांचे राज्य आल्यानंतरही कायम होता, याची अनेक उदाहरणे समकालीन लेखनात सापडतात. दादोबा पांडुरंग यांच्या आत्मचरित्रात उल्लेखिलेली दोन उदाहरणे नमुन्यादाखल पाहण्याजोगी आहेत : (१) दादोबांचे एक ब्राह्मण शिक्षक बापुशास्त्री शुक्ल (नेमणूक १८२७) यांना प्रभू, शेणवी, सोनार, वैश्य अशा जातीच्या मुलांना मराठी व्याकरण शिकवण्याचे काम फार हलके वाटत असे. विनोदाने का होईना, ते त्याबाबत नाराजी व्यक्त करत असत.[१३] (२) या सुमारास बॉम्बे नेटिव एज्युकेशन सोसायटीच्या मराठी शाळेत

धाकजी दादाजी परभू यांच्या आग्रहामुळे एकाएकी असा हुकूम निघाला की, शाळेतील कुळवाड्यांची मुले म्हणजे मराठा, कोळी, कुळंबी, भंडारी, या जातींची मुले काढून टाकावी व यापुढे अशा मुलांना प्रवेश देऊ नये. हलक्या जातीचे लोक शिकले तर उच्च जातीच्या लोकांना रोजगार मिळणार नाही, अशी भीती धाकजी दादाजी यांना वाटत असे.[१४] जातिविषयक या वस्तुस्थितीमुळे बाळशास्त्री जांभेकरांच्या 'दर्पण' वृत्तपत्रात पहिल्याच वर्षी (१८३२) पाच-सहा महिने 'जात' या विषयावर वाद सुरू राहिला आणि संपादकांनी तटस्थ भूमिका स्वीकारली.[१५]

महाराष्ट्रात उर्वरित भारताप्रमाणेच स्त्री-दास्याची समस्या तीव्र होती. बालविवाह, विषम-विवाह, बाल-संभोग, स्त्री-शिक्षणावरील निर्बंध, बहुभार्यापद्धत, विधवा-विवाहावरील निर्बंध, केशवपन, सती इ. समस्या पेशवाईच्या आणि अव्वल इंग्रजीच्या काळातही अस्तित्वात होत्या. या सर्व समस्यांचा सविस्तर आढावा घेणे येथे अभिप्रेत नाही. परंतु मूळ मुद्दा स्पष्ट होण्यासाठी काही निवडक उदाहरणांचा निर्देश आवश्यक वाटतो. बालविवाहाच्या प्रथेमुळे विवाहसमयी मुलगी नऊ वर्षांच्या आतील आणि प्रथमवर बारा-तेरा वर्षांचा असे. नऊ वर्षांपुढील कोणतीही मुलगी अविवाहित राहू नये असा सक्त हुकूम दुसऱ्या बाजीरावाने १७९८-९९ मध्ये काढला होता.[१६] केवळ उच्चवर्णियांमध्ये नव्हे, तर सर्व समाजातच बालविवाहाची प्रथा रूढ होती.[१७] इंग्रजी अंमल आल्यावरसुद्धा बालविवाह कसे रूढ होते, याबाबतीत दादोबा पांडुरंग[१८] आणि जोतीबा फुले[१९] या पुढे सुधारक म्हणून गाजलेल्या व्यक्तींच्या अनुक्रमे १८२८ आणि १८४० मध्ये झालेल्या विवाहांची उदाहरणे पुरेशी आहेत. या दोन्ही विवाहप्रसंगी वराचे वय तेरा, तर वधूचे वय सुमारे आठ वर्षांचे होते. विषम-विवाह वा जरठ-कुमारी विवाह ही दुष्ट चाल समाजात रूढ होती. नानासाहेब पेशव्यांनी वयाच्या चाळिसाव्या वर्षी नऊ वर्षांच्या मुलीशी लग्न केले व त्यानंतर चार महिन्यातच त्यांचा मृत्यू झाला (१७६१), नाना फडणीस वयाच्या ६७ व्या वर्षी वारले (१८००) तेव्हा त्यांच्या एका पत्नीचे वय नऊ वर्षे होते; महादजी शिंदे यांनी १७९२ साली वयाच्या ६५ व्या वर्षी बारा वर्षांच्या मुलीशी विवाह केला, ही तीन उदाहरणे[२०] पुरेशी बोलकी आहेत. वर कितीही तरुण, प्रौढ किंवा वृद्धही असला तरी त्याला दहा-बारा वर्षांच्या 'अर्भकाशी'च लग्न करावे लागत असे.[२१] गोविंद बल्लाळ देवलांच्या १८९९ मधील 'शारदा' नाटकाचा विषयसुद्धा जरठकुमारी विवाहाच्या समस्येवर आधारलेला होता, हे अर्थपूर्ण आहे. सतराव्या आणि अठराव्या शतकात बालसंभोगाचे प्रमाण फार मोठे असावे.[२२] ही समस्या १९ व्या शतकातसुद्धा किती तीव्र होती,

हे संमती-वयाच्या कायद्याबाबतच्या वादावरून (१८९१) स्पष्ट होते. बहुभार्यापद्धत समाजाच्या सर्व स्तरांमध्ये रूढ होती. शिवाजी महाराजांनी आठ, छत्रपती शाहू यांनी चार, नाना फडणीसांनी नऊ, महादजी शिंदे यांनी नऊ, तर दुसऱ्या बाजीरावाने अकरा लग्ने केली होती. दुसऱ्या बाजीरावाने सहा लग्ने दक्षिणेत पेशवेपदी असेपर्यंत, तर पाच लग्ने पदभ्रष्ट झाल्यावर बिठूर येथे केली होती.[२३] बहुपत्नीत्वाच्या चालीबाबत "बहु स्त्रियांचा हा पती। स्त्रीस का उलटी रीती"[२४] असा सवाल विचारण्याची आवश्यकता महात्मा फुले यांना वाटली. स्त्री-शिक्षणावरील निर्बंध, विधवा-विवाहावरील निर्बंध, केशवपन यांसारख्या चाली पेशवाईच्या कालखंडाप्रमाणेच नंतरही चालू होत्या. महात्मा फुले यांच्यासारख्या सुधारकांनी पुढे त्यांविरुद्ध सुधारणा-चळवळ उभारली. महाराष्ट्रात सतीची प्रथा मोठ्या प्रमाणात अस्तित्वात नव्हती. डॉ. शारदा देशमुख यांनी दाखवून दिल्यानुसार १८०० ते १८१२ या कालखंडातील सरकारी नोंदीनुसार पेशव्यांच्या ताब्यातील पुण्याच्या क्षेत्रात दरसाल १२ स्त्रिया सती जात; अर्थात प्रश्न नुसता 'संख्येचा नसून भूतदयाशून्य हृदयांचा' होता.[२५] १८१६ मध्ये एल्फिन्स्टनने पुण्यात संगमावर सतीचा प्रकार पाहिल्याची आणि एल्फिन्स्टनच्या कारकीर्दीत १८२३ मध्ये पुण्यातील ओंकारेश्वरी सतीचा हृदयद्रावक प्रकार घडल्याची नोंद आढळते.[२६] एकंदरीत, स्त्रीसमस्या असोत वा जातिव्यवस्था असो, महाराष्ट्रातील सामाजिक संबंध समतेच्या व मानवतेच्या पायावर आधारलेले नव्हते, असे अनुमान निश्चितपणे काढता येईल.

भारतातील व महाराष्ट्रातील परंपरागत व्यवस्थेच्या समर्थनासाठी त्यातील श्रमविभाग आणि लोकशाहीच्या तत्त्वाचा संदर्भ दिला जातो. पण हा संदर्भ निव्वळ आभासात्मक म्हटला पाहिजे.[२७] समाजजीवनात श्रमविभाग आवश्यक असतो; परंतु वर्ण वा जातिव्यवस्थेतील श्रमविभागणीला जन्मजात उच्चनीचताभावाचे अधिष्ठान होते आणि श्रमविभागाला पायाभूत असणाऱ्या श्रमप्रतिष्ठेच्या तत्त्वाचाही त्या व्यवस्थेत पूर्णपणे अभाव होता, हे विसरून चालणार नाही. जातिव्यवस्थेमुळे विविध सामाजिक घटकांची उतरंड निर्माण झाली आणि ती परिदृढ बनली. ग्रामव्यवस्थेतील आर्थिक श्रमविभागाला जातींच्या सहकार्याचा आधार होता. ग्रामसंस्था स्वायत्त असली, तरी तत्कालीन ग्रामपंचायतींना लोकशाही शासनपद्धतीचा प्रकार मानणे चुकीचे आहे. कारण सभासदांना पुरेसे निर्णयस्वातंत्र्य नव्हते. लोकव्यवहार रूढी-परंपरांच्या बंधनांनी जखडलेले होते. तसेच गावातील वरिष्ठ वतनदार व विशेषाधिकारी हे शोषकवर्गाचाच भाग होते. त्यांना राज्यसंस्था व धर्मसंस्थेचे

पाठबळ होते. मध्ययुगीन समाजव्यवस्थेत राजे, सरदार व वतनदार अशा अधिशास्त्या वरिष्ठवर्गीयांचे हितसंबंध गुंतलेले होते. ही व्यवस्था ईश्वरनिर्मित व अपरिवर्तनीय मानली गेल्यामुळे सामान्यजनांचे, विशेषत: शेतकऱ्यांचे शोषण होत राहिले. फार तर प्रा. गं. बा. सरदार यांनी म्हटल्याप्रमाणे, "...त्या काळात शोषक व शोषित यांचे संबंध सध्याच्या उद्योगप्रधान आधुनिक युगातील संबंधांइतके रुक्ष, व्यक्तिनिरपेक्ष व उघडउघड बाजारी स्वरूपाचे नव्हते; तर त्यावर मध्ययुगातील खानदानी दिलदारपणाचे ऐसपैस आवरण होते."[२८] अधिराज्य गाजवणाऱ्या वर्गाला या शोषणाद्वारे मिळणारे उत्पन्न मुख्यत: अनुत्पादक गोष्टींवरच खर्च होत असे. एकंदरीतच आर्थिक व्यवस्था साचेबंद बनलेली होती.

महाराष्ट्रातील भक्तिचळवळीने ब्राह्मण, कुणबी, महार इ. जातिसमूहांना धर्मकल्पनांच्या समान सूत्रात एकत्र आणले असले[२९] आणि पेशवाईत सर्वसाधारणत: आर्थिक प्रगती व सामाजिक गतिशीलतेचा अभाव असला तरी समाजातील जाति-वर्गाची प्रतवारी बदलण्यास अगदीच वाव नव्हता, असे नव्हे.[३०] जाती-जातींचे वर्चस्वासाठीचे संघर्ष महाराष्ट्राला अज्ञात नव्हते. मराठा राजघराण्याकडून ब्राह्मण पेशव्यांकडे झुकलेला सत्तेचा तोल किंवा ब्राह्मण-प्रभू संघर्ष, तसेच कोकणस्थ-देशस्थ अशा ब्राह्मण पोटजातींमधील स्पर्धा यांसारखी उदाहरणे[३१] पुरेशी बोलकी आहेत.[३२] मात्र या संघर्षांनी कधी समाजव्यवस्थेला आधारभूत असणाऱ्या मूल्यांना वा पारंपरिक हिंदू संस्थांना आव्हान दिले नाही. त्यामुळे महाराष्ट्रातील परंपरागत सामाजिक स्थैर्य टिकून राहिले.[३३] सामाजिक विषमता आणि शोषण या गोष्टींची झळ लागूनही सामान्य जनतेत प्रस्थापित व्यवस्थेविरुद्धची बंडखोरी निर्माण होत नव्हती. अगतिकता, दैववादी मनोवृत्ती आणि औदासिन्यातून उद्‌भवलेली सहिष्णुता या गोष्टींमुळे सामाजिक बंडखोरीला पोषक वातावरण निर्माण होऊ शकले नाही. 'ठेविले अनंते तैसेचि रहावे' अशा वृत्तीमुळे स्थितिशीलता हा समाजाचा स्थायीभाव बनला होता. ब्रिटिश अंमलात मात्र ही स्थितिशीलता कमी होऊ लागली. परिवर्तनाच्या प्रेरणा महाराष्ट्रात विशेषत्वाने निर्माण होऊ लागल्या. वास्तविक पाहता महाराष्ट्रातील सामाजिक वास्तवाची चौकट उर्वरित भारतापेक्षा फारशी भिन्न नव्हती. तरीही महाराष्ट्रात परिवर्तनाला विशेष चालना का मिळाली, याचे उत्तर शोधताना अन्य काही घटकांप्रमाणे महाराष्ट्राची ऐतिहासिक परंपरासुद्धा लक्षात घ्यावी लागेल. कारण ऐतिहासिक परंपरेत महाराष्ट्राचे वेगळेपण सामावलेले होते. भावी परिवर्तनाची काही बीजेही या परंपरेत रोवली गेलेली होती. १८ व्या शतकातील महाराष्ट्रात

सर्वसाधारण स्थितिशील चौकटीत मर्यादित गतिशीलता निर्माण झालेली होती. या साऱ्याचा विस्तृत विचार पुढील प्रकरणामध्ये मध्यमवर्गाच्या उदयप्रक्रियेसंदर्भात स्वतंत्रपणे केलेला आहे.

२.२ महाराष्ट्रातील राजकीय परिस्थिती आणि ब्रिटिश सत्तेची प्रस्थापना[३४]

पेशवाईच्या कालखंडात (१७१३-१८१८) मराठ्यांच्या सत्तेची सूत्रे व्यावहारिकदृष्ट्या छत्रपतींकडून पेशव्यांकडे गेली. या कालखंडात मराठ्यांच्या सत्तेचा महाराष्ट्राबाहेरसुद्धा मोठा विस्तार झाला आणि मराठ्यांची सत्ता म्हणजे भारतातील एक महत्त्वपूर्ण राजकीय शक्ती बनली. भारतात मराठ्यांची विविध सत्ताकेंद्रे निर्माण झाली. १८ व्या शतकाच्या उत्तरार्धात मात्र मराठ्यांच्या सत्तेचा ऱ्हास सुरू झाला. केंद्रसत्तेला न जुमानण्याची प्रवृत्ती सरदारांमध्ये बळावू लागली. त्यांच्यातील सत्तास्पर्धाही तीव्र बनली. १७९५ मध्ये खर्ड्याच्या लढाईत मराठ्यांनी केलेला निजामाचा पराभव हे त्यांचे शेवटचे मोठे यश ठरले. त्यानंतर लवकरच सवाई माधवराव पेशव्याचा अकाली व अपघाती मृत्यू झाला (२७ ऑक्टो. १७९५). तो निपुत्रिक असल्याने पेशव्यांच्या गादीला वारस शोधण्याचा प्रश्न उद्भवला आणि सत्तास्पर्धेच्या राजकारणामुळे तो प्रश्न जटिल बनला. ५ डिसेंबर १७९६ या दिवशी रघुनाथरावाचा पुत्र दुसरा बाजीराव याला पेशवेपद मिळाले. तत्कालीन संकुचित राजकारणामुळे, विशेषतः बाजीराव आणि त्याचा सहकारी दौलतराव शिंदे यांच्या अकार्यक्षमतेमुळे मराठ्यांची घसरण वाढत गेली. १३ मार्च १८०० या दिवशी मराठ्यांच्या राजकारणातील प्रभावशाली मुत्सद्दी नाना फडणीस यांचा मृत्यू झाला. १४ मार्च १८०० रोजी गव्हर्नर जनरल लॉर्ड वेलस्लीला लिहिलेल्या पत्रात पुण्याचा रेसिडेन्ट कर्नल पामर याने म्हटले, "...त्याच्या मृत्युबरोबरच शहाणपणा व मुत्सद्दीपणा यांनीही पुणे दरबारचा निरोप घेतला."[३५] या पत्रातच त्याने 'तंट्याचे नवीन सत्र' आणि 'लूट व क्रौर्य यांचा अंमल' सुरू होण्याबाबत भविष्य वर्तवले. ते बहुतांशी खरे ठरले. कलह व अस्थिरतेमुळे आणि यशवंतराव होळकर याच्या १८०२ मधील पुणे-स्वारीच्या पार्श्वभूमीवर बाजीराव इंग्रजांच्या साम्राज्यवादी जाळ्यात अडकला. पेशव्यांकडील गृहकलहाचा फायदा घेऊन आपले वर्चस्व वाढवण्याचा प्रयत्न ब्रिटिशांनी रघुनाथरावाच्या काळापासूनच केला होता. त्यातून इंग्रज-राघोबा यांच्यातील 'सुरतचा तह' (१७७५) झाला व 'पहिले इंग्रज-मराठा युद्ध' (१७७५ ते ८२) उद्भवले. परंतु 'साल्बाईच्या तहा'नंतर (१७८२) सलोखा होऊन अन्य शत्रूंविरुद्ध इंग्रजांनी लक्ष केंद्रित केले

होते. आता मात्र मराठ्यांवर वर्चस्व गाजवण्याची संधी त्यांना मिळाली. ३१ डिसेंबर १८०२ या दिवशी बाजीरावाने इंग्रजांशी 'वसईचा तह'[३६] केला. या १९ कलमी तहानुसार बाजीरावाने तैनाती फौजेची योजना स्वीकारली आणि तो ब्रिटिशांच्या संरक्षणाखाली गेला. ब्रिटिश फौजेच्या खर्चासाठी त्याने २६ लक्षांचा मुलूख तोडून दिला. मराठ्यांच्या राज्याचे स्वातंत्र्य गहाण टाकण्याचाच हा प्रकार होता. १८ व्या शतकाच्या उत्तरार्धात ब्रिटिशांचे भारतावर वर्चस्व प्रस्थापित करण्याच्या मार्गातील सर्वात मोठा अडसर मराठ्यांची सत्ता हाच होता. त्यामुळे वसईच्या तहानंतर लॉर्ड वेलस्ली याने मराठ्यांच्या पाडावासाठी वेगाने प्रयत्न सुरू केले. त्यातूनच 'दुसरे इंग्रज-मराठा युद्ध' (१८०३ ते १८०५) उद्भवले. या युद्धात भोसले, शिंदे, होळकर अशा मराठा सरदारांना नमवून ब्रिटिशांनी त्यांच्यावर वर्चस्व प्रस्थापित केले. त्यातल्या त्यात चिवट लढा देणारा यशवंतराव होळकर हासुद्धा अखेर अपयशी ठरला. यावेळी बाजीराव इंग्रजांच्या संरक्षणात दिवस कंठत होता. मात्र इंग्रजांच्या मैत्रीतील पोकळपणा त्याला जाणवत होता. इंग्रजांचे नियंत्रण जाचक ठरत असल्याने इंग्रजांशी युद्ध त्याला अपरिहार्य वाटू लागले. १९ जुलै १८१२ च्या 'पंढरपूर करारा'नुसार ब्रिटिश हमीद्वारे बंडखोर जहागीरदारांशी तडजोड करणे त्याला भाग पडले. या तहाने पेशव्याला जहागीरदारांपासून, तर जहागीरदारांना एकमेकांपासून अलग पाडले व त्यांच्यामध्ये कंपनी सरकारची भिंत उभी केली. बडोद्याच्या गायकवाडांचा प्रतिनिधी गंगाधरशास्त्री पटवर्धन याच्या पंढरपूर येथे झालेल्या हत्येच्या प्रकरणामुळे (२० जुलै १८१५) बाजीरावाच्या ब्रिटिशांबद्दलच्या कटुतेचे रूपांतर शत्रुत्वात झाले. त्रिंबकजी डेंगळे याची अटक व पलायन यांमुळे हे शत्रुत्व अधिक वाढत गेले. १३ जून १८१७ रोजी बाजीरावावरची नियंत्रणे वाढवणारा 'पुणे करार' त्याला मान्य करावा लागला. या पार्श्वभूमीवर 'तिसरे इंग्रज-मराठा युद्ध' (१८१७-१८) उद्भवले. सेनापती बापू गोखले याच्या पराक्रमासारखा अपवाद वगळता हे युद्ध म्हणजे दुसऱ्या बाजीरावाच्या पलायनाची व पराभवाची कहाणीच म्हणावी लागेल. या काळात १७ नोव्हेंबर १८१७ या दिवशी पुण्याच्या शनिवारवाड्यावर 'युनियन जॅक' हे इंग्रजांचे निशाण फडकले. नर्मदा परिसरातील धूळकोट येथे बाजीरावाचा अंतिम पराभव झाला आणि ३ जून १८१८ या दिवशी इंदूरजवळील खैरी येथे बाजीराव इंग्रजांच्या स्वाधीन झाला. दुसऱ्या बाजीरावाचे पेशवेपद गेले. मराठ्यांचे राज्य बुडाले. यानंतर इंग्रजांकडून वर्षासन घेत दुसरा बाजीराव त्याच्या मृत्यूपर्यंत (१८५१) कानपूरजवळील ब्रह्मावर्त (बिठूर) येथे राहिला.

तिसऱ्या इंग्रज-मराठा युद्धाच्या काळात ब्रिटिश रेसिडेन्ट एल्फिन्स्टन याने मुत्सद्देगिरीची एक चाल केली. छत्रपतींचे निवासस्थान आणि मराठ्यांच्या साम्राज्याची राजधानी असणारे सातारा त्याने काबीज केले (१० फेब्रुवारी १८१८). राजधानीच्या पाडावाद्वारे पेशव्याची दुर्बलता त्याने सिद्ध केली. छत्रपती शिवाजी महाराजांचा वंशज प्रतापसिंह याच्याशी एल्फिन्स्टनने मैत्री साधली आणि १० एप्रिल १८१८ रोजी त्याच्याकडे साताराची राज्यसूत्रे सोपवली. या कालखंडात ११ फेब्रुवारी, ११ एप्रिल व १४ एप्रिल १८१८ रोजी काढलेल्या जाहिरनाम्यांद्वारे एल्फिन्स्टनने काही गोष्टी स्पष्ट केल्या. पहिल्या जाहिरनाम्याद्वारे पेशव्यांच्या कैदेतील साताराच्या महाराजांना मुक्त करण्याचे व स्वतंत्र राज्य देण्याचे आश्वासन देण्यात आले. तसेच बाजीरावाचे सेवकपद सोडून गावी परतणाऱ्यांची वतने, वर्षासने इ. कायम ठेवण्याचे आश्वासन देण्यात आले. दुसऱ्या जाहिरनाम्याद्वारे कॅप्टन जेम्स ग्रॅन्ट याची साताराचा 'पोलिटिकल एजन्ट' म्हणून नियुक्ती करण्यात आली. प्रतापसिंहाच्या नावे काढलेल्या जाहिरनाम्यांद्वारे बाजीरावावर बेइमानीपणाचा ठपका ठेवून त्याचे अधिकार काढून घेतल्याची घोषणा करण्यात आली. त्याच्याशी कोणीही सहकार्य करू नये, याबाबतचा उल्लेखही त्यामध्ये करण्यात आला. तसेच ब्रिटिशांकडे राज्यकारभार चालवण्याची जबाबदारी सोपवल्याचे नमूद करण्यात आले. मराठा राज्यात फाटाफूट करून बाजीराव पेशव्याला एकटा पाडण्याचा एल्फिन्स्टनचा प्रयत्न होता. तसेच मराठा-ब्राह्मण दुहीला उत्तेजन देण्याचाही त्याचा डाव होता. छत्रपतींच्या साम्राज्याच्या प्रतिष्ठापनेचा उदात्त हेतू निश्चितच त्याच्या मनात नव्हता. डॉ. अ. रा. कुलकर्णी यांनी म्हटल्याप्रमाणे, "...छत्रपतीचा 'राजा' आणि सिंहासनाची 'गादी' असे नूतनीकरण एल्फिन्स्टनने घडविले होते. तसेच या नवीन राजाचे सार्वभौमत्व मर्यादित असून तो ब्रिटिशांच्या पंखाखालीच राहील याची त्याने कल्पना राजाला दिली होती."[३७] ८ एप्रिल १८२२ रोजी जेम्स ग्रँटला लिहिलेल्या पत्रात[३८] एल्फिन्स्टनने हे धोरण नि:संदिग्ध शब्दांत मांडलेले आढळते. पश्चिमेला घाट, उत्तरेला नीरा नदी, पूर्वेला निजामाची सरहद्द व दक्षिणेला कृष्णा-वारणा नद्या अशी या सातारा राज्याची चतु:सीमा होती. १८२१ साली या राज्याचे उत्पन्न १५ लक्षांहून थोडे कमीच होते. प्रतापसिंहाचे ब्रिटिशांशी मैत्रीपूर्ण संबंध होते. परंतु १८३५ नंतर त्याच्याभोवती ब्रिटिशांच्या संशयाचे वलय निर्माण झाले आणि त्याची चौकशी करण्यात आली. याची परिणती १८३९ मध्ये प्रतापसिंहाच्या पदच्युतीमध्ये झाली. या अन्यायाविरुद्ध थेट इंग्लंडमध्ये वकील पाठवून प्रतापसिंहाने दाद मागितली. त्याचा एक वकील रंगो बापूजी गुप्ते याने इंग्लंडमध्ये जाऊन या

संदर्भात प्रयत्नांची पराकाष्ठा केली. पण ती निष्फळ ठरली. १८३९ ते १८४८ या काळात प्रतापसिंहाचा भाऊ अप्पासाहेब हा सातारच्या राजपदी होता. परंतु त्याच्या मृत्यूनंतर दत्तक नामंजूर करून गव्हर्नर जनरल लॉर्ड डलहौसी याने १ मे १८४९ रोजी सातारचे राज्य खालसा केले. अशा रितीने मराठ्यांच्या सातारा राज्याचे अत्यंत मर्यादित सार्वभौमत्वसुद्धा लयाला गेले. इंग्रजांनी बळकावलेल्या महाराष्ट्रातील प्रदेशांबद्दल आणखी काही उल्लेख[३९] येथे आवश्यक आहेत. कुलाब्याचा राघोजी आंग्रे याच्या मृत्यूनंतर दोन वर्षांनी (१८४० मध्ये) कुलाबा संस्थान खालसा करून एक स्वतंत्र जिल्हा म्हणून ते मुंबई इलाख्यात समाविष्ट करण्यात आले. वऱ्हाड व मराठवाडा हे प्रदेश निजामाच्या ताब्यात होते. त्यांपैकी वऱ्हाड १८५३ मध्ये कर्जवसुलीच्या बदल्यात इंग्रजांनी निजामाकडून हस्तगत केला. १८५३ मध्येच नागपूरचे मांडलिक राज्यही खालसा करण्यात आले. मराठवाडा मात्र इंग्रजांच्या दृष्टीने नाममात्र नबाब असलेल्या निजामाच्याच ताब्यात राहिला.

मराठ्यांच्या ऱ्हासाची कारणमीमांसा अनेक इतिहासकारांनी केलेली आहे.[४०] दुसरा बाजीराव वा दौलतराव शिंदे अशा नेत्यांचे खुजे नेतृत्व हे मराठ्यांच्या अपयशाचे एक कारण होते. परंतु केवळ ठरावीक व्यक्तींपुरती ही मीमांसा सीमित करणे योग्य ठरणार नाही. मराठ्यांची मूलभूत वैगुण्ये आणि ब्रिटिशांचे श्रेष्ठत्व यांमधील तफावत मराठ्यांच्या ऱ्हासाला मुख्यत: कारणीभूत ठरली. पाण्याच्या प्रवाहातून वाहणारे मातीचे भांडे आणि लोखंडाचे भांडे एकमेकांवर आदळल्यावर कोणते भांडे फुटणार हे ठरलेलेच असते, अशा अर्थाची समर्पक उपमा वासुदेवशास्त्री खरे यांनी दिलेली आहे. रियासतकार सरदेसाई यांच्या मते, १८ व्या शतकाअखेरीला कर्तृत्ववान मराठ्यांची पिढीच नष्ट झाल्याने मराठा राज्य कोसळले. परंतु यामध्ये काही महत्त्वपूर्ण कारणांची भर घालणे आवश्यक आहे. इतिहासाचार्य वि. का. राजवाडे यांच्या मते, मराठ्यांनी विज्ञानाकडे केलेले दुर्लक्ष त्यांना महागात पडले. त्र्यं. शं. शेजवलकर यांच्या मते, मराठा राज्याचे शिवकालीन नैतिक अधिष्ठान पेशवेकाळात ढळले; तसेच पेशव्यांच्या चुकीच्या धोरणांमुळे विनाश ओढवला. वासुदेवशास्त्री खरे यांच्या मते, राष्ट्रीय वृत्तीचा अभाव, आपापसातील वैरभाव, विज्ञानाविषयी उदासीनता, जहागिरीचा हव्यास हे दुर्गुण मराठेशाहीच्या विनाशाला कारणीभूत ठरले.

मराठेशाहीच्या ऱ्हासासंदर्भात मुख्यत: हे लक्षात घेतले पाहिजे की, तत्कालीन अन्य भारतीय राज्यकर्त्यांमधील मध्ययुगीन वैगुण्ये मराठ्यांच्यासुद्धा विनाशाला कारणीभूत ठरली. संरजामशाही चौकट, दुहीचा शाप, आधुनिक राष्ट्रवादी दृष्टीचा

अभाव, वैज्ञानिकतेचा अभाव, लष्करी क्षेत्रातील कमतरता, आर्थिक दिवाळखोरी, इ. घटकांमुळे आधुनिक व्यापारी-भांडवलशाही राष्ट्र-राज्याचे प्रतिनिधित्व करणाऱ्या साम्राज्यवादी ब्रिटिशांपुढे त्यांचा टिकाव लागला नाही. मराठ्यांचे राज्य व्यक्तिप्रधान होते; ब्रिटिशांप्रमाणे संस्थाप्रधान नव्हते. १८ व्या शतकावर मराठ्यांच्या सत्ताविस्ताराचा ठसा निश्चितपणे उमटला. अन्य अनेक भारतीय राज्यकर्त्यांच्या तुलनेत मराठ्यांनी अधिक प्रमाणात राष्ट्रीय वृत्ती दाखवली. महाराष्ट्रीय समाजात निश्चितपणे परिवर्तनाच्या सुप्त शक्ती होत्या. परंतु त्या शक्तींचा विकास होण्यापूर्वीच त्यांची प्रगत ब्रिटिशांशी गाठ पडली. ब्रिटिशांसारखे पद्धतशीर आर्थिक धोरण आणि तांत्रिक कौशल्य मराठ्यांपाशी नव्हते. राजकारण, अर्थकारण आणि युद्धकारण या तिन्ही क्षेत्रात ब्रिटिश मराठ्यांपेक्षा वरचढ ठरले. त्यामुळे अखेर मराठे पराभूत झाले.

२.३ ब्रिटिश अंमल : यंत्रणा आणि स्वरूप (१८२७ पर्यंत)[४१]

मराठ्यांचा पाडाव करून महाराष्ट्रात ब्रिटिश अंमलाची प्रस्थापना व आधुनिकतेची पायाभरणी करण्यात माऊंट स्टुअर्ट एल्फिन्स्टन (१७७९-१८५९) याने अर्थपूर्ण भूमिका पार पाडली. हा स्कॉटिश तरुण वयाच्या १६ व्या वर्षी भारताकडे येण्यास निघाला आणि २६ फेब्रुवारी १७९६ या दिवशी मद्रासला येऊन पोहोचला. त्यानंतर सुमारे ३२ वर्षे तो भारतात राहिला आणि त्यातील सर्वाधिक कालखंड त्याने महाराष्ट्रात व्यतित केला. १८०१ मध्ये सर बॅरी क्लोजचा सहायक म्हणून पुणे रेसिडेन्सीमध्ये त्याची नियुक्ती झाली. २ फेब्रुवारी १८०२ रोजी पुण्यात रुजू झाल्यापासून १८०८ ते १८११ पर्यंतचा काही कालखंड वगळता १८२७ पर्यंत सुमारे २३ वर्षे त्याने महाराष्ट्रातच कर्तृत्व गाजवले. पुणे दरबारी ब्रिटिश रेसिडेन्ट (१८११-१८), मराठ्यांच्या पाडावानंतर काही काळ डेक्कन कमिशनर (१८१८-१९) आणि त्यानंतर मुंबई इलाख्याचा गव्हर्नर (१८१९-२७) या नात्याने त्याने ऐतिहासिकदृष्ट्या अत्यंत महत्त्वाची भूमिका पार पाडली. बाजीरावाचा पाडाव, कोल्हापूरकरांचा बंदोबस्त आणि सातारा राज्याची निर्मिती अशी तिहेरी कामगिरी करून त्याने मराठ्यांच्या भूप्रदेशावर ब्रिटिश वर्चस्व प्रस्थापित केले. पेशवाई नष्ट झाल्यावर पेशव्यांकडून ब्रिटिशांकडे आलेला दख्खनमधील प्रदेश मुंबई वा मद्रास इलाख्यात समाविष्ट न करता त्याचा स्वतंत्र 'दख्खन प्रशासकीय विभाग' (Deccan Commissionerate) करण्यात आला. त्याचा प्रमुख म्हणून पुण्याचा रेसिडेन्ट आणि मुंबईचा गव्हर्नर यांच्या मधल्या दर्जाचे 'दख्खन आयुक्त' (डेक्कन कमिशनर) हे पद निर्माण करण्यात आले. या

पदावर एल्फिन्स्टनची नियुक्ती करण्यात आली. १ जानेवारी १८१८ पासून त्याने पदभार स्वीकारला. डेक्कन कमिशनरकडे सुमारे ५०,००० चौरस मैलांचा आणि सुमारे ४०,००,००० लोकसंख्येचा प्रदेश होता. या प्रदेशात शांतता व सुव्यवस्था निर्माण केल्यावर एल्फिन्स्टनला १ नोव्हेंबर १८१९ पासून मुंबई इलाख्याचा गव्हर्नर करण्यात आले आणि त्याच्या ताब्यातील प्रदेश मुंबई इलाख्यात विलीन करण्यात आला. ३१ ऑक्टोबर १८२७ पर्यंत एल्फिन्स्टन गव्हर्नरपदावर होता. डेक्कन कमिशनरपदी एल्फिन्स्टनचा उत्तराधिकारी म्हणून विल्यम चॅपलिन याची नियुक्ती झाली. एल्फिन्स्टन गव्हर्नर झाल्यावर डेक्कन कमिशनरवर त्याचे नियंत्रण होते; परंतु चॅपलिनची कारकीर्द संपेपर्यंत (१८२६ पर्यंत) डेक्कन कमिशनरचे कार्यालय मात्र पूर्वीप्रमाणे स्वतंत्र होते.

प्रथम एल्फिन्स्टनकालीन प्रशासकीय रचनेचा संक्षिप्त परिचय करून देऊन नंतर तिच्या स्वरूपाची व तिच्यावरील वैचारिक प्रभावाची चिकित्सा करणे आवश्यक वाटते. पेशव्यांच्या प्रदेशाचा ताबा घेतल्यावर प्रादेशिक पुनर्रचना करून प्रशासकीय व्यवस्था लावणे ही महत्त्वाची जबाबदारी होती. त्यासाठी एल्फिन्स्टनने डेक्कन कमिशनरच्या अधिकारक्षेत्रातील प्रदेशाचे पाच प्रशासकीय विभाग पाडले आणि त्यांवर कलेक्टर वा पोलिटिकल एजंट यांसारख्या प्रमुख ब्रिटिश अधिकाऱ्यांची नियुक्ती केली. हे प्रशासकीय विभाजन पुढीलप्रमाणे होते :

१. पुणे : हेन्री रॉबर्टसन - कलेक्टर.
२. अहमदनगर : हेन्री पॉटिंजर - कलेक्टर.
३. सातारा : जेम्स ग्रँट - पोलिटिकल एजंट.
४. खानदेश : जॉन ब्रिग्ज - कलेक्टर.
५. धारवाड (कर्नाटक) : विल्यम चॅपलिन - दुहेरी जबाबदारी :
   (अ) धारवाड - कलेक्टर,
   (ब) कर्नाटकचा संस्थानी मुलुख - पोलिटिकल एजंट.

कलेक्टर (जिल्हाधिकारी) हे पद इंग्रजांनी नव्याने निर्माण केले. जिल्हाधिकारी हा त्याच्या विभागाचा प्रमुख अधिकारी तर होताच, पण नागरी प्रशासकीय अधिकारांव्यतिरिक्त गरज म्हणून त्याच्याकडे न्यायदानाचे अधिकारसुद्धा होते. महसुली व्यवस्था पाहणे हे जिल्हाधिकाऱ्याचे महत्त्वाचे काम होते. सोयीचा व हिताचा विचार करून प्रचलित प्रशासकीय रिवाजांमध्ये आवश्यक ते बदल करण्याचा अधिकारही जिल्हाधिकाऱ्याकडे होता. जिल्हाधिकाऱ्याचे कार्यालय 'हुजूर कचेरी' म्हणून, तर कोषागार 'हुजूर कोषागार' म्हणून ओळखले जाऊ लागले.

दप्तरदार, कोषाध्यक्ष, हिशोबनीस, सराफ, सहायक सराफ, कारकून इत्यादींचा प्रशासक व सेवकवर्ग जिल्हाधिकाऱ्याच्या मदतीस असे. तालुका व गावपातळीवरील एतद्देशीय प्रमुख अधिकारी म्हणून अनुक्रमे मामलेदार व पाटील काम बघत असत. त्यांच्या मदतीला शिरस्तेदार, हिशोबनीस, कुलकर्णी, तलाठी, चौगुला, कारकून इ. नोकरदार असत. जुन्या व्यवस्थेतील देशमुख, देशपांडे, पाटील, कुलकर्णी इ. पिढीजात वतनदारांपैकी देशमुख-देशपांडे खालसा होऊन पाटील-कुलकर्णी व काही प्रमाणात चौगुला हे कायम राहिले. परंतु त्यांचे अधिकार पूर्वीच्या मानाने मर्यादित बनले. जुनी व्यवस्था पूर्णपणे नष्ट करण्याऐवजी गरजेनुरूप ती बदलण्यात आली. शांतता व सुव्यवस्थेसाठी बंदोबस्ताची पेशवेकालीन पद्धत बरीच परिणामकारक व उपयुक्त वाटल्याने आवश्यक ते फेरफार करून तीच पद्धत चालू ठेवण्यात आली. न्यायालयीन संदर्भात, विशेषत: दिवाणी दाव्यांसाठी पूर्वीची पंचायत-पद्धत थोड्याफार फरकाने कायम ठेवण्यात आली. अघोरी शिक्षांचा अपवाद वगळता न्यायदानात जुन्या पद्धतींचा वापर करण्याचे व एतद्देशीय तज्ज्ञांची मदत घेण्याचे एल्फिन्स्टनचे धोरण होते. हुजूर अदालत, जिल्हा अदालत, स्थानिक न्यायालये, पंचायती इं. ची सुसूत्र साखळी निर्माण करण्यात आली. एल्फिन्स्टनने पंचायत संस्थेवर जिल्हा-न्यायालय-आकृतिबंधाचा ठसा उमटवला. कायद्यांचे संहितीकरण करण्यासाठी त्याने बॅम्बिंग्टन समिती नेमली आणि १८२७ मध्ये 'बॉम्बे कोड ऑफ रेग्युलेशन्स' ही कायदेसंहिता लागू केली. पक्षकारातर्फे वकील नेमण्याची पद्धत त्याआधीच त्याने सुरू केली होती. एल्फिन्स्टनची जमीन महसूल पद्धत म्हणजे मराठेकालीन 'मौजेवारी' पद्धत आणि ब्रिटिशांच्या 'कायमधारा' व 'रयतवारी' पद्धती यांचा समन्वय होता. दुसऱ्या बाजीरावाच्या वेळच्या 'मक्ता' पद्धतीमुळे रयत त्रस्त झाली होती. एल्फिन्स्टनने ती पद्धत त्याज्य ठरवली. जमीनदारवर्ग नष्ट करू नये, पण रयतेवर अन्याय होऊ नये असे त्याला वाटत होते. अन्य पद्धतींचे दोष टाळून मुंबई इलाख्यातील महसूलपद्धतीमध्ये एल्फिन्स्टनने सुसूत्रता आणली. तरीही रयतेचे हाल वाचू शकले नाहीत. एल्फिन्स्टनच्या निवृत्तीनंतर मुंबई इलाख्यात १८२९ पासून रयतवारी पद्धत लागू करण्यात आली.

एल्फिन्स्टनचे ऐतिहासिक स्थान वैशिष्ट्यपूर्ण आहे. महाराष्ट्रात ब्रिटिश अंमल प्रस्थापित करण्याची व त्याला मजबुती आणण्याची कामगिरी तर त्याने केलीच; परंतु त्याबरोबर येथील मध्यमवर्गाच्या उदयप्रक्रियेत आणि आधुनिकतेकडील वाटचालीतसुद्धा त्याचा काहीएक वाटा होता. परकीय शासक असूनही त्याने लोकांची मने जिंकली. एल्फिन्स्टनला मानपत्र देण्याच्या संदर्भात २८ ऑगस्ट

१८२७ रोजी मुंबईत झालेल्या एतद्देशीयांच्या सभेपासून[४२] १२ मार्च १८९५ रोजी टिळकांनी लिहिलेल्या 'केसरी'च्या अग्रलेखातील गौरवोद्गारांपर्यंत[४३] एल्फिन्स्टन-प्रशस्तीचा सूर महाराष्ट्रात १९ व्या शतकभर उमटत राहिला. ही एल्फिन्स्टनप्रशस्ती स्वाभाविक होती. २० व्या शतकातील इतिहास लेखनातसुद्धा या प्रशस्तीचा सूर ध्वनित होत राहिला आहे. मात्र त्यामध्ये 'सुरस चरित्रां'च्या नायकांविषयीचा भावनात्मक गौरववाद प्रतीत होतो, या अर्थाची अरविंद देशपांडे यांची टीका[४४] रास्त आहे. एल्फिन्स्टन हा मूलत: एक साम्राज्यवादी होता आणि त्याची सर्व प्रशासकीय व्यूहरचना ब्रिटिश साम्राज्यवादाला पूरक होती, हे लक्षात घेणे आवश्यक आहे. त्याच्या धोरणातील उदार आशय एतद्देशियांना हितावह वाटणे स्वाभाविक असले, तरी ब्रिटिश साम्राज्यवादाच्या दृष्टीने तर तो अधिक हितावह होता. लष्करी बळावर वर्चस्व प्राप्त केल्यावर ते टिकवण्यासाठी मात्र सक्तीपेक्षा संमतीचा मार्ग एल्फिन्स्टनला अधिक योग्य वाटला. ब्रिटिश वर्चस्वाला अधिमान्यता मिळवण्यासाठी त्याने चातुर्याने कल्याणकारी कारभार केला. मात्र देशपांडे यांनी म्हटल्याप्रमाणे "...कल्याणकारी राज्यव्यवस्था हा एक मार्ग होता, अंतिम उद्दिष्ट नव्हते."[४५]

रूढ पद्धतीचे औपचारिक उच्च शिक्षण एल्फिन्स्टनने घेतलेले नव्हते आणि वयाच्या १६ व्या वर्षी मायदेश सोडल्यापासून तो भारतातच राहत होता. परंतु तरीही सुसंस्कृत व व्यासंगी एल्फिन्स्टनला समकालीन इंग्लंडमधील विचारप्रवाहांची चांगली जाण होती. या विचारप्रवाहांच्या त्याच्यावरील प्रभावाचा समकालीन महाराष्ट्राच्या व महाराष्ट्रातील ब्रिटिश शासनाच्या गरजांशी मेळ घालून एल्फिन्स्टनने आपली प्रशासकीय नीती विकसित केली. मराठ्यांच्या पाडावाचे वर्ष हे इंग्लंडमधील उदारमतवादाला (Liberalism) शक्तिस्थान (force) बनवणारे वर्ष होते.[४६] या वर्षी शेलीने 'प्रॉमिथियस अनबाऊंड'च्या प्रस्तावनेत संचित विद्युल्लतेचा वर्षाव मनमेघातून सुरू असल्याचे आणि संस्था व विचार यांच्यातील समतोल प्रस्थापित होऊ पहात असल्याचे नमूद केले. मेकॉले या उदारमतवादाच्या तरुण प्रवक्त्याने याच वर्षी आपल्या वडिलांचा 'टोरीवाद' झटकून आपली जहाल निष्ठा प्रकट केली. तसेच जेम्स मिलने आपला 'हिस्ट्री ऑफ ब्रिटिश इंडिया' हा ग्रंथ प्रकाशित करून कंपनीच्या भारतविषयक प्रशासनातील उच्चपदाकडे मार्गक्रमणा सुरू केली. उदारमतवादाचेच जहाल रूप असणाऱ्या 'उपयुक्ततावादा'चा (Utilitarianism) प्रवक्ता जेरेमी बेंथॅम हा त्यावेळी ब्रिटिश धोरणांवर प्रभाव गाजवत होता. या साऱ्या पार्श्वभूमीवर एल्फिन्स्टनच्या धोरणांमध्ये काही प्रमाणात उदारमतवादी-

उपयुक्ततावादी आशय उतरणे स्वाभाविक होते. अर्स्किन वा स्ट्रॅची यांच्यासारख्या मित्रांकडून मिळालेल्या बेंथॅमच्या ग्रंथांचे वाचन एल्फिन्स्टनने केले होते. खुद्द बेंथॅमने एल्फिन्स्टनला पुस्तके भेट पाठवली तेव्हा एल्फिन्स्टन आनंदित झाला होता. 'बेंथॅमचा नामवंत शिष्य' किंवा 'बेंथॅमवादी नियोजनकर्ता' असे एल्फिन्स्टनचे वर्णनही केले गेले आहे.[४७] परंतु एल्फिन्स्टन मात्र स्वत:ला बेंथॅमवादी मानत नसे.[४८] किंबहुना त्याचे विचार आणि धोरण अभ्यासल्यावर स्पष्टपणे असे जाणवते की, उदारमतवाद-उपयुक्ततावादाचे आकर्षण जरी एल्फिन्स्टनला असले, तरी तो पक्का परंपरावादी (Conservative) होता. निसर्गवादानेसुद्धा (Romanticism)[४९] तो प्रभावित झाला होता.[५०] त्यामुळे त्याच्या प्रशासकीय नीतीची बैठक परंपरावादी व निसर्गवादी असून त्याने गरजेनुरूप उपयुक्ततावादाचा अंगीकार केला, असे दिसते. एतद्देशीय व युरोपीय पद्धतींचा मेळ घालून विकसित केलेल्या प्रशासनपद्धतीला सुविहित कायद्याच्या रेखीव चौकटीत बद्ध करताना एल्फिन्स्टनने परंपरावादाचा उपयुक्ततावादाशी समन्वय साधला.[५१] एल्फिन्स्टनची ही तात्त्विक बैठक समजावून घेतली तर त्याच्या 'नवे काही नको' ('no innovations') या मंत्रातच नवतेचे झरे कसे दडलेले होते, याचे रहस्य उलगडू शकते.

मराठ्यांच्या पाडावानंतर एल्फिन्स्टनवर येऊन पडलेली जबाबदारी अत्यंत जटिल होती. २७ जानेवारी १८१९ रोजी माल्कमला लिहिलेल्या पत्रात त्याने असे विधान केले की, ''मी तुला सांगू इच्छितो की युद्ध व राजकारण यांव्यतिरिक्त काही करावे लागत नसल्याने तुझी स्थिती मोठी संपन्न आहे. महसूल व न्यायालये यांची व्यवस्था लावणे आणि कार्यक्षमतेचा काटकसरीशी व मराठा प्रथा-परंपरांचा जेरेमी बेंथॅमशी मेळ घालणे किती जिकिरीचे आहे, याची तुला कल्पना नाही.''[५२] अर्थात एल्फिन्स्टनने निर्देश केलेली ही तारेवरची कसरत त्याने यशस्वीरित्या करून दाखवली. रणक्षेत्रावर एकवटलेल्या शत्रूच्या लष्करी बळावर आघात करून लढाई जिंकणे एकवेळ सोपे असते; पण लढाईतील पराभूतांचा प्रदेश नियंत्रणाखाली आणून व त्याची व्यवस्था लावून प्रजेवर प्रभुत्व संपादन करणे अत्यंत अवघड असते. एल्फिन्स्टन हे जाणून होता. पराभूत झाले म्हणून मराठ्यांना कमी लेखण्याची चूक त्याने केली नाही. महाराष्ट्रातील समाजाच्या गट-रचनेची जाण बाळगून विविध सामाजिक गटांना संतुष्ट व शांत राखण्याची कसरत त्याने साधली. मराठ्यांच्या राज्यव्यवस्थेखाली ज्याअर्थी त्यांच्या राज्याची भरभराट झाली, त्याअर्थी त्यांची व्यवस्था वाईट नव्हती असे एल्फिन्स्टन मानत असे. १८ जून १८१८ रोजी गव्हर्नर जनरलला लिहिलेल्या पत्रात त्याने तसे म्हटलेही होते.[५३] एतद्देशीय

राज्यव्यवस्था मुळापासून उखडून टाकून त्या जागी ब्रिटिश संरचना लादणे एल्फिन्स्टनला अमान्य होते. त्याच्या मते ब्रिटिशांचे राज्यग्रहण हाच इतका मूलभूत स्वरूपाचा बदल होता की अन्य बदल लादण्याची घाई उपयोगाची नव्हती.[५४] धीमेपणाने बदल घडवून शक्य तेवढे लोकांच्या नकळत ते त्यांच्या गळी उतरवणे त्याला अभिप्रेत होते. पारंपरिक रचनेचा मुखवटा कायम ठेवून चेहरा बदलण्याची किमया तो साधू पहात होता. त्यामुळेच महाराष्ट्रातील जुन्या कायदेपद्धतीचे सुसूत्रीकरण करताना त्याने तिला नवतेचा मुलामा दिला. मराठा 'मामूल' (परंपरे) विषयी आदर दाखवताना एतद्देशीय कायद्यातील अमानुष प्रथांना त्याने फाटा दिला व विषमतेची तीव्रता कमी केली. मराठा महसूल पद्धतीतील मौजेवारी त्याने अनुसरली, पण बाजीरावाच्या मक्ता-पद्धतीला फाटा दिला. भ्रष्टाचार नियंत्रित केला. आपण रयतवारी स्वीकारण्याइतके 'लोकशाहीवादी' नसल्याचे त्याने नमूद केले.[५५] या संदर्भात उमरावशाहीला अभय देताना रयतेचे हक्क जपण्यालाही त्याने महत्त्व दिले. मामलेदार, पाटील, कुलकर्णी यांचे अस्तित्व टिकले; पण त्यांचा पूर्वीचा दबदबा ओसरला. शासकीय नियम व नियंत्रणांमुळे त्यांच्या मनमानीला आळा बसला. प्रशासनात एतद्देशीय नोकरवर्गाची फौज एल्फिन्स्टनने उभी केली; पण जिल्हाधिकाऱ्याच्या रूपाने या प्रशासनाची कळ मात्र इंग्रज शासकांच्या हाती ठेवली. मद्रासकडचे प्रशिक्षित अधिकारी व महाराष्ट्रातले अधिकारी यांचे दुहेरी दप्तरदारी साहाय्य त्याने जिल्हाधिकाऱ्यांना उपलब्ध करून दिले आणि परस्पर-नियंत्रणाद्वारे समतोलाचे तत्त्वही लागू केले.[५६] एल्फिन्स्टनने पंचायतींची प्रथा चालू ठेवली तरी तिचा दबदबा कमी झाला. 'हिंदी स्वातंत्र्याचा आधारस्तंभ' असा पंचायतींचा गौरवपूर्ण उल्लेख एल्फिन्स्टनने केला[५७] व मन्रोप्रमाणेच पंचायतींविषयी आस्था दाखवली. परंतु ब्रिटिश राज्याच्या पहिल्या वर्षातच पंचायतींच्या महत्त्वाला कसे ग्रहण लागू लागले, हे त्यावेळच्या आकडेवारीवरून सिद्ध होते. पुण्यावर ब्रिटिशांचे वर्चस्व निर्माण झाल्यानंतरच्या ९ महिन्यांमध्ये (डिसेंबर १८१७ ते ऑगस्ट १८१८) पंचायतीपुढे १९५ दावे आले, तर सरकारी कोर्टापुढे ४१० दावे दाखल झाले. १८१७ च्या डिसेंबर महिन्याचा अपवाद वगळता त्यानंतरच्या आठही महिन्यांत पंचायतीपेक्षा सरकारी कोर्टापुढच्या दाव्यांची संख्या अधिक होती.[५८] पारशी पंचायतीचे महत्त्व घटत जाऊन १८४० च्या सुमारास तिची कशी दुर्दशा ओढवली होती याचे डोसाभाई फ्रामजी यांनी केलेले वर्णनही मोठे अर्थपूर्ण आहे.[५९]

मराठ्यांच्या पराभवानंतर विखुरलेल्या सैन्याच्या उपद्रवक्षमतेचा ताण

एल्फिन्स्टनच्या मनावर होता. त्यामुळे अशा सैनिकांना शासकीय नोकऱ्यांमध्ये सामावून घेण्याच्या सूचना त्याने आपल्या अधिकाऱ्यांना दिल्या. सुमारे साडेतेहतीस हजार निवृत्त मराठा सैनिकांच्या या समस्येची कुशल हाताळणी त्याच्या प्रशासकीय कौशल्याची साक्ष देते.[६०] अनेक प्रतिष्ठित लष्करी अधिकाऱ्यांना पेन्शन देऊन संतुष्ट राखण्यात आले. काही मराठा सैनिकांना ब्रिटिश शिबंदीत रोजगार मिळाला, अनेक सशस्त्र सैनिकांचे कार्यालयीन शिपायांमध्ये रूपांतर झाले, तर असंख्य सैनिकांना शस्त्रे खाली ठेवून नांगर हाती धरावा लागला. ब्रिटिश अंमलात अनेक जहागिरींना जीवदान मिळाले, तरी जहागीरदारांचे प्रभुत्व पोकळ बनले.[६१] मर्यादित सार्वभौमत्वाखालील सातारा राज्याच्या निर्मितीद्वारे एल्फिन्स्टनने मराठा जातीची अस्मिता कुरवाळली. तसेच ब्राह्मणांची 'दक्षिणा' निधीच्या रूपात टिकवली. अर्थात 'दक्षिणा' ही राजश्रयाखालील खिरापत न राहता ज्ञानप्रसाराची संस्थात्मक तरतूद बनली. या संदर्भात एल्फिन्स्टनचा २१ सप्टेंबर १८२१ चा 'संस्कृत पाठशाळेचा जाहीरनामा'[६२] उल्लेखनीय आहे. शिक्षणसंस्था, पुस्तक-प्रकाशने, भाषांतरे यांबाबत स्वागतशील असे धोरण एल्फिन्स्टनने स्वीकारले. त्याचे शिक्षणविषयक धोरण प्रामुख्याने 'झिरपणी सिद्धान्ता'ला आणि देशी भाषांच्या माध्यमाला अनुकूल होते. त्यामुळे पारंपरिकतेचा आभास शक्य होता. परंतु याच धोरणाद्वारे महाराष्ट्रात नवतेची व जनशिक्षणाची बीजे रोवली गेली. धर्म आणि शिक्षण यांची सांगड घालण्यास एल्फिन्स्टनचा विरोध होता. ख्रिस्ती मिशनऱ्यांना उत्तेजन देण्याचे व एतद्देशियांच्या धार्मिक भावना दुखवण्याचे त्याने कटाक्षाने टाळले.

प्रस्तुत मुद्द्याचा समारोप करण्यापूर्वी एल्फिन्स्टनच्या निमित्ताने महाराष्ट्रात घडून आलेल्या एका अत्यंत महत्त्वपूर्ण बदलाचा निर्देश करणे आवश्यक आहे. अरविंद देशपांडे यांनी या बदलाकडे लक्ष वेधलेले आहे.[६३] एल्फिन्स्टनने महाराष्ट्रात अनेक नव्या प्रथा सुरू केल्या व नव्या कल्पना राबवल्या. परंतु या यशाचे एक महत्त्वाचे कारण आहे. हा बदल साकार करणारा एक वर्ग महाराष्ट्रात तयार झालेला होता. ही प्रक्रिया १८ व्या शतकातच घडू लागली होती. पण एल्फिन्स्टनमुळे आणि इंग्रजांच्या प्रशासकीय गरजेमुळे त्या प्रक्रियेला १९ व्या शतकात गती मिळाली. या मुद्द्याचा सविस्तर विचार पुढच्या प्रकरणात केलेला आहे.

२.४ एतद्देशीय प्रतिक्रिया व प्रतिसाद

पेशवाई संपून ईस्ट इंडिया कंपनीचे राज्य महाराष्ट्रात सुरू झाल्यावर काही भौतिक व सामाजिक-सांस्कृतिक बदल घडणे अपरिहार्य होते. महाराष्ट्रातील

विविध सामाजिक गट कमी-अधिक प्रमाणात या बदलांचे साक्षीदारच नव्हे, तर भागीदारसुद्धा होते. किंबहुना या साक्षीदारीतून आणि भागीदारीतून १९ व्या शतकातील महाराष्ट्राचा इतिहास साकार होत गेला. येथे फक्त पार्श्वभूमीदाखल इंग्रजी अंमलाच्या पहिल्या पाव शतकातील (१८१८-१८४३) राजकीय व सामाजिक स्थित्यंतराबाबत एतद्देशीय प्रतिक्रिया आणि प्रतिसादांची संक्षिप्त नोंद करणे अभिप्रेत आहे.

बाजीरावाच्या यशाची आशा जसजशी मावळू लागली तसतसे आपल्याला इंग्रजांच्या अंमलाखाली राहावे लागणार, हे वास्तव पुणेकरांनी स्वीकारल्याचे निरीक्षण कलेक्टर रॉबर्टसन याने नोंदवले होते. ८ एप्रिल १८१८ रोजी लिहिलेल्या अहवालात[६४] रॉबर्टसनने तत्कालीन पुणेकरांच्या स्वभावावर व प्रतिक्रियेवर प्रकाश टाकला आहे. तो म्हणतो, "ज्यांना बाजीरावाच्या रोषाची भीती वाटत होती ते सुद्धा ११ फेब्रुवारीचा सातारचा जाहिरनामा येथे प्रसिद्ध झाल्यापासून बोलू लागले की आम्ही बाजीरावजीची बाजू धरून आहोत याचा अर्थ आम्हास कंपनी सरकारबद्दल अप्रीती वाटते असे समजण्याचे कारण नाही. पुण्याच्या लोकांनी तो जाहिरनामा इतक्या आधाशीपणाने वाचला व त्याच्या नकलाही करून घेतल्या की मला त्याचे आश्चर्य वाटले. राजकीय विषयावर गप्पा माराव्या व सरकारी घडामोडी व हालचाली यासंबंधी आपले तर्क रचून ते प्रसृत करावे हा पुणेकरांचा स्वभाव मला माहित होताच. पण तरी देखील त्यांचे त्या जाहिरनाम्याबद्दलचे औत्सुक्य मोठ्या नवलाचे होते. येथील लोकांच्या ह्या प्रवृत्तीला धिटाई किंवा साहसाची जोड मिळाली तर ती प्रवृत्ती हा एक धोकाच आहे." एल्फिन्स्टनने पुणे व वाई येथील ब्राह्मणांना दक्षिणा देऊन सन्मानित केल्यामुळे ते संतुष्ट असल्याविषयीचा उल्लेखही रॉबर्टसनने केलेला होता. तत्पूर्वी ३१ मार्च १८१८ रोजी गव्हर्नर जनरलला लिहिलेल्या पत्रात एल्फिन्स्टननेसुद्धा या स्वरूपाचा उल्लेख करून ब्राह्मणवर्गाच्या विरोधाचे कोणतेही चिन्ह नसल्याचे नमूद केले होते.[६५] १६ एप्रिल १८१८ या दिवशी कॅप्टन क्लोजला लिहिलेल्या पत्रात एल्फिन्स्टनने असे उद्‌गार काढले होते की, "येथील लोकांनी आपले शासन आनंदाने नव्हे, तरी मोठे बिनबोभाट स्वीकारले आहे. प्रतिकाराच्या निष्फळतेची खात्री, सुराज्याची आशा व शांततेची उत्कंठा यांच्या संमिश्रतेचे फलित म्हणजे आपल्याविरुद्ध काडीइतकासुद्धा लोकक्षोभ दिसून येत नाही."[६६]

पेशवाईच्या कालखंडात पुण्याचे महत्त्व अतिशय वाढले होते; परंतु इंग्रजी

अंमल आल्यावर त्या तुलनेत पुण्याचे महत्त्व घटू लागले आणि मुंबईचे महत्त्व वाढत गेले. 'आली खबर पुण्याची ऐका ।। मुंबईस उतरला पैका ।।'[६७] यासारख्या शाहिरी आविष्कारातूनसुद्धा याची प्रचीती येते. पेशवाईच्या पाडावानंतर १९ व्या शतकाच्या मध्यापर्यंत पुण्याची लोकसंख्या घटत राहिली.[६८] मुंबईची लोकसंख्या मात्र या कालखंडात वाढत होती.[६९] पेशव्यांच्या पाडावानंतर मुंबईत स्थलांतरित ब्राह्मणांची संख्या वाढू लागली आणि कारकुनी मक्तेदारीबाबत ते प्रभू वगैरेंचे स्पर्धक बनू लागले.[७०]

पेशवाईच्या पाडावानंतर त्याबाबतची खंत शाहिरी वाङ्मयात व्यक्त झाली. य. दि. फडके यांनी म्हटल्याप्रमाणे, ''दुसरे बाजीराव पेशवे हे तमासगिरांचे, कलावंतिणींचे तसेच शाहिरांचे आश्रयदाते असल्याने शाहीर परशरामाप्रमाणे सगनभाऊ, होनाजी, प्रभाकर वगैरेंना निराधार झाल्यासारखे वाटणे स्वाभाविक होते.... 'कुंकवावाचून कपाळ, मंगळसूत्रावाचून गळा' दिसावा तसा शाहिरांना महाराष्ट्र दिसू लागला. 'दिन असता अंधार आकाशतळी पडला' असे त्यांना वाटू लागले. 'ब्राह्मणी राज्य जोरदार, घोड्यावरी स्वार, होते शिपाई' हे शाहीर रामजोशी यांनी रंगविलेले चित्र पार पुसले गेले.... पेशव्यांची सद्दी संपली, ग्रहदशा फिरली आणि कालचक्र फिरल्याने ज्याचे घर त्याला पारखे झाले या शाहिरांच्या शब्दांनी काहींच्या मनातील भावना बोलून दाखवल्या गेल्या. या सर्वांमागे काही ईश्वरी सूत्र असावे म्हणून होनाजीप्रमाणे बहुतेकांनी राजवटीत झालेला बदल स्वीकारला.''[७१] शाहीर प्रभाकर 'दुसऱ्या बाजीरावाच्या पोवाड्या'त 'धनी श्रीमंत साहेब राज्य सोडुनिया' गेल्याबद्दल आणि 'टोपीवाल्यांचे शीड चढल्या'बद्दल खंत व्यक्त करतो. 'गफलतीने श्रीमंतरायाचे घर बसल्या'चे त्याला नवल वाटते.[७२] शाहीर रामजोशीने तर 'जगद्वंद्य असा आनंदवल्लीचा तुरा' म्हणून बाजीरावाला गौरवले आहे. दुसऱ्या बाजीरावाच्या सत्ताभ्रष्टतेचा त्याचा संताप किती तीव्र आहे, याची कल्पना पुढील दोन पंक्तींवरून येते-

''गेले यासी विषम करुनि जे त्यासी देतो शिव्या ।
तयांच्या स्त्रिया फिरतिल नागव्या ।।''[७३]

दादू गोपाळसारखा शाहीर वास्तवाचे भान ठेवून म्हणतो-

''होनेकी सो हो गई यारो दिलमे समज करना ।
निकल गये रावबाजी कबज्जा छोड दिया पूना ।''[७४]

बाजीरावाच्या निंदेचे एक उदाहरणही पाहण्याजोगे आहे. प्रसिद्ध शाहीर अनंतफंदीचा मुलगा शाहीर फंदीमूल म्हणतो-

"बाजीराय दौलतीस अपाय धक्का म्हणत होते नाना (फडणिस) ॥"
"खेळ करुन उफराटा वरवंटा पाटा रयतेच्या भक्ता ॥" [७५]

पेशवाईनंतरच्या दैनेचे वर्णन शाहीर आप्पा यशवंत याने पुढीलप्रमाणे केले आहे-

"आजवर केल्या मौजा घेतले खळ ॥
रोजगाराच्या नांवानें झालें काळ ॥
बुडविली दौलत अवघें केलें वाडळ ॥
खांद्यावरते आले जमखान्याचें गाठोळ ॥" [७६]

या पंक्तींचा भावार्थ असा की, "आजवर लोकांनी स्वराज्याच्या अंमलात फुकट खाल्ले, मौजमजा केली. पण आता विपरीत काळ आला. कोठेही रोजगार मिळेनासा झाला. दौलत बुडवली गेली. अंथरुणात चीजवस्तू गुंडाळून ते गाठोडे खांद्यावर घेऊन आश्रयासाठी भटकंती करण्याची वेळ आली."[७७] इंग्रजांच्या राज्यात पेशवाईच्या तुलनेत सामाजिक समतेला महत्त्व येऊ लागल्याची उच्चवर्णीय खंतही परशराम, राजाराम, आप्पा यशवंत यांच्या पोवाड्यांमधून दिसून येते.[७८] "जुने कायदे अगदी मोडले जधिंपुन झाली इंग्रजी"[७९] ही शाहीर परशरामाची नोंद अर्थपूर्ण आहे.

१८२४ मधील शिक्षणविषयक टिपणात एल्फिन्स्टनने ब्राह्मणांची दुर्दशा ओढवल्याचे नोंदवले आहे.[८०] पेशवाई बुडाल्यामुळे भटभिक्षुकांचा आधार गेला म्हणून हे लोक इंग्रजांच्या नावाने खडे फोडतात, असे पुढे लोकहितवादींनी अनेक ठिकाणी म्हटले.[८१] अर्थात पुण्यातील ब्राह्मणांची इंग्रजांबद्दलची प्रतिकूल प्रतिक्रिया कमी होऊन इंग्रजांच्या न्यायव्यवस्थेचा आधार ते घेऊ लागल्याचेही दिसते. उदा. पाद्यपूजेच्या दक्षिणेबाबत करवीर शंकराचार्यांनी चालवलेल्या सक्तीविरुद्ध पुण्याच्या काही ब्राह्मणांनी १८२७ मध्ये इंग्रज कलेक्टरकडून हुकूम मिळवला.[८२]

इंग्रजी अंमलाच्या आरंभकाळापासूनच महाराष्ट्रात विविध उठाव घडून आले. उदाहरणार्थ सत्ताभ्रष्टतेच्या बोचणीतून पुण्यात इंग्रजांविरुद्ध एक कट शिजला.[८३] शनिवारवाड्यावरील मराठ्यांचा झेंडा उतरल्यापासून सहा-आठ महिन्यांतच काही लोकांनी हा कट केला. पुणे व सातारा येथील इंग्रजांची कत्तल करणे व काही प्रमुख किल्ले ताब्यात घेणे, असा उठावकऱ्यांचा मनसुबा होता. परंतु एल्फिन्स्टनला

या कटाचा सुगावा लागला. त्याने लगोलग बंड मोडून काढले आणि काही तत्कालीन संकेत डावलून कटवाल्यांना तोफेच्या तोंडी दिले. कटवाल्यांमधील ब्राह्मणांचाही त्याने मुलाहिजा ठेवला नाही. सत्ताकांक्षी ब्राह्मण धोकादायक असल्याची जाणीव एल्फिन्स्टनने या सुमारास व्यक्त केली होती. आपल्या क्रूर शिक्षेचे समर्थन एल्फिन्स्टनने पुढील शब्दांत केले होते : "तोफेच्या तोंडी देऊन मारण्यात दोन फायदे असतात- गुन्हेगाराला मरताना मुळीच यातना होत नाहीत आणि पाहणाऱ्यांच्या मनात त्या दृश्याने धडकी भरते."[८४] नगर जिल्ह्यातील भिल्लांच्या उठावाबाबत पॉटिंजरच्या १८१९ मधील पत्रांमध्ये उल्लेख आढळतात.[८५] खानदेशात आदिवासी भिल्लांचे उठाव (१८१८-३१) तीव्र स्वरूपाचे होते.[८६] खानदेशाचा कलेक्टर जॉन ब्रिग्ज हा भिल्लांच्या समस्येने हैराण झाला होता आणि त्याच्या कारकिर्दीअखेरपर्यंत या समस्येची समाधानकारक सोडवणूक तो करू शकला नाही.[८७] १८२१ पासून कोल्हापूरच्या शहाजी राजांनी इंग्रजांविरुद्ध बंड करण्याचे प्रयत्न अनेक वेळा केले आणि कोल्हापूर परिसरातील असंतोषाची परिणती पुढे १८४४ मध्ये 'गडकऱ्यांच्या बंडा'त झाली.[८८] मराठ्यांच्या पाडावानंतर काही वर्षांतच उमाजी नाईक या रामोशी नेत्याने बंड पुकारले आणि हिंदू-मुसलमानांना इंग्रजांविरुद्ध आवाहन केले.[८९] पुणे, नगर, सोलापूर, नाशिक, भोर वगैरे परिसरात उमाजीच्या बंडाचा वणवा भडकला. हे बंड मोडून काढून १८३२ मध्ये इंग्रज सरकारने उमाजीसह त्याच्या दोन साथीदारांना फाशी दिले. कॅप्टन मॅकिन्टॉश या इंग्रज अधिकाऱ्याने म्हटल्याप्रमाणे, 'उमाजी हा काही भटक्या वा दरोडेखोर नव्हे, त्याच्यापुढे शिवाजीचे उदाहरण होते.' १८३२ मध्ये पुण्यात धान्य-महागाईमुळे दंगा भडकला.[९०] असे विविध उठाव अखेरीस अयशस्वी ठरले असले, तरी हे उठाव म्हणजे इंग्रज अंमलाविरुद्धची बोलकी प्रतिक्रिया म्हटली पाहिजे.

इंग्रजी राज्याविषयी अनुकूल-प्रतिकूल ग्रह विचारवंतांकडून व्यक्त होत होते. यासंदर्भात प्रा. जे. व्ही. नाईक म्हणतात, "सत्तांतरानंतर लवकरच महाराष्ट्रात ब्रिटिश सत्ताविषयक दोन परस्परविरोधी विचारप्रवाह निर्माण झाले. एकाची भावना ईश्वरी प्रसादाची होती, तर दुसऱ्या विचारप्रवाहाला ब्रिटिश सत्ता म्हणजे एक भयंकर शाप वाटला. अर्थात या प्रवाहांचे असे दोन स्पष्ट भाग करणे तितकेसे बरोबर नाही. कारण या दोन अगदी टोकाच्या भूमिकांच्या दरम्यान इतर अनेक मतप्रवाहही होते. व्यक्तीनुसार वा गटानुसार प्रत्येकाने प्रचलित राजकीय व सामाजिक वास्तवाकडे भिन्नभिन्न दृष्टिकोनातून पाहिले."[९१] विचारवंतांच्या प्रतिक्रियांची काही उदाहरणे पाहणे आवश्यक आहे. एल्फिन्स्टनला निरोप देताना मुंबईतील

प्रतिष्ठित नागरिकांनी त्याला जे मानपत्र अर्पण केले, त्यात इंग्रजी राज्याचे वर्णन 'सर्वात महत्त्वाचे आणि मनोवांछित वरदान' (the most important and desirable blessing)[१२] असे केलेले होते. 'दर्पण'च्या पहिल्याच अंकात (६ जानेवारी १८३२) बाळशास्त्री जांभेकर यांनी असा भरवसा व्यक्त केला की, ''...इंग्रज लोकांची सर्व मनुष्यमात्रीं दया आहेच, म्हणोन तेही यास (दर्पणला) आश्रय देतील.''[१३] 'दिग्दर्शन'च्या पहिल्या अंकात (मे १८४०) त्यांनी इंग्रजी राज्याची तरफदारी केली होती.[१४] भास्कर पांडुरंग तर्खडकर यांनी १८४१ साली 'अ हिंदू' या टोपणनावाने 'बॉम्बे गॅझेट' या वृत्तपत्रात जी इंग्रजी पत्रे लिहिली, त्यांमध्ये इंग्रजांवर खरमरीत टीका केली व तत्कालीन परिस्थितीची आर्थिक मीमांसा केली. २० ऑगस्ट १८४१ च्या पत्रात इंग्रजी शासनाचे वर्णन ''भारताने आजवर सोसलेला सर्वात कटू शाप'' (the most bitter curse India has ever been visited with) [१५] या शब्दांत केले होते. रामकृष्ण विश्वनाथ यांनी १८४३ मधील आपल्या अर्थशास्त्रीय ग्रंथात हिंदुस्थानच्या जिनसांचा मक्ता घेऊन येथील लोकांची उमेद खचवण्याच्या इंग्रजांच्या धोरणाचा निर्देश करून त्यास 'दुष्टपणा' असे संबोधले होते.[१६] याच ग्रंथात दुसऱ्या एका संदर्भातही त्यांनी 'इंग्लिश कामदाराची दुष्ट वर्तणूक' असा शब्दप्रयोग वापरला होता.[१७] विचारवंतांच्या या प्रतिक्रियांद्वारे तत्कालीन महाराष्ट्रातील वैचारिक खळबळ जाणवते. सत्तांतरापाठोपाठ धर्मांतराचे आव्हानही ख्रिस्ती धर्मोपदेशकांच्या रूपाने तीव्र बनत असल्याची काहींची भावना झाली. या भावनेचा उद्रेक धर्मविषयक वादाच्या रूपाने उफाळून आला. प्रथम १८३० साली जॉन विल्सन या धर्मोपदेशकाच्या निवासस्थानी पंडित लक्ष्मणशास्त्री व धर्मांतरित रामचंद्र पुराणिक यांच्यात धर्मविषयक वाद झाला. हा 'धर्मविषयक वाक्संग्राम' त्यानंतर दीर्घकाळ चालू राहिला.[१८]

इंग्रजी राज्य सुरू झाल्यावर शासकीय धोरणे, पाश्चात्त्य शिक्षण, एतद्देशीयांचे आत्मपरीक्षण व नव्या ऐहिक आकांक्षा यांमुळे महाराष्ट्रात नव्या बौद्धिक-सांस्कृतिक घडामोडींना व सामाजिक बदलांना सुरुवात झाली. त्यांबाबतचा तपशीलवार विचार प्रबंधाच्या तिसऱ्या व चौथ्या प्रकरणांमध्ये अन्य संदर्भात केलेला आहे. येथे इंग्रजी राज्याच्या आरंभकालातील अशा काही घडामोडींचा थोडक्यात निर्देश केलेला आहे.[१९] इंग्रजी राज्य आल्यानंतर महाराष्ट्रात विविध शैक्षणिक-सांस्कृतिक संस्था सुरू झाल्या. या प्रक्रियेला एल्फिन्स्टनचे उत्तेजन होते. इंग्रजी शिक्षणासाठी मुंबईत १८१५ मध्ये 'बॉम्बे एज्युकेशन सोसायटी' स्थापन झाली होती. या संस्थेने 'नेटिव' विद्यार्थ्यांसाठी १८१८ मध्ये एक शाळा सुरू केली. या खाजगी

सोसायटीच्या माध्यमातून एल्फिन्स्टनने देशी भाषांत ग्रंथनिर्मिती करण्यासाठी १८२० मध्ये 'दि नेटिव स्कूल अॅण्ड स्कूल बुक कमिटी' निर्माण केली. तीच पुढे १८२२ मध्ये 'द बॉम्बे नेटिव एज्युकेशन अॅण्ड स्कूल बुक सोसायटी' (हैंदशाळा आणि शाळापुस्तक मंडळी) म्हणून ओळखली जाऊ लागली. छापील पुस्तकांचा परिणाम लगेच जाणवू लागला. उदा. माधवराव अनंत याने २१ ऑक्टोबर १८२२ रोजी एल्फिन्स्टनला लिहिलेल्या पत्रात त्याने भेट म्हणून पाठवलेल्या छापील पुस्तकांच्या 'चमत्कारा'बद्दल 'बहुत खुषी हासल जाहाली' असे म्हटले होते.[१००] मुंबईतील या सोसायटीच्या कार्यात नाना शंकरशेट यांचा सहभाग होता. या संस्थेचा कार्यवाह कॅप्टन जर्व्हिस याने १८२३ मध्ये 'इंजिनियर इन्स्टिटट्यूट' तथा 'गणित शिल्प विद्यालय' स्थापन केले. 'द बॉम्बे नेटिव एज्युकेशन अॅण्ड स्कूल बुक सोसायटी' हीच १८२७ मध्ये 'द नेटिव एज्युकेशन सोसायटी' बनली. सोसायटीच्या प्रयत्नातूनच १८३४ मध्ये एल्फिन्स्टन कॉलेज स्थापन झाले. या सोसायटीतूनच १८४० मध्ये 'बोर्ड ऑफ एज्युकेशन' अस्तित्वात आले. मुंबई इलाख्यातील शिक्षणाची व्यवस्था या बोर्डामार्फत पाहिली जाऊ लागली. मेकॉलेचे शिक्षणविषयक धोरण (१८३५) लागू झाल्याने आता शासनाचा इंग्रजी शिक्षणावर भर होता; पण मुळात एल्फिन्स्टनने मात्र देशी भाषेतील शिक्षणाला उत्तेजन देण्याचे धोरण स्वीकारले होते. त्याच्याच अनुदानाद्वारे १८२१ मध्ये पुण्याच्या विश्रामबागवाड्यात हिंदू कॉलेज तथा पुणे संस्कृत पाठशाळा ('डेक्कन कॉलेज'ची मूळ संस्था) स्थापन झाली होती. ख्रिस्ती मिशनऱ्यांनी शिक्षणविषयक कार्यात बरेच लक्ष घातले होते. उदा. १८२४ मध्ये त्यांनी मुंबईत मुलींसाठी एक शाळा उघडली, तर पुण्यात एक मराठी शाळा सुरू केली. १९३० मध्ये पुण्यातील मंगळवार पेठेत त्यांनी मुलींची पुण्यातील पहिली शाळा उघडली. तसेच १८३१ मध्ये अहमदनगरला मिशनऱ्यांनी शाळा सुरू केली.

सरकारी छापखाना (लिथो प्रेस) (१८२४), 'गणपत कृष्णाजीचा छापखाना' (१८३१) हा मराठी माणसाने स्थापलेला पहिला छापखाना, रॉयल एशियाटिक सोसायटी (१८३०) यांसारख्या मुंबईतील संस्थाही उल्लेखनीय म्हटल्या पाहिजेत. १८३१ साली गणपत कृष्णाजीच्या शीळा-प्रेसवर प्रथमच मराठी पंचांग (शके १७५३चे) छापण्यात आले. अन्य अनेक बाबतीत उदार धोरण स्वीकारणारा एल्फिन्स्टन वृत्तपत्रे व वृत्तपत्र-स्वातंत्र्य यांबाबत मात्र प्रतिकूल विचारांचा होता.[१०१] परंतु तरीही महाराष्ट्रात विविध एतद्देशीय वृत्तपत्रे-नियतकालिके प्रकाशित होऊ लागली. 'मुंबईना समाचार' (१८२२), 'मुंबापूर वर्तमान' (१८२८), 'दर्पण'

(१८३२), 'मुंबई अखबार' (१८४०), 'दिग्दर्शन' मासिक (१८४०), 'ज्ञानचंद्रोदय' मासिक (१८४०), 'प्रभाकर' (१८४१), 'ज्ञानसिंधू' (१८४१), 'ज्ञानोदय' (१८४२), 'वर्तमानादर्श' (१८४२)[१०२] ही त्यातील काही उल्लेखनीय वृत्तपत्रे व नियतकालिके होती. ही वृत्तपत्रे म्हणजे महाराष्ट्रातील जागृतीचे एक चिन्ह होते आणि जागृतीचे माध्यमही होते. 'दर्पण'च्या पहिल्याच अंकात (६ जानेवारी १८३२) बाळशास्त्रींनी 'मनोरंजन करणें, चालतें काळाचीं वर्तमानें कळीवणें, आणि योग्यतेस येण्याचे मार्ग दाखविणें...'' अशी 'दर्पण'ची उद्दिष्टे सांगितली होती.[१०३] पुढे लोकहितवादींनी आपल्या 'शतपत्रां'मध्ये लोकांची 'बृहत्तर जिव्हा' अशा शब्दांत वृत्तपत्रांचा गौरव केला.[१०४] एवढी एक गोष्टसुद्धा वृत्तपत्रांच्या कार्याची महती स्पष्ट करण्यास पुरेशी आहे. चार्ल्स मेटकाफने दिलेल्या वृत्तपत्र-स्वातंत्र्याचा (१८३५) फायदा घेऊन भास्कर पांडुरंग यांच्यासारख्या काही विचारवंतांनी वृत्तपत्रांद्वारे इंग्रजांवर कडक टीका केली.

पाश्चात्त्य शिक्षण घेतलेले लोक कोणत्या प्रकारे उपजीविका करू लागले यासंदर्भात एक उद्‌बोधक आकडेवारी[१०५] नमूद करण्याजोगी आहे. १८२७ ते १८४२ या कालखंडात 'एल्फिन्स्टन इन्स्टिटयूशन' मधून जे १५२ विद्यार्थी उच्चशिक्षित होऊन बाहेर पडले, त्यातील ९४ जण शासकीय कार्यालयांमध्ये लेखनिक, हिशेबनीस वा भाषांतरकार म्हणून नोकरीला लागले, १६ जण व्यापारी कार्यालयांत मुख्यतः कारकून म्हणून, तर १३ जण शिक्षणक्षेत्रात शासकीय वा खाजगी नोकरीला लागले, ५ जण वृत्तपत्र व्यवसायात शिरले, तर १६ जण व्यापारी बनले. उर्वरित ८ जणांविषयी माहिती उपलब्ध नाही.

इंग्रजी राज्य सुरू झाल्यावर महाराष्ट्रातील समाजजीवनात महत्त्वपूर्ण बदल घडू लागले. इंग्रजी अंमलाच्या पहिल्या पाव शतकाच्या अखेरीला घडलेल्या तीन घटनांचा विचार केला, तरी या बदलांचा प्रत्यय येऊ शकतो. १८४३ सालच्या या तीन अर्थपूर्ण घटना पुढीलप्रमाणे- (१) 'भांडवलशाही युगाचा अग्रदूत' म्हणून ओळखले जाणारे आणि महाराष्ट्रात आर्थिक राष्ट्रवादाचा पाया घालणाऱ्यांपैकी एक अर्थशास्त्रज्ञ[१०६] रामकृष्ण विश्वनाथ यांचा अर्थशास्त्रीय ग्रंथ १८४३च्या मे महिन्यात प्रकाशित झाला. मराठीतील या पहिल्या अर्थशास्त्रीय ग्रंथाचे नाव होते, 'हिंदुस्थानची प्राचीन व सांप्रतची स्थिति व पुढें काय त्याचा परिणाम होणार, याविषयीं, विचार.'[१०७] इंग्रजांकडून होणाऱ्या आर्थिक लुटीची त्यामधील चर्चा, तसेच स्वदेशीचा व औद्योगिकीरणाचा राष्ट्रवादी पुरस्कार यामुळे या ग्रंथाचे महत्त्व फार मोठे आहे. (२) १३ सप्टेंबर १८४३ रोजी नारायण शेषाद्री या ब्राह्मणाला

मुंबईत ख्रिस्ती धर्माची दीक्षा देण्यात आली. परंतु त्याचा सुमारे १२ वर्षांचा धाकटा भाऊ श्रीपत याला मिशनऱ्यांच्या ताब्यातून सोडवण्याबाबत बाळशास्त्री जांभेकरांनी कोर्टाचा आदेश मिळवला (३ नोव्हेंबर १८४३). लवकरच श्रीपत शेषाद्रीचे शुद्धिकरण करण्यात आले आणि त्यावरून महाराष्ट्रात एक मोठा सामाजिक वाद उफाळून आला.[१०८] एका बाजूला ख्रिस्ती धर्मोपदेशक आणि दुसऱ्या बाजूला एतद्देशीय सनातनी यांच्या प्रखर विरोधाला तोंड देण्याची व अखेरीस प्रायश्चित्त घेण्याची वेळ बाळशास्त्रींसारख्या सुधारकावर आली. (३) ५ नोव्हेंबर १८४३ या दिवशी सांगली येथे विष्णुदास भावे यांनी आपल्या आश्रयदात्यांसमोर 'संगीत सीतास्वयंवर' या त्यांच्या एका पौराणिक नाटकाचा पहिला प्रयोग सादर केला. ही आधुनिक मराठी रंगभूमीची स्थापना मानण्यात येते.[१०९]

अनुक्रमे आर्थिक, सामाजिक व सांस्कृतिक क्षेत्रांतील या तीन घटना महाराष्ट्रात अवतरणाऱ्या आधुनिकतेच्या संदर्भात वैशिष्ट्यपूर्ण म्हटल्या पाहिजेत. त्या काळी उदयास येत असलेल्या मध्यमवर्गाची अशा सर्व बदलांमधील भूमिका साक्षीदार व भागीदार या दुहेरी नात्याने महत्त्वपूर्ण होती. प्रस्तुत प्रबंधातील पुढील दोन प्रकरणांमध्ये या सर्व प्रक्रियांचा तपशीलवार विचार केलेला आहे.

□

संदर्भ आणि टिपा

१. Ravinder Kumar, op. cit., pp.6-7, 319.

२. गं.बा. सरदार, *रानडेप्रणीत सामाजिक सुधारणेची तत्त्वमीमांसा,* पुणे, १९७३, पृ. ३. (येथून पुढे या पुस्तकाचा उल्लेख *'रानडे...'* असा केला आहे.)

३. पाहा - रा. श्री. मोरवंचीकर, 'पेशवेकालीन सामाजिक परिस्थिती', समाविष्ट अ.रा. कुलकर्णी आणि ग. ह. खरे (संपा.), *मराठ्यांचा इतिहास,* खंड दुसरा, पुणे, १९८५, पृ. ३०९-२१. (येथून पुढे या पुस्तकाचा उल्लेख *'म. इ.,* खं. २' असा केला आहे.)

४. या पत्रात माधवराव पेशवे नीळकंठ महादेव याला लिहितात की, "प्रांत पुणे येथे आश्रित ब्राह्मण आहेत ज्यास वर्षासन व नख्त रुपये धर्मादाव व जमीन इनाम व गांव इनाम सेभर रुपयावरी यैवज पावेत असेल त्यास बोलाऊन आणून सांगावे कीं खासा स्वारी कर्नाटक प्रांती मसलतीवर जाहाली आहे तरी तुम्ही अनुष्ठान शत्रुपराजयार्थ आपले घरी स्वकष्टार्जित येजमान कल्याणार्थ करावे म्हणौन सांगोन अनुष्ठान करवणे."

– राजाराम विनायक ओतूरकर (संपा.), *पेशवे-कालीन सामाजिक व आर्थिक पत्रव्यवहार (इ. स. १७२२ ते इ. स. १८५४),* पुणे, १९५०, पत्र क्र. २०७, पृ. १५४.

५. अनंत काकबा प्रियोळकर (संपा. व लेखक), *रावबहादूर दादोबा पांडुरंग : आत्मचरित्र व चरित्र,* मुंबई, १९४७, पृ. १५९-६०, २४८. (येथून पुढे या पुस्तकाचा उल्लेख *'दादोबा...'* असा केला आहे.)
६. A. R. Desai, *Social Background of Indian Nationalism,* Bombay, 1984, p. 13.
७. Ravinder Kumar, op. cit., 319.
८. नलिनी पंडित, *महाराष्ट्रातील राष्ट्रवादाचा विकास,* पुणे, १९७२, पृ. ३.
९. गं. बा. सरदार, *महात्मा फुले : व्यक्तित्व आणि विचार,* मुंबई, १९८५, पृ. ५. (येथून पुढे या पुस्तकाचा उल्लेख *'फुले...'* असा केला आहे.)
१०. उदाहरणार्थ पहा - अ. रा. कुलकर्णी, *शिवकालीन महाराष्ट्र : सामाजिक-आर्थिक जीवनाचा अभ्यास,* पूर्वोक्त, पृ. २३, ३३, ४४, ५०.
११. (१) ओतूरकर (संपा.), पूर्वोक्त, पृ. ६.
(२) मोरवंचीकर, पूर्वोक्त, पृ. २८४.
१२. रा. शं. वाळिंबे, *एकोणिसाव्या शतकातील महाराष्ट्राची सामाजिक पुनर्घटना,* भाग १, पुणे, १९६२, पृ. ८४ वर उद्धृत.
१३. प्रियोळकर, *दादोबा...,* पृ. ३६-३७.
१४. कित्ता, पृ. ४५-४७.
१५. कित्ता, पृ. २३९.
१६. मोरवंचीकर, पूर्वोक्त, पृ. ३०१.
१७. डॉ. शारदा देशमुख, *शिवकालीन व पेशवाईतील स्त्री-जीवन,* पुणे, १९७३, पृ. ६४.
१८. प्रियोळकर, *दादोबा...,* पृ. ४२-४३.
१९. Tarkateertha Laxmanshastri Joshi, *Jotirao Phule,* New Delhi, 1996, p. 7.
२०. मोरवंचीकर, पूर्वोक्त, पृ. ३०२.
२१. शारदा देशमुख, पूर्वोक्त, पृ. ६६.
२२. कित्ता, पृ. ६८.
२३. कित्ता, पृ. ७४, ७८.
२४. *समग्र फुले...,* पृ. ५६४.
२५. शारदा देशमुख, पूर्वोक्त, पृ. १५७.
२६. रा. शं. वाळिंबे, पूर्वोक्त, पृ. ११८.
२७. सरदार, *फुले...,* पृ. ५-९.
२८. कित्ता, पृ. ७.
२९. Ravinder Kumar, op. cit., pp. 6-7.
३०. Ibid., p. 320.

३१. पाहा - (१) ओतूरकर, पूर्वोक्त, पत्र क्र. १७०, पृ. १२३-२४.
(२) वा. कृ. भावे, *पेशवेकालीन महाराष्ट्र,* नवी दिल्ली, १९७६, पृ. १५८-५९, ६२, ३०५.

३२. पेशवाईच्या अंतानंतर राजा प्रतापसिंह याच्या मर्यादित सार्वभौमत्वाखालील सातारा राज्यातही ब्राह्मण, मराठा, प्रभू यांच्या जात्यभिमानातून ग्रामण्ये (१८२६-३१) उद्‌भवली होती. पाहा - सुमित्रा अरविंद कुलकर्णी, 'सातारा (१८१८-१८४८)', समाविष्ट खरे-कुलकर्णी (संपा.), *म. इ.,* खं. ३, पृ. ३०२-३.

३३. Ravinder Kumar, op. cit., p. 320.

३४. या मुद्याच्या विवेचनात घटनांचे तपशील प्रामुख्याने पुढील संदर्भांच्या आधारे घेतलेले आहेत-
(१) खरे-कुलकर्णी (संपा.), *म. इ.,* खं. ३, (विशेषत: मा. रा. कंटक, सुमन वैद्य, सुमित्रा कुलकर्णी व अ. रा. कुलकर्णी यांचे लेख क्र. ७ ते ११.)
(२) प्रमोद ओक, *एल्फिन्स्टन,* पुणे, १९९०.
(३) Dr. Sushma Varma, *Mount Stuart Elphinstone in Maharashtra (1801-1827),* Calcutta and New Delhi, 1981.

३५. द. वि. आपटे आणि रा. वि. ओतुरकर (संपा.), *साधन-परिचय अर्थात महाराष्ट्राचा (मराठ्यांचा) पत्ररूप इतिहास,* पुणे, १९६३, पत्र क्र. २२२, पृ. २१५.

३६. तहाच्या तपशीलांसाठी पाहा -
(१) कित्ता, साधन क्र. २३१, पृ. २२०-२१.
(२) खरे-कुलकर्णी (संपा.), *म. इ.,* खं. ३, पृ. १९७-९८.

३७. खरे-कुलकर्णी (संपा.), *म. इ.,* खं. ३, पृ. ३१७.

३८. प्रमोद ओक, पूर्वोक्त, पृ. ११७-१८ वर उद्‌धृत.

३९. शेणोलीकर - देशपांडे, पूर्वोक्त, पृ. ३२०, २४-२५.

४०. अधिक संदर्भासाठी पाहा - मा. रा. कंटक, 'मराठेशाहीचा अस्त : कारणमीमांसा,' समाविष्ट खरे-कुलकर्णी (संपा.), *म. इ.,* खं. ३.

४१. या मुद्याच्या विवेचनात घटनांचे व माहितीपर तपशील प्रामुख्याने पुढील संदर्भांच्या आधारे घेतलेले आहेत :
(१) अ. रा. कुलकर्णी, 'माऊंट स्टुअर्ट एल्फिन्स्टन (१७७९-१८५९)', समाविष्ट खरे-कुलकर्णी (संपा.), *म. इ.,* खं. ३.
(२) प्रमोद ओक, पूर्वोक्त.
(३) Sushma Varma, op. cit.

४२. (१) रा. शं. वाळिंबे, पूर्वोक्त, पृ. २६४-६५.
(२) प्रमोद ओक, पूर्वोक्त, पृ. २१७-१८.

४३. *समग्र टिळक,* खं. ५, पृ. ८६१-६६.

४४. अरविंद देशपांडे, 'प्रस्तावना', समाविष्ट प्रमोद ओक, पूर्वोक्त, पृ. (आठ).

४५. कित्ता, पृ. (सहा).
४६. See - Eric Stokes, *The English Utilitarians and India,* New Delhi, 1989, p. xvi.
४७. Ballhatchet, op. cit., pp. 34-36.
४८. Ibid.
४९. 'Romanticism' या इंग्रजी शब्दासाठी अद्‌भुतरम्यतावाद, स्वच्छंदतावाद, निर्भरवाद, सौंदर्यवाद, रोमांचवाद, इ. विविध प्रतिशब्द मराठीत वापरले जातात. परंतु प्रस्तुत प्रबंधात मात्र 'निसर्गवाद' हा प्रतिशब्द ग्राह्य धरलेला आहे.
५०. (१) Ballhatchet, op. cit., p. 3.
 (२) Stokes, op. cit., pp. 10-11.
५१. Stokes, op. cit., pp. 149-50.
५२. "Let me tell you, you are well off in having nothing to do but war and politics and that you will not know what difficulty is till you come to manage revenues and Adawluts and to reconcile efficiency with economy and Maratha Maamool with Jeremy Bentham."– Cited in Ballhatchet, op. cit., p. 36. (मराठी भाषांतर प्रबंध-लेखकाचे).
५३. Cited in Ibid., pp. 30-31.
५४. Elphinstone's letter cited in Ibid., p. 37.
५५. Cited in Ibid., p. 32.
५६. Ibid., pp. 91-92.
५७. रा. शं. वाळिंबे, पूर्वोक्त, पृ. ६६ वर उद्‌धृत.
५८. कित्ता, पृ. ७७ वरील माहितीचे विश्लेषण करून ही मांडणी केली आहे.
५९. कित्ता, पृ. ८२.
६०. Ballhatchet, op. cit., pp. 78-82.
६१. Ibid., Chapter 4.
६२. आपटे-ओतुरकर (संपा.), पूर्वोक्त, साधन क्र. २४९, पृ. २३५ वर उद्‌धृत.
६३. अरविंद देशपांडे, पूर्वोक्त, पृ. (सात).
६४. (१) आपटे-ओतुरकर (संपा.), पूर्वोक्त, साधन क्र. २४६, पृ. २३३.
 (२) Cited in Varma, op. cit., p. 80.
६५. Cited in Ballhatchet, op. cit., pp.12-13.
६६. Cited in Varma, op. cit., pp.80-81. (मराठी भाषांतर प्रबंध-लेखकाचे).
६७. शाहीर आप्पा यशवंत, 'पुण्याचा पोवाडा', समाविष्ट यशवंत नरसिंह केळकर (संपा. व संशोधक), *ऐतिहासिक पोवाडे अथवा मराठ्यांचा काव्यमय इतिहास,* पुणे, १९६९, पृ. ६५.

६८. (१) Ballhatchet, op. cit., p. 7.
(२) य. दि. फडके, *विसाव्या शतकातील महाराष्ट्र,* खंड १, सासवड, १९८९, पृ. ५.
६९. फडके, पूर्वोक्त, पृ. ६.
७०. Christine Dobbin, *Urban Leadership in Western India : Politics and Communities in Bombay City : 1840-1885,* Oxford, 1972, p. 6.
७१. फडके, पूर्वोक्त, पृ. ५.
७२. य. न. केळकर (संपा.), पूर्वोक्त, पृ. ४५-४६.
७३. कित्ता, पृ. ५०.
७४. कित्ता, पृ. ४७.
७५. कित्ता, पृ. ५९.
७६. कित्ता, पृ. ६२.
७७. कित्ता, पृ. ४१२ वरील टिपांच्या आधारे.
७८. (१) कित्ता, पृ. ६४ व ६६.
(२) फडके, पूर्वोक्त, पृ. ५.
७९. खरे-कुलकर्णी (संपा.), *म. इ.,* खं. ३, पृ. ३४९ वर उद्धृत.
८०. प्रियोळकर, *दादोबा...,* पृ. ३९३-९४ वर उद्धृत.
८१. कित्ता, पृ. ३९३.
८२. रा. श्री. जोग (संपा.), *म. वा. इ.,* खं. ४, पृ. ३९.
८३. (१) कुमार केतकर, *कथा स्वातंत्र्याची,* पुणे, १९८५, पृ. ६-७.
(२) Ballhatchet, op. cit., pp. 90-91.
८४. केतकर, पूर्वोक्त, पृ. ७ वर उद्धृत.
८५. Varma, op. cit., p. 77.
८६. शेणोलीकर-देशपांडे, पूर्वोक्त, पृ. ३२२.
८७. See – Arvind M. Deshpande, *John Briggs in Maharashtra,* Delhi, 1987, Chapter III.
८८. शेणोलीकर-देशपांडे, पृ. ३२२.
८९. केतकर, पूर्वोक्त, पृ. १०-११.
९०. शेणोलीकर-देशपांडे, पूर्वोक्त, पृ. ३२१.
९१. जे. व्ही. नाईक (अनु. अरुण रा. जोशी), 'इंग्रजी राजवट : शाप की वरदान?', *लोकसत्ता,* लोकरंग- पुरवणी, मुंबई, रविवार, १० ऑगस्ट १९९७, पृ. ३.
९२. Cited in Mathew Lederle, *Philosophical Trends in Modern Maharashtra,* Bombay, 1976, p. 34.
९३. ...*जांभेकर,* खं. २, पृ. ५.
९४. प्रियोळकर, *दादोबा...,* पृ. ३७०-७१.

९५. कित्ता, पृ. ३९० वर उद्धृत.
९६. दि. के. बेडेकर (संपा.), पूर्वोक्त, पृ. ७.
९७. कित्ता, पृ. ३१.
९८. सरदार, *फुले...*, पृ. २३-२४.
९९. हा निर्देश प्रामुख्याने पुढील संदर्भांच्या आधारे केलेला आहे-
(१) शेणोलीकर-देशपांडे, पूर्वोक्त.
(२) खरे-कुलकर्णी, *म. इ.*, खं. ३.
(३) म. श्री. दीक्षित, *एकोणिसाव्या शतकातील महाराष्ट्र : एक दृष्टिक्षेप*, पुणे, १९८६.
१००. आपटे-ओतुरकर (संपा.), पूर्वोक्त, पत्र क्र. २५१, पृ. २२६.
१०१. (१) प्रमोद ओक, पूर्वोक्त, पृ. १४५-४६.
(२) Varma, op. cit., pp. 252-55.
१०२ 'वर्तमानादर्श' हे त्र्यंबकेश्वर येथून प्रसिद्ध होणारे वृत्तपत्र मंदार लवाटे यांनी मध्यंतरी उजेडात आणले. पाहा - *सकाळ*, पुणे, १८ नोव्हें. २००८, पृ. १, ७.
१०३. ...*जांभेकर*, खं. २, पृ. ५.
१०४. पुरुषोत्तम गणेश सहस्रबुद्धे (संपा.), *लोकहितवादींची शतपत्रे*, पुणे, १९७७, पृ. ६१. (येथून पुढे या ग्रंथाचा उल्लेख '... *शतपत्रे*' असा केला आहे.)
१०५. Christine Dobbin, op. cit., pp. 39, 266.
१०६. नलिनी पंडित, पूर्वोक्त, पृ. १७-१९.
१०७. समाविष्ट बेडेकर (संपा.), पूर्वोक्त.
१०८. ...*जांभेकर*, खं. १, पृ. १३०-३३.
१०९. म. श्री. दीक्षित, पूर्वोक्त, पृ. (८).

□

प्रकरण ३

महाराष्ट्रातील मध्यमवर्ग : उदय-प्रक्रिया आणि स्वरूप

महाराष्ट्रातील मध्यमवर्गाच्या उदय-प्रक्रियेचा विचार करण्यापूर्वी या वर्गाचे स्वरूप आणि वेगळेपण नमूद करणे आवश्यक आहे. भारतातील मध्यमवर्गाचे स्वरूप पाश्चात्त्य मध्यमवर्गापेक्षा, तर महाराष्ट्रातील मध्यमवर्गाचे स्वरूप उर्वरित भारतातील मध्यमवर्गापेक्षा काही बाबतीत भिन्न असल्याचे पहिल्या प्रकरणात नमूद केलेले आहे. किंबहुना या भिन्नतेमुळे त्याबाबतच्या स्वतंत्र संशोधनाची विशेष आवश्यकता जाणवली. महाराष्ट्रातील मध्यमवर्गाचे स्वरूप प्रस्तुत प्रकरणाच्या आरंभी संक्षिप्तपणे विचारात घेतले आहे. या प्रकरणाच्या उर्वरित भागात आणि चौथ्या प्रकरणात त्याबाबतच्या अनेक तपशिलांचा अंतर्भाव केलेला आहे.

३.१ स्वरूप

ऐतिहासिक विकासक्रमाच्या भारतीय चौकटीत महाराष्ट्राचा प्रादेशिक आविष्कार वैशिष्ट्यपूर्ण होता. त्यामुळे महाराष्ट्रातील मध्यमवर्ग हा भारतीय मध्यमवर्गाचा भाग असूनही त्याचे स्वरूप भिन्न बनले. ऐतिहासिक-सांस्कृतिक पार्श्वभूमीपासूनच महाराष्ट्रातील मध्यमवर्गाचे वेगळेपण जाणवते. मध्ययुगीन महाराष्ट्रातील संत-चळवळ, शिवाजी महाराजांचे कार्य आणि पेशवेकालीन विस्तारवाद या घटकांमुळे महाराष्ट्राचे सामाजिक-सांस्कृतिक अंत:सत्त्व वैशिष्ट्यपूर्ण बनले. या अंत:सत्त्वामध्ये सामाजिक गतिशीलतेचे आणि परिवर्तनाचे काही स्रोत अंतर्भूत होते. मध्ययुगीन वैगुण्यांपासून महाराष्ट्रीय समाज मुक्त नव्हता; परंतु नवतेची काही बीजेही त्यामध्ये रुजलेली होती. इंग्रजांनी जिंकून घेतलेला महाराष्ट्र हा एक स्थितिशील मध्ययुगीन भौगोलिक आविष्कार नव्हता, तर तो परिवर्तनाच्या उंबरठ्यावर उभा असलेला

स्वत्वशील समाज होता. सत्तांतरानंतर महाराष्ट्रात जे नवे स्वत्वसंशोधन सुरू झाले, त्यामध्ये परंपरेतून मिळालेल्या प्रेरणा आणि इंग्रजी अंमलातील पूरक घटक यांचा समन्वय घडला. त्याचे महत्त्वाचे फलित म्हणजे महाराष्ट्रातील मध्यमवर्ग होय. अठराव्या शतकातील मराठा विस्तारवादाच्या कालखंडात मराठ्यांचे प्रशासकीय सत्तावर्तुळ विस्तारत गेले आणि त्यातून नव्या प्रशासकांचा वर्ग पुढे येऊ लागला. ही प्रक्रिया इंग्रजांच्या अंमलात अधिक गतिमान बनली. इंग्रजी शिक्षण घेऊन व प्रशासकीय सत्तावर्तुळात प्रवेश करून नवतेचा शोध घेणारा, प्रबोधनाला चालना देणारा आणि समाजावर प्रभुत्व टिकवू पाहणारा मध्यमवर्ग महाराष्ट्रात विकसित होत गेला. हा वर्ग प्रामुख्याने आंग्लविद्याविभूषित, नागर, उच्चवर्णीय, बुद्धिजीवी व्यावसायिकांचा व नोकरदारांचा होता. तो आधुनिकतेला अभिमुख होता. जातींचा बंदिस्तपणा ओलांडून नवे वर्गीय हितसंबंध मध्यमवर्गीयांद्वारे व्यक्त होऊ लागले. पण आपले हितसंबंध जोपासताना, ब्रिटिश साम्राज्यवाद आणि भारतीय जनता यांच्यातील हितसंबंध-विरोधाची जाणीव विकसित करण्याची व्यापक दृष्टीसुद्धा या वर्गाने दाखवली. व्यापक ध्येयाच्या आणि मूल्यसरणीच्या बाबतीत महाराष्ट्रातील मध्यमवर्ग उर्वरित भारतातील मध्यमवर्गाशी एकरूप होता. मध्यमवर्गापुढे उदारमतवादी भांडवलशाही लोकशाही राष्ट्रनिर्मितीचे ध्येय होते. पारंपरिक व नव्या मूल्यांच्या संघर्षात्मक संवादातून साकार होऊ पाहणारी आधुनिक मूल्यसरणी ही या वर्गाची मूल्यसरणी होती. २५ डिसेंबर १८९२ रोजी न्या. म. गो. रानडे यांनी सामाजिक परिषदेच्या अलाहाबाद अधिवेशन प्रसंगी काढलेल्या उदगारांवरून मध्यमवर्गाला अभिप्रेत असणारी नवसमाजाची तात्त्विक बैठक स्पष्ट होऊ शकते. न्या. रानडे म्हणाले की, ''आपणा सर्वांना अपेक्षित असणारा बदल म्हणजे बंधनाकडून स्वातंत्र्याकडे, भोळसट भक्तिभावाकडून निखळ श्रद्धेकडे, जन्माधिष्ठित प्रतिष्ठेकडून करारबद्ध संबंधाकडे, बाह्यप्रामाण्याकडून विवेकाकडे, असंघटित जीवनाकडून सुसंघटित जीवनाकडे, धर्मान्धतेकडून सहिष्णुतेकडे, आंधळ्या प्रारब्धवादाकडून मानवत्वाच्या प्रतिष्ठेकडे घडवून आणण्याचे स्थित्यंतर होय. या देशातील व्यक्ती आणि समुदायांबाबतच्या सामाजिक उत्क्रांतिकल्पनेत मला हे अभिप्रेत आहे.''[१]

बंगाल व उत्तर भारतातील मध्यमवर्गाशी तुलना करता महाराष्ट्रातील मध्यमवर्गाचे वेगळेपण एका बाबतीत विशेषत्वाने जाणवते. महाराष्ट्रातील मध्यमवर्ग हा जमीनदारी पायावरचा सधन वर्ग नव्हता. या वर्गातील लोक मुख्यत: निम्नस्तरीय आर्थिक परिस्थितीतील होते. या संदर्भात काही उदाहरणांचा निर्देश आवश्यक वाटतो. नागर प्रदेशातील ब्राह्मण हा मध्यमवर्गाचा एक घटक विचारात घेतला, तर

मुंबईच्या संदर्भातील एक आकडेवारी[२] अत्यंत बोलकी आहे. १८६४ सालच्या मुंबईतील जणगणनेसुसार त्या शहरातील ब्राह्मण लोकसंख्या ३०६०४ इतकी, म्हणजेच मुंबईतील एकूण लोकसंख्येच्या ३.७५% इतकी होती. या संख्येत १७२८ व्यापारी वा सावकर, २६०६ पुरोहित, ७२० शिक्षक, ५९७३ लेखनिक वा हिशोबनीस, १७९५ घरगडी आणि १०३७० भिक्षेकरी यांचा समावेश होता.[३] या आकडेवारीवर नुसती नजर टाकली तरी मुंबईतील बहुसंख्य ब्राह्मण निम्न आर्थिक स्तरातील होते, हे जाणवते. सुशिक्षित मध्यमवर्गाबाबतची काही तथ्येही उद्‌बोधक आहेत. मुंबई इलाख्याच्या बोर्ड ऑफ एज्युकेशनच्या प्रमुखपदावरून निवृत्त होण्यापूर्वी १८५०-५१ चा शिक्षणविषयक वृत्तांत लिहिताना सर अर्स्किन पेरी यांनी असे नमूद केले होते की, येथील उच्च वर्ग आणि सुशिक्षित वर्ग हे परस्परांपासून भिन्न असे दोन प्रवर्ग असून जुना जमीनदारवर्ग वा धनाढ्य व्यापारीवर्ग या दोहोंनाही शिक्षणाविषयी आस्था नव्हती; त्यामुळे इंग्रजी शिक्षणात फक्त ब्राह्मण व अन्य बुद्धिजीवी जातींमधील व्यक्तीच रस घेत होत्या; अशा व्यक्ती अत्यंत हलाखीच्या परिस्थितीतील असून शिक्षण व त्यानंतरची उपजीविका या दोहोंसाठी त्या शासनावर अवलंबून होत्या.[४] जे पारशी लोक इंग्रजी शिक्षणाकडे व शासकीय नोकऱ्यांकडे आकृष्ट होत असत, तेही मुख्यत: गरीब कुटुंबातील होते.[५] पारशी लोकांचा एल्फिन्स्टन इन्स्टिट्यूशनमधील शिक्षणासाठीचा प्रवेश (१८३५ पासून) हा पारशी समाजाच्या तत्कालीन व्यापारी घसरणीच्या पार्श्वभूमीवर झालेला होता.[६] १८४५ मध्ये स्थापन झालेल्या ग्रॅन्ट मेडिकल कॉलेजमधील बहुसंख्य विद्यार्थी पारशी असून ते मुख्यत: गरीब कुटुंबांमधून आलेले आणि निर्वाहवृत्ती वा नादारीवर शिक्षण घेणारे होते.[७] १९ व्या शतकाच्या सातव्या दशकाअखेरसुद्धा मुंबईतील श्रीमंतांची शिक्षणविषयक उदासीनता कमी झालेली नव्हती. शिक्षण-विभागाच्या संचालकांच्या अहवालात या उदासीनतेचा निर्देश आढळतो.[८] १८६१ मध्ये एल्फिन्स्टन कॉलेजचे प्राचार्य आणि १८६५ मध्ये इलाख्याच्या शिक्षण-विभागाचे संचालक झालेल्या सर अलेक्झांडर ग्रँट यांनी श्रीमंतवर्गातील मुलांना शिक्षणाकडे आकृष्ट करण्याबाबत प्रयत्न केले. या प्रयत्नांना यश येत असल्याचा आभास जरी सुरुवातीला झाला, तरी अखेर आपला भ्रमनिरास झाल्याचे १८६६ च्या अहवालात खुद्द ग्रँट यांनीच नमूद केले.[९] शिक्षणखात्याच्या १८५७-५८ च्या अहवालानुसार मुंबई व पुणे येथील शासकीय कला महाविद्यालयांमध्ये प्रामुख्याने शासकीय कर्मचाऱ्यांची आणि गरीब ब्राह्मणांची मुले शिक्षण घेत होती.[१०] ही मुले त्यांच्या गरीबीमुळे शासकीय साहाय्यावर अवलंबून

असत. १८५६ मध्ये जेव्हा निर्वाही शिष्यवृत्त्यांची संख्या ४५ वरून १० पर्यंत खाली आणण्यात आली, तेव्हा लगेचच एल्फिन्स्टन कॉलेजची एकूण विद्यार्थीसंख्यासुद्धा ३५ ने घटली. १८५९ मध्ये एल्फिन्स्टन कॉलेजची एकूण विद्यार्थीसंख्या ७१ पर्यंत पोहोचली, तेव्हासुद्धा त्यातील फक्त २२ विद्यार्थी पूर्ण फी भरणारे होते.[११] कलकत्ता येथील प्रेसिडेन्सी कॉलेजमधील बहुसंख्य विद्यार्थी हे जमीनदार, तालुकदार वा स्वतंत्र उत्पन्न मिळवणाऱ्यांचे पुत्र असत. याउलट परिस्थिती मुंबईच्या एल्फिन्स्टन कॉलेजची व पुण्याच्या पूना कॉलेजची[१२] होती. पुण्याच्या कॉलेजमधील बहुसंख्य विद्यार्थी हे निर्धन पांढरपेशा कुटुंबातून आलेले होते.[१३]

महाराष्ट्रातील काही ख्यातनाम सुशिक्षित मध्यमवर्गीयांची उदाहरणेसुद्धा प्रस्तुत मुद्याच्या संदर्भात उल्लेखनीय आहेत. माणकजी खरसेटजी (१८०७-८७) यांचे वडील हे एक प्रतिष्ठित श्रीमंत गृहस्थ व पारशी पंचायतीचे सदस्य होते. परंतु त्यांना १८३५ च्या सुमारास अचानक विपन्नावस्था आल्याने माणकजींना सरकारी नोकरी धरावी लागली. ३७ वर्षे सरकारी नोकरी करून माणकजी १८७३ मध्ये निवृत्त झाले.[१४] कृष्णशास्त्री चिपळूणकर (१८२४-७८) यांनी माधुकरी मागून शिक्षण पूर्ण केले होते.[१५] दादाभाई नौरोजी (१८२५-१९१७) हे एका गरीब पारशी धर्मगुरूचे पुत्र होते.[१६] गोपाळ गणेश आगरकर (१८५६-९५) हे सातारा जिल्ह्यातील टेंभू या गावी अतिशय गरीब कुटुंबात जन्माला आले. ते वार लावून व माधुकरी मागून शिकू लागले. दारिद्र्यामुळे त्यांचे शिक्षण खंडितही झाले. पुण्याच्या डेक्कन कॉलेजमध्ये शिकत असताना आगरकर आपला एकुलता एक सदरा रात्रीच्या वेळी धुऊन वाळवत व दिवसा तो वापरत असत, अशी हकीकत त्यांच्या सहाध्यायांनी सांगितली आहे.[१७] ध्येयवादी आगरकरांनी देशसेवेसाठी सरकारी नोकरीकडे व पर्यायाने व्यावहारिक सुखाकडे पाठ फिरवली;[१८] तर सरकारी नोकरीत असणाऱ्या विष्णुशास्त्री पंडितांनी,[१९] तसेच विष्णुशास्त्री चिपळूणकरांनी[२०] अशाच ध्येयवादापोटी आपल्या नोकऱ्या सोडल्या. रत्नागिरी जिल्ह्यातील एका खेड्यात जन्मलेल्या धोंडो केशव कर्वे (१८५८-१९६२) यांनी त्यांचे बालपण खडतर परिस्थितीत आणि दारिद्र्यात व्यतीत केले.[२१] ख्यातनाम कथा-कादंबरीकार हरी नारायण आपटे (१८६४-१९१९) हेसुद्धा गरिबीची झळ लागलेल्या कुटुंबात जन्माला आले होते.[२२] 'आधुनिक मराठी कवितेचे जनक' म्हणून ओळखले जाणारे कृष्णाजी केशव दामले तथा कवी केशवसुत (१८६६-१९०५) हे रत्नागिरीजवळील मालगुंड गावी निम्न आर्थिक स्थितीतील कुटुंबात जन्मले.

शिक्षणासाठी व अस्थिर नोकऱ्यांपायी त्यांनी आयुष्यभर भ्रमंती केली. कारकुनी व तारमास्तरकी करून ते शिक्षकी पेशात शिरले आणि विविध ठिकाणी नोकऱ्या करत राहिले. 'धन न करीं, वणवण करितों जम कोठें नीट जमेना' किंवा 'तरी नसतों मी दरिद्री धनानें। तरी नसतों मी क्षुद्र शिक्षणाने' यांसारख्या काव्यपंक्तींमधून त्यांची खंत प्रभावीपणे व्यक्त झालेली आहे.[२३] विठ्ठल रामजी शिंदे (१८७३-१९४४) हे एका गरीब मराठा कुटुंबात जमखिंडी येथे जन्मले. गंगाराम भाऊ म्हस्के आणि सयाजीराव गायकवाड यांच्या आर्थिक मदतीमुळे त्यांचे पुणे येथील महाविद्यालयीन शिक्षण शक्य झाले.[२४]

आतापर्यंतच्या उदाहरणांवरून हे स्पष्ट होते की, बंगालमधील सधन कुलीन मध्यमवर्गीयांच्या तुलनेत महाराष्ट्रातील मध्यमवर्ग हा प्रामुख्याने निम्नस्तरीय आर्थिक परिस्थितीतून उदयाला आलेला प्रगमनशील बुद्धिजीवी वर्ग होता. आर्थिक सत्तेमुळे समाजात जमीनदार, सावकार, व्यापारी, उद्योजक अशा धनिकांचा जो दबदबा असतो, तसा तो महाराष्ट्रातील मध्यमवर्गीयांचा नव्हता. त्यामुळे समाजसुधारणेचे प्रागतिक विचार मांडताना प्रसंगी थोडे नमते घेऊन आणि सातत्याने आपला बौद्धिक-सांस्कृतिक दबदबा वाढवण्याचे प्रयत्न करून त्यांना आपल्या चळवळी पुढे न्याव्या लागल्या. सुधारणावादी पुनरुज्जीवनवादाच्या उत्क्रांतिमार्गी पद्धतीने त्यांनी वाटचाल केली. कधी परकीय शासक व एतद्देशीय धनिकवर्ग यांच्यावर टीका करून, तर कधी त्यांच्याशी जुळते घेऊन मध्यमवर्गीयांनी आपली उद्दिष्टे साकार करण्याचा प्रयत्न केला. कनिष्ठ वर्गाच्या, किंबहुना संपूर्ण भारतीय जनतेच्या हितसंबंधांची जाणीव त्यांनी आपल्या विचारांद्वारे व कार्याद्वारे वेळोवेळी व्यक्त केली. परंतु असे करताना आपल्या वर्गीय हितसंबंधांचे रक्षण व वर्धन करून आपली प्रभुत्वक्षेत्रे निर्माण करण्यावर मध्यमवर्गाने भर दिला. हा वर्ग १९ व्या शतकातील महाराष्ट्रामधील प्रबोधनाचा कारक व वाहक तर ठरलाच; परंतु त्याने विविध बाबतीत देशाला नेतृत्व पुरवले आणि वैशिष्ट्यपूर्ण ऐतिहासिक भूमिका पार पाडली.

३.२ ऐतिहासिक परंपरेतील मूलस्रोत

इंग्रजी अंमलाखाली महाराष्ट्रातील मध्यमवर्ग उदयाला आला. परंतु इंग्रजी अंमल हे मध्यमवर्गाच्या उदयाचे एकमेव कारण नव्हे. इतिहास हा सातत्य आणि बदल यांच्या द्वंद्वात्मक संवादातून साकार होतो. हे लक्षात घेता इंग्रजांद्वारे घडलेल्या बदलांप्रमाणे महाराष्ट्राच्या ऐतिहासिक सातत्याचीसुद्धा दखल घ्यायला हवी. वास्तविक

पाहता १९ व्या शतकाच्या आरंभी महाराष्ट्रातील सामाजिक वास्तवाची चौकट उर्वरित भारतातील सामाजिक वास्तवाच्या चौकटीपेक्षा फारशी भिन्न नव्हती. तरीही महाराष्ट्रात परिवर्तनाला विशेष चालना का मिळाली आणि तेथील मध्यमवर्ग वैशिष्ट्यपूर्ण का बनला, याचे उत्तर शोधताना अन्य काही घटकांप्रमाणे महाराष्ट्राची परंपरासुद्धा लक्षात घ्यावी लागते. या परंपरेत महाराष्ट्राचे वेगळेपण सामावलेले होते. भावी परिवर्तनाची बीजेही या परंपरेत रोवली गेलेली होती. रवींद्रकुमार यांनी असे म्हटले आहे की, ''महाराष्ट्राचे भौगोलिक स्थान आणि तेथील लोकांचे स्वत्व यांमुळे, भारतीय उपखंडातील इतर भागांपासून महाराष्ट्राचे वेगळेपण सिद्ध करणारी राजकीय व ऐतिहासिक परंपरा महाराष्ट्राला लाभली आहे.''[२५] १९ व्या शतकाच्या आठव्या दशकात मुंबईचे गव्हर्नर असणारे सर रिचर्ड टेंपल यांनी असे म्हटले होते की, ''(उर्वरित भारताशी मूल्यांबाबतची एकवाक्यता असूनही) एक स्वतंत्र लोकसमूह वा राष्ट्र म्हणून मराठ्यांनी आपले वेगळेपण राखलेले आहे आणि आजही स्वत:विषयी त्यांची ही भावना टिकून आहे.''[२६]

महाराष्ट्राच्या ऐतिहासिक परंपरेला आकार देणारा एक घटक म्हणजे संतांची भक्तिमार्गी चळवळ. संतांनी युरोपातील 'रेफर्मेशन' सारखी व्यापक चळवळ घडवली की निव्वळ टाळकुटेपणा केला, याबाबतचे पुष्कळ विचारमंथन महाराष्ट्रात झाले आहे.[२७] याबाबत कोणत्याही टोकाला न जाता संत-चळवळीचे ऐतिहासिक महत्त्वमापन करणे शक्य आहे.[२८] १३ व्या शतकात सुरू झालेल्या या चळवळीने महाराष्ट्रात नवचैतन्य जागृत केले. विविध प्रकारच्या सामाजिक गटांमधून आलेल्या संतांच्या 'मांदियाळी'ने समता, सदाचार व मानवतेची शिकवण दिली आणि 'आध्यात्मिक लोकशाही'[२९] प्रस्थापित केली. त्यांनी द्वैत व अद्वैत, सगुण व निर्गुण, आध्यात्मिक जीवन व ऐहिक जीवन, वैश्विकता व प्रादेशिक अस्मिता, हिंदुधर्म व इस्लामधर्म, शैव पंथ व वैष्णव पंथ, उच्च जाती व कनिष्ठ जाती, पंडिती परंपरा व जानपद परंपरा यांचा मेळ घातला. विविध संतांनी पुरोहितशाही, भेदाभेद, कर्मकांड व सामाजिक औदासीन्य अशा गोष्टींविरुद्ध आपापल्या परीने विद्रोह पुकारला. संतकवींनी मराठी या लोकभाषेत साधा व सोपा धर्म सांगितला. त्यासाठी पद्याचे व त्यातही लोकव्यवहारातील छंदांचे माध्यम वापरले. संतांमुळे आध्यात्मिक, सांस्कृतिक आणि भाषिक पातळीवर समतावादी एकात्मतेच्या जाणीवेचा विकास शक्य झाला. संत-चळवळीच्या अंगभूत मर्यादा गृहीत धरूनसुद्धा, 'महाराष्ट्रधर्मा'ची संकल्पना रामदासांसारख्या एखाद्या संताने ठसवावी, ही गोष्ट अर्थपूर्ण म्हटली पाहिजे. मध्ययुगीन मर्यादेतील जो राष्ट्रवाद महाराष्ट्रात जागृत

झाला, त्यात काही अंशी संत चळवळीचाही वाटा होता.[३०] गं. बा. सरदार यांनी केलेले संत-चळवळीचे मूल्यमापन लक्षात घेण्याजोगे आहे - ''संतांच्या चळवळीत धर्मसुधारणेची व लोकजागृतीची भावना असली तरी समाजक्रांतीची उठावणी नव्हती. एवढ्यावरून त्यांचा भक्तिमार्ग ही पळवाट होती, असे म्हणता येणार नाही... संत चळवळ ही सामजिक लढ्यापासून लोकांना परावृत्त करणारी प्रतिगामी शक्ती नसून धार्मिक जीवनाच्या कक्षेत त्यांच्या हक्कासाठी सनदशीरपणे झगडणारी सुधारणावादी प्रवृत्तीच होती.''[३१] मध्ययुगीन संत-चळवळ हा १९ व्या शतकातील समाजसुधारकांसाठी एक महत्त्वाचा प्रेरणास्त्रोत ठरला.

महाराष्ट्राच्या परंपरेला आकार देणारी एक महत्त्वाची शक्ती म्हणजे छत्रपती शिवाजी.[३२] शिवाजी हा लोकहितदक्ष, धर्मसहिष्णू, धाडसी, विवेकी, कार्यक्षम, व्यवहारचतुर व दूरदृष्टीचा मध्ययुगीन राजा होता. तसे पाहिले तर या राजाचे राज्य आकाराने आजच्या महाराष्ट्राच्या एक-पंचमांश इतके होते. पण त्याचे ऐतिहासिक महत्त्व संख्यात्मक नसून गुणात्मक आहे. परक्यांच्या चाकरीत समाधान न मानता शून्यातून स्वतंत्र राज्याचे विश्व उभे करण्यात शिवाजी महाराजांचे असामान्यत्व सामावलेले आहे. विजापूरची आदिलशाही, उत्तरेतील महाबलाढ्य मुघलशाही, गोव्यातील पोर्तुगीज, कोकणातील सिद्दी व इंग्रज आणि अनेक स्वकीय पुंड वतनदार यांच्याशी अविश्रांत झगडून हे राज्य उभारले होते. हे राज्य म्हणजे सरंजामशाही संधिसाधूपणाचा व्यक्तिगत खेळ नव्हता, तर तो मध्ययुगीन प्रादेशिक राष्ट्रभावनेचा प्रभावी आविष्कार होता. मराठ्यांमधील तत्कालीन स्वत्वजागृतीचे फलित म्हणजे शिवाजी महाराजांचे मध्ययुगीन चौकटीतील राष्ट्र-राज्य होय. 'मुद्रा भद्राय राजते' हे शिवमुद्रेतील ब्रीद आणि 'जाणता राजा' व 'बहुत जनांसि आधारू' ही रामदासकृत शिवप्रशस्ती म्हणजे निव्वळ कविकल्पना नव्हत्या, तर त्यांना वास्तवाचा आधार होता. शिवाजी महाराजांच्या नेतृत्वाखाली संपूर्ण व्यवस्था बदलणारी मूलगामी क्रांती झाली नाही; परंतु त्या काळाच्या संदर्भातील प्रागतिक स्थितिबदल निश्चितच घडून आला. काही थोर ऐतिहासिक विभूतींचे मिथकीकरण होऊन त्याद्वारे या विभूती प्रेरणेचा अखंड स्त्रोत बनतात. त्यांच्या मर्यादा गौण ठरून त्यांची थोरवी अधोरेखित केली जाते. शिवाजी ही या कोटीतील ऐतिहासिक विभूती असल्याने १९ व्या शतकातील महाराष्ट्राचेसुद्धा ते एक प्रेरणास्थान बनले.

श्रीपाद कृष्ण कोल्हटकरांच्या 'महाराष्ट्रगीता'त (१९२७) 'विक्रम वैराग्य एक जागिं नांदती' असा अर्थपूर्ण उल्लेख आहे. मध्ययुगीन मराठी संतांचे 'वैराग्य' म्हणजे जीवनपराङ्मुखता नव्हती. 'विवेकासहित वैराग्याचे बळ' ही तुकारामांची

धारणा महत्त्वाची होती. 'अवघे देखे जन ब्रह्मरूप' (तुकाराम) आणि 'प्रपंच करावा नेटका' व 'महाराष्ट्रधर्म वाढवावा' (रामदास) या प्रकारची दृष्टी आणि याआधी उल्लेखिलेली संतचळवळीची वैशिष्ट्ये महत्त्वाची ठरली. संतचळवळीने मध्ययुगीन महाराष्ट्रात नवचैतन्य निर्माण केले आणि व्यापक पायावर मराठी अस्मितेची उभारणी केली. 'स्वराज्य' अथवा 'नूतन सृष्टी' शिवरायांनी निर्माण केली असली तरी तिला जीवनरस पुरवण्याचे महत्त्वाचे कार्य संतचळवळीने केले होते. मराठी भाषाभिमानाने या राष्ट्रवादी जीवनरसाला दाटपणा प्राप्त करून दिला होता. महानुभावांनी जाणीवपूर्वक केलेला मराठीचा वापर, ज्ञानदेवांनी उच्चारलेली अमृतातेही पैजा जिंकण्याची भाषा, 'संस्कृतवाणी देवे केली । तरी प्राकृत काय चोरापासोनी झाली' हा एकनाथांचा रोकडा सवाल, फादर स्टीफन्सकृत मराठी-प्रशस्ती आणि शिवाजी महाराजांनी तयार करवून घेतलेला 'राज्यव्यवहार कोश' ही सारी तेराव्या शतकापासून सतराव्या शतकापर्यंतची मराठीविषयक अभिमानजागृतीची परंपरा ऐतिहासिक महत्त्वाची आहे. संतांच्या 'वैराग्या'सह नांदणारा शिवाजी महाराजांचा 'विक्रम' हा केवळ असामान्य धाडसापुरता मर्यादित नव्हता. एकतर आपली विक्रमशीलता त्यांनी मराठी समाजात संक्रमित केली. दुसरे असे की त्यांच्या स्वराज्यातील 'स्व' हा शिवाजी नावाच्या व्यक्तीपुरता सीमित नव्हता. त्यामुळे राजेशाहीचा लोककल्याणकारी आविष्कार शक्य झाला. संतचळवळीची सहिष्णुता टिकवून शिवाजी महाराजांनी तिला जयिष्णुतेची जोड दिली. भारतीय परंपरेचे भान राखून आणि मराठी सत्त्व टिकवून त्यांनी इस्लामी संस्कृतीसुद्धा आत्मसात केली. मराठी माणसाच्या जडणघडणीत ही सारी व्यापक परंपरा महत्त्वाची ठरलेली आहे.[३३]

शिवकालीन स्थितिबदलातूनच मराठ्यांच्या सत्तेचा भावी विस्तार शक्य झाला. मराठा विस्तारवादाच्या कालखंडाचा विचार केल्याशिवाय १९ व्या शतकातील सामाजिक वास्तवाचे पुरेसे आकलन होऊ शकणार नाही. महाराष्ट्राच्या साचेबंद जीवनात युरोपीय जेत्यांची सरस संस्कृती, पाश्चात्त्य विचार आणि प्रशासनपद्धती यांच्या प्रभावामुळे सुधारणेच्या उदारमतवादी शक्ती क्रियाशील बनल्या, असे मानण्याचा सर्वसामान्य प्रघात आहे. त्यात काही तथ्यही आहे; पण १९ व्या शतकातील महाराष्ट्रातील सुधारणावादाची बीजे १८ व्या शतकातच रोवली गेली होती, हेसुद्धा विसरून चालणार नाही. या दृष्टीने १८ व्या शतकातील महाराष्ट्राचा अरविंद देशपांडे यांनी केलेला पुनर्विचार लक्षात घ्यायला हवा.[३४] १८१८ मध्ये ब्रिटिशांनी मराठ्यांचे राज्य जिंकून घेतल्यावर जेमतेम चौदा वर्षांतच बाळशास्त्री

जांभेकरांच्या 'दर्पण'च्या रूपाने या बदलाला निर्माण झालेला दृश्य प्रतिसाद आढळून येतो. महाराष्ट्रातील जीवन पराकोटीचे साचेबंद असते, तर इतका तत्पर प्रतिसाद निर्माण झाला नसता.

ठरीव स्वरूपाची मध्ययुगीन सरंजामशाही, अशी १८ व्या शतकातील मराठी राजकारणाची प्रतिमा चुकीची आहे. मराठ्यांना केवळ अयोध्येच्या नबाबाच्या किंवा अलिवर्दीखान, हैदरअली वा आसफजाहसारख्या व्यक्तिगत धडाडी असणाऱ्या नायकांच्या रांगेत बसवणे चुकीचे आहे. कारण मराठ्यांची राष्ट्रवादी सत्ता ही १८ व्या शतकात एक विस्तारवादी शक्ती बनलेली होती. मराठा राज्याचा नव्हे, तर सत्तेचा विस्तार हा भारतातील बदलत्या राजकीय वास्तवाचा आविष्कार होता. भारतातील मध्ययुगीन विस्तारवादापेक्षा मराठ्यांचा विस्तारवाद भिन्न स्वरूपाचा होता. तो केवळ व्यक्तिगत धाडसीपणा नव्हता, तर त्यामागे मध्ययुगीन चौकटीतल्या का होईना, राष्ट्रवादाची प्रेरणा होती. औरगंजेब बादशाहाच्या आक्रमणानंतरसुद्धा मराठा राज्याचे अस्तित्व टिकण्याचे कारण म्हणजे त्या अस्तित्वाला असणारा मराठ्यांच्या सामाजिक-सांस्कृतिक इच्छाशक्तीचा सबळ आधार होय. मुघल सत्तेच्या ऱ्हासाने निर्माण केलेल्या पोकळीच्या संदर्भात मराठ्यांच्या राजकीय धोरणाने आकार घेतला. 'बुंध्यावर घाव घातला की फांद्या आपोआप कोसळतील' अशा प्रकारची पहिल्या बाजीरावाची उक्ती, मराठ्यांची राजकीय धुरीणत्वाची आकांक्षा व्यक्त करते. मराठ्यांचा विस्तारवाद[३५] ही ब्रिटिश वसाहतवादाशी स्पर्धा करणारी तत्कालीन भारतातील एकमेव भारतीय शक्ती होती.[३६] देशपांडे यांनी म्हटल्याप्रमाणे, "बाळाजी विश्वनाथ किंवा पुढे महादजी शिंदे यांनी मुघल बादशाहाकडून मिळवलेल्या सनदा आणि ईस्ट इंडिया कंपनीने मिळवलेले दिवाणीचे अधिकार यांच्यातील फरक फक्त तांत्रिक आहे, मनोवृत्तीचा नव्हे."[३७] अर्थात ब्रिटिशांच्या आणि मराठ्यांच्या विस्तारवादात एक फरक होता. राजकीय वर्चस्व हे ब्रिटिशांच्या आर्थिक आकांक्षापूर्तीचे साधन होते. मराठ्यांकडे मात्र त्या वेळेला राजकीय आकांक्षांना पूरक आर्थिक तत्त्वज्ञान नव्हते.

मराठ्यांच्या विस्तारवादामुळे सर्वात स्वाभाविक बदल घडला तो त्यांच्या सैन्याच्या आकारात होय. १७ व्या शतकात प्रामुख्याने बचावात्मक गरजेपोटी असणारे त्यांचे सैन्य, आता विस्तारवादी राजकीय इच्छाशक्ती साकार करण्याचे साधन बनले. पेशव्यांचे घोडदळ लाखाच्या घरात जाऊन पोहोचले. मराठा सैनिक हा मूलतः लष्करी पोषाखातील शेतकरी होता. अनेक मराठी माणसांसाठी लष्करी पेशा हे पर्यायी किंवा जादा उत्पन्नाचे साधन बनले. कारण मराठा सैन्य शेतकरी

आणि अन्य व्यावसायिकांमधून उभारलेले असे. सैन्याला लागणारी शस्त्रे व तोफगोळे यांची निर्मिती प्रामुख्याने स्थानिक पातळीवर होत असे. वा. कृ. भावे यांनी म्हटल्याप्रमाणे, महाराष्ट्रातील अनेक खेड्यांचे हे उत्पन्नाचे व उपजीविकेचे साधन बनले.[३८] सामाजिकदृष्ट्या लक्षात घेण्याजोगी गोष्ट म्हणजे हे नवे उत्पादक घटक जातिनिष्ठ व्यवसायांची पारंपरिक सीमारेषा पार करू लागले होते. याचे एक उदाहरण म्हणजे १७६९ मध्ये पुण्यात सुरू करण्यात आलेल्या तोफगोळे तयार करण्याच्या कारखान्यातील १५० कामगार भिन्नभिन्न जाती व व्यवसायांमधील होते.[३९] शस्त्रास्त्रांव्यतिरिक्त कपडे, तंबू, चामड्याची पखाल, खोगीर, घोड्याचे नाल, इत्यादी पूरक वस्तूंचे उत्पादनसुद्धा स्थानिक पातळीवर होत असे. संबंधित कारागीरांना गावगाड्यातसुद्धा चांगली वागणूक मिळत होती. सामाजिक परिवर्तनाची प्रक्रिया महाराष्ट्रात सूक्ष्मपणे आकार घेऊ लागली होती. जातींमधील वाढते संघर्ष आणि राज्याचा त्यातील वाढता हस्तक्षेप, हे परंपरानिष्ठेपेक्षा तत्कालीन अस्वस्थतेचे उदाहरण आहे. या सर्वांच्या परिणामातून राज्याचे समाजावरील नियंत्रण अधिक बंदिस्त आणि भक्कम बनू लागले.

मराठा विस्तारवादाचा परिणाम प्रशासनव्यवस्थेवरही झाला. प्रशासकीय रचनेत महत्त्वाचे व दूरगामी बदल घडून आले. मोठ्या प्रशासकीय विभागांचे छोट्या विभागांमध्ये विभाजन झाले. नव्या अधिकाऱ्यांचा भरणा वाढला. या अर्थाने प्रशासनाला अधिक लौकीक स्वरूप प्राप्त झाले. याचा अर्थ असा नव्हे की देशमुख, देशपांडे अशा उच्चपदस्थ वतनदारांची पारंपरिक सत्ता ढळू लागली. त्यांच्या स्थानाला धक्का पोहोचला नाही. पण एक कनिष्ठ मध्यमवर्ग उदयाला येऊ लागला आणि पुढे ब्रिटिश राज्यप्रस्थापनेनंतर तो वर्ग प्रशासन हाताळू लागला.

शाहिरी वाङ्मयाचा उदय हासुद्धा एक अर्थपूर्ण बदल होता. अनुभवजन्य पातळीवर तो मराठा विस्तारवादाच्या राजकीय यशाचा परिणाम होता, तर मूल्यसरणीच्या पातळीवर तो विद्रोही साहित्याचा उद्रेक होता. संस्कृतप्रचुर पंडिती आध्यात्मिकतेकडून लोकाभिमुख ऐहिकतेकडे वळलेला साहित्याचा हा ओघ सूचक म्हटला पाहिजे. तत्कालीन समाजाने या साहित्याला पुरेशी प्रतिष्ठा दिली नसेल; पण नाखुशीने का होईना, त्याचा स्वीकार केला. पारंपरिक सरंजामी समाजात कनिष्ठ वर्गाच्या ऊर्ध्वगामी हालचालीचा दबाव वाढू लागल्याचे हे चिन्ह होते.

एकंदरीत, १८ व्या शतकाअखेरचा महाराष्ट्र महत्त्वपूर्ण स्थितिबदलाच्या उंबरठ्यावर उभा होता. नवे राजकीय तत्त्वज्ञान, नवी व्यावसायिक रचना, नवी

वर्गजाणीव यांनी समाजात पाय रोवायला सुरुवात केली होती. ब्रिटिश अंमलात या स्थितिबदलाला चालना मिळाली हे खरे; पण त्याची मूळ प्रेरणा बाह्य नव्हे, तर आंतरिक होती. पाश्चात्त्य विचार हे बदलाचे साध्य नव्हते, तर साधन होते.

– १९ व्या शतकाच्या संदर्भात १८ व्या शतकातील महाराष्ट्रेतिहासाचा अरविंद देशपांडे यांनी लावलेला हा अन्वयार्थ स्वीकारार्ह आहे. एका छोट्या शोधनिबंधात तो मांडलेला आहे. निबंधाच्या मर्यादेत आवश्यक ती समर्पक उदाहरणे लेखकाने दिलेली आहेत. मात्र या अन्वयार्थाची विस्तारक्षमता लक्षात घेता पूरक असे आणखी पुरावे पडताळणे गरजेचे आहे. तो एका स्वतंत्र संशोधनाचा विषय असला, तरी येथे गरजेनुरूप काही मुद्दे मांडलेले आहेत.

त्या काळी वाढू पाहणाऱ्या सामाजिक गतिशीलतेच्या संदर्भात आणखी दोन उदाहरणे नमूद करावीशी वाटतात. थोरल्या बाजीरावाच्या कारकीर्दीत मराठा, ब्राह्मण पोटजाती, धनगर, इत्यादी विविध जातींमधले नवे सरदार उदयाला आले व मराठा सत्ताविस्तारात अर्थपूर्ण कामगिरी बजावू लागले. पेशवाईच्या उत्तरकालापासून जो विद्रोही शाहीरवर्ग पुढे आला, त्यामध्येसुद्धा ब्राह्मण पोटजाती, शिंपी, गवळी, शिकलगार मुसलमान अशा भिन्न सामाजिक गटांमधील कलावंतांचा समावेश होता. अरविंद देशपांडे यांच्या अन्वयार्थाला पूरक अशी काही माहिती व मते विविध अभ्यासकांच्या लेखनात आढळली. त्यांचा निर्देशही आवश्यक वाटतो– (१) वा. कृ. भावे यांच्या 'पेशवेकालीन महाराष्ट्र' या ग्रंथात मुख्यत: व्यावसायिक गतिशीलतेसंबंधीच्या मुद्याला पूरक अशी, देशपांडे यांनी निर्देश केलेल्या उदाहरणांव्यतिरिक्त अनेक उदाहरणे आढळतात.[४०] (२) हिरोशी फुकाझावा यांनी अशा अर्थाचे विवेचन केले आहे की, '१८ व्या शतकाच्या अखेरच्या दशकांमध्ये (महाराष्ट्राच्या) ग्रामीण जीवनात बऱ्यापैकी गतिशीलता निर्माण झाली होती. महसूलव्यवस्थेतील मक्ता-पद्धतीमुळे पाटलांसारख्या स्थानिक धुरीणांची सत्ता कमी झाली. नवी घराणी सत्ताधारी बनली.'[४१] अन्य एका संदर्भात फुकाझावा यांनी असे दाखवून दिले आहे की, '....१८ व्या शतकातील मराठा राज्यात जातिविषयक बाबींमध्ये राज्यसंस्था महत्त्वाची भूमिका पार पाडत होती.... जातिव्यवस्था ही शासनाकडून संरक्षित, नियंत्रित व सुस्थिर केली जाणारी एक सामाजिक व्यवस्था होती.'[४२] (३) ज. वि. नाईक यांनी, इंग्रजी अंमल प्रस्थापित झाल्यानंतरच्या सामाजिक सुधारणा चळवळीचा संबंध १८ व्या शतकातील मराठा राज्यकर्त्यांच्या मर्यादित सुधारणांशी जोडला आहे; हे राज्यकर्ते सामाजिक सुधारणेबाबत उदासीन नसल्याचे एस. नटराजन यांचे मतही त्यांनी उद्धृत केले आहे.[४३] (४) वा. द. दिवेकर यांनी पेशवेकालीन आर्थिक जीवनाविषयीच्या त्यांच्या

एका लेखात[४४] मांडलेले काही मुद्दे उल्लेखनीय आहेत. उदाहरणार्थ संक्षेपाने ते मुद्दे असे सांगता येतील - १. इंग्लंडच्या तुलनेने महाराष्ट्रातील दर एकरी उत्पादन १८ व्या शतकाअखेरपर्यंत तरी कमी नव्हते. या काळात महाराष्ट्रात लागवडीखालील क्षेत्र विस्तारत होते. २. मराठी राज्यविस्ताराचा बराच अनुकूल परिणाम सातारा, सोलापूर, वसई व विशेषत: पुणे यांसारख्या शहरांच्या वाढीवर झाला. ३. महाराष्ट्राबाहेरील कारागीर १८ व्या शतकात महाराष्ट्रात व विशेषत: पुण्यात वाढत्या संख्येने स्थलांतरित होऊ लागले. ४. महाराष्ट्रातील बऱ्याच जातींमधील लोकांना, विशेषत: ब्राह्मणांना अनेक व्यवसायक्षेत्रे उपलब्ध होती. ५. पारंपरिक पुरोहित सोडले तर १८ व्या शतकातील मराठी ब्राह्मणवर्ग साधारणत: इहवादी वृत्तीचा असावा. जमेल तो व्यवसाय आणि मिळवता येईल त्या व्यवसायातून पैसा हा अर्थवादच तत्कालीन मराठी ब्राह्मणांच्या बाबतीत प्रभावी असावा. ६. अठराव्या शतकातील महाराष्ट्रात सावकार,[४५] व्यापारी, ठेकेदार यांचा वर्ग उदयास आला. त्यामध्ये ब्राह्मणांचे प्राबल्य होते. जगत् सेठ किंवा वीरजी व्होरांसारखे कोट्यधीश धनाढ्य सावकार महाराष्ट्रात निर्माण होऊ शकले नाहीत. उद्योगाधिष्ठित भांडवली गुंतवणुकीची दृष्टी या वर्गाकडे नव्हती. स्वकीय राजाश्रय व युद्धाश्रय यांवर हा वर्ग मोठ्या प्रमाणावर अवलंबून होता. ब्रिटिश राज्य आल्यावर हा आश्रय संपताच महाराष्ट्रातील व्यापारी-सावकारवर्ग पालापाचोळ्यासारखा उडून गेला.

आतापर्यंतच्या विवेचनात महाराष्ट्राची वैशिष्ट्यपूर्ण ऐतिहासिक परंपरा आणि बदलाच्या सुप्त शक्ती यांवर भर दिलेला आहे. महाराष्ट्राच्या अस्मितेसंदर्भात या गोष्टी महत्त्वाच्या आहेत. मध्यमवर्गाचे मूलस्रोतही त्यांमध्ये आहेत. याबाबतचे काही विश्लेषण पुढे उदय-प्रक्रियेबाबतच्या विवेचनातसुद्धा येणार आहे. मराठ्यांच्या पाडावानंतर महाराष्ट्रात लोकक्षोभाचा डोंब उसळला नाही; पण मराठी अस्मितेवर झालेल्या आघाताचे शल्य लोकमानसात, विशेषत: जुन्या व्यवस्थेतील लाभधारकांच्या मनात धुमसत राहिले. याची जाणीव ठेवून एल्फिन्स्टनसारख्या राज्यकर्त्यांनी विविध सामाजिक गटांना संतुष्ट राखण्याची, एतद्देशीय परंपरांचा मुखवटा टिकवण्याची, पण इंग्रजांच्या हितसंबंधापोटी धीमेपणाने महाराष्ट्रात बदल घडवून आणण्याची व्यूहरचना आखली. ही ढोबळ राजकीय व्यूहरचना नव्हती, तर ती सूक्ष्म सांस्कृतिक व्यूहरचनासुद्धा होती. मुळातच बदलू पाहणाऱ्या महाराष्ट्रावर याचे महत्त्वपूर्ण परिणाम घडणे स्वाभाविक होते. इंग्रजी अंमलात साकार होणारा बदल सातत्याच्या जोमदार प्रवाहाबरोबर पुढे गेला. महाराष्ट्रातील मध्यमवर्गाचा उदय ही या प्रक्रियेचीच एक निर्मिती आणि चेतक शक्ती ठरली.

३.३ इंग्रजी अंमलातील पूरक घटक

इंग्रजांनी पाश्चात्त्य संस्कृतीतील काही मूल्यांचा व विचारांचा वारसा भारतात आणि पर्यायाने महाराष्ट्रातसुद्धा आणला. हा वारसा कोणता होता, ते भा. शं. भणगे यांनी सूत्रमय रीतीने सांगितले आहे. ते म्हणतात, ''इंग्लंडच्या मार्गे जे प्रबोधन भारतात झाले ते इंग्लंडात पोसलेले आणि विशेषत्वाने समृद्ध झालेले असे होते. जेव्हा ते येथे पोचले तेव्हा त्याची सर्व अंगे मूळच्या स्वरूपात बदल होऊन विकसित झाली होती. विकासात काही अंगे नव्यानेही प्राप्त झाली होती. ह्या प्रबोधनाची जी विकसित प्रवृत्ती दिसली ती अशी : व्यक्तीची स्वायत्तता, व्यक्तीची धार्मिक-आर्थिक-राजकीय दास्यातून मुक्तता, व्यक्तींची समानता, मानवतावाद आणि धार्मिक सहिष्णुता, ज्ञानाची महती, वैज्ञानिक शोध आणि उपयोग, माणसाच्या आणि निसर्गाच्या सौंदर्याची साक्ष, विज्ञाननिष्ठ विचारपद्धती, ऐहिक हिताचे उद्दिष्ट, राष्ट्र राज्याची आणि लोकशाहीची उभारणी.''[४६] इंग्लंडमध्ये १७ व्या व १८ व्या शतकांमध्ये मोठे परिवर्तन घडून आले होते. १७ व्या शतकात जॉन लॉक या उदारमतवादी विचारवंताने मानवाच्या नैसर्गिक हक्कांचा पुरस्कार केला व लोकशाहीवादी प्रवाहाला चालना दिली. या शतकात राज्यकर्त्यांच्या अनियंत्रित राजेशाहीला पायबंद घातला गेला. घटनावादाला महत्त्व प्राप्त झाले. पार्लमेंटचे म्हणजे पर्यायाने लोकसत्तेचे महत्त्व वाढत जाऊन लोकशाही व्यवस्था स्थिरावली. मध्यमवर्गाचा उदय, मध्यमवर्गीय नीतिमूल्यांचा वाढता प्रभाव, गुलामगिरीविरोधी भूमिका, औद्योगिक क्रांतीचा विकास ही सारी १८ व्या शतकाची वैशिष्ट्ये होती.या कालखंडात वैचारिक क्षेत्रात नवनवीन प्रवाह निर्माण झाले. एडमंड बर्क आणि त्याचा परंपरावाद व मानवतावाद; ॲडॅम स्मिथप्रणीत अर्थशास्त्राचा अभिजात संप्रदाय, या संप्रदायाचे खुल्या व्यापाराचे तत्त्वज्ञान (Laissez Faire) व त्यातून बळावलेला व्यक्तिवाद (Indivisualism); जेरेमी बेंथेमच्या उपयुक्ततावादी[४७] संप्रदायाचा कायद्यावर आधारित समाजजीवनाचा सिद्धान्त (Utilitarianism); चार्लस ग्रँट या शुभवर्तमानवादी (Evangelical) विचारवंताने केलेला व्यक्तिवादाचा व व्यापारवादाचा पुरस्कार[४८] या सर्वांमुळे घडून आलेले विचारमंथन[४९] ही १८ व्या शतकाचीच देणगी होय. ब्रिटिश लोक व्यापारासाठी भारतात आले खरे, पण येताना त्यांनी इंग्लंडमधील प्रगत संस्कृतीचा हा वारसा भारतात आणला. या गोष्टींचा संकलित परिणाम भारतातील काही ब्रिटिशांच्या विचार व कार्यपद्धतींमध्ये दिसून येतो. वॉरन हेस्टिंग्ज, सर विल्यम जोन्स, सर टॉमस मन्रो, माऊंट स्टुअर्ट एल्फिन्स्टन, जॉन माल्कम, लॉर्ड विल्यम बेंटिंक, सर चार्लस मेटकाफ, लॉर्ड

मेकॉले ही त्याची काही बोलकी उदाहरणे आहेत. मुख्यत: नवी शासनपद्धती, इंग्रजी शिक्षण आणि ख्रिस्ती धर्मप्रसार या तीन माध्यमांमधून पाश्चात्त्य प्रबोधनाचा वारसा महाराष्ट्रात पोहोचला.[५०] मध्यमवर्गाच्या मूल्यव्यवस्थेच्या घडणीसाठी हा वैचारिक वारसा मोलाचा ठरला.

महाराष्ट्रातील मध्यमवर्गाच्या उदयाला पूरक ठरलेला एक विशेष महत्त्वाचा घटक म्हणजे इंग्रजांचे महाराष्ट्रातील प्रशासन होय. मराठ्यांच्या पाडावाची लष्करी कामगिरी यशस्वीपणे पार पाडली तरी शांतता-सुव्यवस्था निर्माण करून नव्या प्रशासनाची घडी बसवणे आणि अंकित समाजावर प्रभुत्व राखणे ही अवघड जबाबदारी होती. राज्ययंत्रणेच्या प्रत्येक पातळीवर लागणारे मनुष्यबळ मूठभर परकीय सत्ताधीशांकडे असणे शक्य नव्हते. याचा अर्थ, नव्या राज्ययंत्रणेतील कळीच्या अधिकारपदांव्यतिरिक्त दुय्यम पातळीवरील नोकरशहांचा भरणा एतद्देशीयांमधूनच करावा लागणार होता. प्रशासन राबवणारे नोकरशहा सत्तावर्तुळाचा भाग बनणे अपरिहार्य होते. त्यामुळे एतद्देशीय नोकरशहांनी सरकारशी एकनिष्ठ रहावे याची काळजी घेणे, किंबहुना त्यांना सरकार व रयत त्यांच्यातील मध्यस्थ बनवणे आवश्यक होते. नव्या कल्पना प्रत्यक्षात उतरवण्यासाठी या मध्यस्थवर्गाचे माध्यम वापरणेसुद्धा आवश्यक होते. इंग्रजांची ही 'प्रशासकीय गरज'[५१] महाराष्ट्रातील मध्यमवर्गाच्या उदयासाठी प्रेरक ठरली. मराठा प्रशासनातील काही व्यक्तींना गरजेनुरूप नव्या प्रशासनात सामावून घेण्याचा धोरणीपणा एल्फिन्स्टनने दाखवला. परंतु त्याने व त्याच्या सहकाऱ्यांनी शिक्षणव्यवस्था व प्रशासनाद्वारे नवे मध्यमवर्गीय पुढारीपण निर्माण करून पारंपरिक इनामदार, जहागीरदार, वतनदार यांच्या वर्चस्वाला छेद दिला.[५२] एतद्देशीय नोकरशहांना आता रोख पगार मिळत असे. ते वतनी नोकर नव्हते. शासकीय सेवेतील प्रवेशासाठी व बढतीसाठी त्यांना जन्माधिष्ठित जाति-प्रतिष्ठेचा वापर करावा लागत नव्हता. ते नव्या शिक्षणपद्धतीत घडलेले आणि कर्तृत्वाच्या जोरावर पुढे आलेले होते. अरविंद देशपांडे यांनी म्हटल्याप्रमाणे, अशा लोकांचा पांढरपेशा मध्यमवर्ग हा अधिक उदारमतवादी व लवचिक होता, त्याच्या गळ्यातील परंपरेचे जोखड सैल पडू लागले होते आणि जुनी समाजव्यवस्था टिकवण्यात त्याला रस नव्हता.[५३]

नवा प्रशासकीय मध्यमवर्ग घडवण्याचे एक महत्त्वपूर्ण साधन म्हणून इंग्रजांनी शिक्षणाचा वापर केला. खरे तर कंपनीच्या प्रशासनाला कारकून व अन्य मनुष्यबळ पुरवणे हे शिक्षणाचे उद्दिष्ट नसल्याचे एल्फिन्स्टनने १८२४ मध्ये नमूद केले होते; त्याच्या मते भारताला पाश्चात्त्य देशांच्या पंक्तीस जाऊन बसता यावे

यासाठी लोकांमध्ये ज्ञानप्रसार करणारा वर्ग घडवणे हे शिक्षणाचे उद्दिष्ट होते.[५४] पण कंपनीच्या संचालक-मंडळाने हा दृष्टिकोन मान्य केला नाही. एल्फिन्स्टन कॉलेजद्वारे सनदी सेवकवर्ग उपलब्ध व्हावा, अशी इंग्रज शासकांची अपेक्षा होती.[५५] एल्फिन्स्टनचा शिक्षणविषयक दृष्टिकोन बराच लोकाभिमुख होता. लोकभाषेतून शिक्षण, देशी शाळांचा संख्यात्मक व गुणात्मक विकास, शालोपयोगी ग्रंथनिर्मिती, पाश्चात्त्य ज्ञान-विज्ञानाचा गरजेनुरूप प्रसार, शिक्षणाद्वारे समाजाचा उद्धार या गोष्टींना त्याच्या दृष्टिकोनात महत्त्व होते.[५६] सय्यद नुरुल्ला आणि जे. पी. नाईक यांनी म्हटल्यानुसार, एल्फिन्स्टनचे शिक्षणविषयक योगदान त्याच्या प्रत्यक्ष कामगिरीपेक्षा त्याच्या दृष्टिकोनातील क्षमतांमध्ये दिसून येते.[५७] कंपनीच्या संचालकांना एल्फिन्स्टनच्या विचारांपेक्षा गव्हर्नरच्या कौन्सिलचा सदस्य वॉर्डन याचे विचार अधिक ग्राह्य वाटले. त्यामुळे निवडक उच्चवर्णियांना शिक्षण देऊन अल्प खर्चात नवशिक्षितांद्वारे आमजनतेपर्यंत शिक्षण झिरपत नेण्याचा 'झिरपणी सिद्धान्त' (The Downward Filtration Theory) हा महाराष्ट्रातील शिक्षणव्यवस्थेचा आधार बनला. एल्फिन्स्टन व वॉर्डन, तसेच कर्नल जार्व्हिस व सर अर्स्किन पेरी यांच्यातील शिक्षणविषयक वादातून[५८] अखेरीस निवडक अल्पजनांचे हित साधणारे शिक्षण देण्याचे व इंग्रजी शिक्षणाला महत्त्व देण्याचे धोरण महाराष्ट्रात राबवले जाऊ लागले. या संदर्भात पुढील आकडेवारी[५९] अतिशय बोलकी आहे - १८५०-५१ मध्ये मुंबई इलाख्यातील देशी माध्यमाच्या सर्व ग्रामीण शाळांमध्ये मिळून १०९६५ विद्यार्थी असून त्या शाळांना मिळून ४१५८९ रु. अनुदान मिळत असे; ग्रामीण भागातील ७ इंग्रजी शाळांमध्ये मिळून ७६८ विद्यार्थी असून त्या शाळांना मिळून ३३६१३ रु. अनुदान मिळत असे; तर एकूण ९६६ विद्यार्थी संख्या असणाऱ्या एकट्या एल्फिन्स्टन इन्स्टिट्यूशनला ५२०९८ रु. अनुदान मिळत असे. १८६३ मध्ये मुंबईचा गव्हर्नर सर बार्टल फ्रियरने विद्यापीठातील पदवीधर हे शासक व शासित यांच्यातील मध्यस्थ असल्याचे म्हटले होते; तर विद्यापीठ हे शासनकर्त्या सत्तेला अनुकूल मते घडवणारे केंद्र असल्याचे त्याने १८६७ मध्ये नमूद केले होते.[६०]

१८३४ मध्ये स्थापन झालेले एल्फिन्स्टन कॉलेज हे इंग्रजी माध्यमातील उच्च शिक्षणाचे महत्त्वाचे केंद्र होतेच; पण १८२१ मध्ये दक्षिणा फंडाच्या आधारे पुण्यात स्थापन केलेल्या संस्कृत कॉलेजातसुद्धा १८३७ च्या सुमारास इंग्रजी शिक्षणाचे वर्ग सुरू करण्यात आले. मेजर कँडीकडे त्याचे व्यवस्थापन सोपवण्यात आले.[६१] या इंग्रजी वर्गात शिकणाऱ्यांमधील कृष्णशास्त्री चिपळूणकर, विष्णुशास्त्री

पंडित, कृष्णशास्त्री तळेकर, महादेवशास्त्री कोल्हटकर यांसारखी नावे[६२] पाहिली तरी या इंग्रजी वर्गाचे फलित लक्षात येण्यास ते पुरेसे आहे. या काळात इंग्रजी शिक्षणाचे महत्त्व किती वाढले होते, याचे एक उदाहरण[६३] पाहण्यासारखे आहे. कृष्णशास्त्री चिपळूणकर यांनी संस्कृत कॉलेजात पारंपरिक संस्कृत अध्ययन पूर्ण केले. त्यांच्या प्रगतीमुळे त्यांना 'बृहस्पती' ही पदवी गौरवाने अर्पण करणारे त्यांचे गुरू मोरशास्त्री साठे यांनी बदलते कालमान ओळखून कृष्णशास्त्रींना असा उपदेश केला की, "बाबा, याउपर खांद्यावर शालजोडी टाकून हिंडण्यात प्रतिष्ठा राहणार नाही. तू शहाणा असशील तर इंग्रजी शिक." गुरूंचा हा उपदेश पाळून कृष्णशास्त्रींनी वयाच्या पंचविसाव्या वर्षी इंग्रजी शिक्षण घेण्यास प्रारंभ केला (१८४९) आणि त्यातही उत्तम गती प्राप्त केली. एल्फिन्स्टन इन्स्टिटयूशनमध्ये शिक्षण घेऊन बाहेर पडणाऱ्या आरंभकालीन विद्यार्थ्यांच्या व्यावसायिक क्षेत्रांबाबतची आकडेवारी प्रस्तुत प्रबंधाच्या दुसऱ्या प्रकरणाच्या अखेरच्या भागात दिलेली आहे.[६४] त्यावरून असे दिसते की, १८२७ ते १८४२ या कालखंडातील १५२ विद्यार्थ्यांपैकी बहुसंख्य विद्यार्थी पुढे शासकीय नोकरीत वा बुद्धिजीवी व्यवसायांमध्ये सामावले गेले.[६५] अशीच वस्तुस्थिती १८५० ते १८६१ या कालखंडात एल्फिन्स्टन कॉलेजमधून बाहेर पडणारे विद्यार्थी, १८६२ ते १८७० या कालखंडातील मुंबई विद्यापीठाचे कलाशाखेचे पदवीधर आणि १८७० ते १८८२ या कालखंडातील त्या विद्यापीठाचे विविध विद्याशाखांचे पदवीधर यांच्या बाबतीतसुद्धा दिसून येते.[६६] इंग्रजी शिक्षण मध्यमवर्गाच्या उदयाशी किती निगडित होते, हे यावरून कळू शकेल. नव्या शिक्षणाच्या माध्यमातून आधुनिकतेचा व सुधारणावादाचा आशय विद्यार्थ्यांवर बिंबवला जात होता.[६७] 'विद्या हेच बळ', 'ज्ञान हीच शक्ती' ही तत्कालीन सुशिक्षितांची सूत्रवचने बनली व शिक्षण ही त्यांच्या दृष्टीने अभ्युदयाची गुरुकिल्ली ठरली; उपयुक्त ज्ञानाचा महिमा वाढला.[६८] ज्ञान, त्याचा विस्तार व प्रसार यांच्याशी संबंधित नावे असलेल्या संस्था, ग्रंथ व नियतकालिके पुढे आली.[६९] बाळशास्त्री जांभेकर, लोकहितवादी अशा नवशिक्षित मध्यमवर्गीयांना इंग्रजी शिक्षणातच भावी स्वराज्य व सुराज्याची बीजे दिसू लागली; विष्णुशास्त्री चिपळूणकर हेसुद्धा याला अपवाद नव्हते.[७०] लोकहितवादींनी १८७६ साली आंग्लविद्याविभूषितांचे मोल पुढील शब्दात नमूद केले होते - "इंग्रज सरकारचे शाळेंत जे मोठाले विद्वान झाले आहेंत त्यांनीं प्रत्यक्ष पैसा विद्येकडे खर्च केला असेल; परंतु त्यांची किंमत कोट रु. धरण्यास काय चिंता आहे? सर टी. माधवराव, भाऊ दाजी, दादोबा पांडुरंग, दादाभाई व नवरोजी फर्दुनजी अशीं माणसें इंग्रज

सरकारमुळें या देशांत निर्माण झालीं. त्यांची किंमत दर एकाची कोटि रु. ह्मणण्यास काय चिंता आहे?''[७१] 'वाघिणीचे दूध' या शब्दांत विष्णुशास्त्रींनी सांगितलेली इंग्रजीची महती[७२] प्रसिद्धच आहे.

एकंदरीत, तत्कालीन शिक्षणव्यवस्था ही मध्यमवर्गाच्या उदयास अतिशय पूरक ठरली. इंग्रजी शिक्षणाद्वारे प्रशासकीय नोकरीची संधी उपलब्ध होऊ शकत असे. अन्यथा गैरशासकीय नोकरीचा वा स्वतंत्र बुद्धिजीवी व्यवसायाचा पर्यायही खुला होता. वुडच्या शिक्षणविषयक खलित्यापासून म्हणजे १८५४ पासून १९०० सालापर्यंतचा कालखंड हा भारतीय शिक्षणपद्धतीच्या पाश्चात्त्यीकरणाचा, परंतु शिक्षणयंत्रणेच्या भारतीयीकरणाचा कालखंड मानला जातो.[७३] या कालखंडात देशी शिक्षणसंस्थांची वाढ झाली. शासकीय नोकऱ्यांच्या उपलब्धतेपेक्षा सुशिक्षितांची संख्या वाढल्याने अनेक सुशिक्षितांचा ओघ शिक्षणव्यवसायाकडे वळला. तसेच ध्येयवादाने शासकीय नोकरीकडे पाठ फिरवून काहीजण या क्षेत्रात उतरले. एतद्देशीय वृत्तपत्रे व साहित्याद्वारेही नवशिक्षितांनी ज्ञानप्रसार चालू ठेवला. एरवी 'झिरपणी सिद्धान्त' अपयशी ठरला असला, तरी या मर्यादित अर्थाने मात्र तो यशस्वी ठरल्याचे नुरुल्ला व नाईक यांनी म्हटले आहे.[७४] अर्थात शिक्षण ही एकंदरीत मध्यमवर्गीय मक्तेदारी बनली होती. याआधी नमूद केल्याप्रमाणे धनाढ्य वर्गाला शिक्षण घेण्यात फारसा रस नव्हता. कनिष्ठ वर्गही शिक्षणाबाबत उदासीन आणि शिक्षणापासून वंचित होता. नव्या राजवटीत कनिष्ठ वर्गाच्या उद्योगधंद्यांवर आघात झाल्याने तो इंग्रजी राजवटीवर नाराज होता.[७५] सर्वसामान्य लोकांत शिक्षणाबद्दल गैरसमज पसरले होते. केशव शिवराम भवाळकर यांनी त्यांच्या आत्मवृत्तात असे वर्णन केले होते की, ''त्या वेळची सर्व मराठी पुस्तके मुलांस फुकट वाचावयास देत असत. त्या पुस्तकांत (म्हणजे) भूगोलात पृथ्वी गोलाकार आहे, पृथ्वी सूर्याभोवती फिरते, ती आकाशात निराधार असून फिरते, पृथ्वी व चंद्राची छाया पडून सूर्य व चंद्रग्रहणे होतात ह्या गोष्टी पुराणादी मताच्या विरुद्ध (आहेत); तसेच इसापनीती वगैरे पुस्तकांतील पशुपक्ष्यादिकांच्या गोष्टी (की) ते बोलतात हे सर्व खोटे (आहे). आणि ही पुस्तके शिकवून सरकारने लोकांस ख्रिस्ती करून बाटवण्याची तजवीज काढली आहे, यास्तव त्या शाळेत मुलांस पाठवू नये अशा वेड्यावाकड्या व बेअकलीच्या चर्चा ग्रामस्थ लोक आपसात करीत व मुले सरकारी शाळेत पाठविण्यास एकमेकांस आडकाठी घालीत.''[७६] नॉर्मल क्लासचे डायरेक्टर म्हणून केलेल्या शाळातपासणीच्या अहवालात (ऑक्टोबर १८४९) दादोबा पांडुरंग यांनी, कष्टकरी वर्गात शैक्षणिक गळतीचे प्रमाण अधिक

असल्याचे नमूद केले होते.[७७] शिक्षणाबाबत उच्चवर्णियांची मक्तेदारी व कनिष्ठवर्णियांची वंचितता यांविषयीचा बराच ऊहापोह म. फुले यांनी हंटर कमिशनसमोरील त्यांच्या साक्षीत (१८८२) केला होता.[७८] एकंदरीत या ना त्या कारणाने धनाढ्य व कनिष्ठवर्णीय हे शिक्षणापासून मोठ्या प्रमाणात दूर राहिले आणि उच्चवर्णीय जातिगटांमधले लोक शिक्षणाबाबत खरे लाभधारक ठरले. या लाभाद्वारे नोकरी-व्यवसायाचा व ऐहिक उन्नतीचा लाभही त्यांना घडला. मुख्यत: अशा लाभधारकांमधून महाराष्ट्रातील मध्यमवर्ग पुढे आला.

ख्रिस्ती मिशनऱ्यांनी धर्मप्रसाराच्या मूळ हेतूपोटी जे विविधांगी कार्य[७९] १९ व्या शतकातील महाराष्ट्रात केले, ते फार अर्थपूर्ण होते. गं. बा. सरदार यांनी म्हटल्याप्रमाणे, तत्कालीन प्रॉटेस्टंट धर्मोपदेशकांनी त्यांच्या प्रचारतंत्रात शिक्षण, सेवा आणि धर्मतत्त्वनिरूपण यांवर विशेष भर दिला; विचारपरिवर्तनावर त्यांची मुख्य भिस्त होती.[८०] मिशनऱ्यांच्या ख्रिस्तप्रणीत मानवतावादाचा, सेवाभावाचा, शैक्षणिक व सांस्कृतिक कार्याचा मोठा परिणाम तत्कालीन महाराष्ट्रावर घडून आला. काही हिंदू व पारशी धर्माभिमानी लोकांनी मिशनऱ्यांचा जो प्रतिवाद[८१] केला, त्या निमित्ताने महाराष्ट्रात मोठे विचारमंथन घडून आले व धर्मचिकित्सेला चालना मिळाली. मिशनऱ्यांच्या कार्याच्या मुळाशी असलेल्या 'मिशन'च्या संकल्पनेचे आकर्षण दादोबा पांडुरंग, महात्मा जोतीबा फुले, डॉ. रा. गो. भांडारकर, न्या. म. गो. रानडे, गो. कृ. गोखले, महर्षी वि. रा. शिंदे अशा महाराष्ट्रीय समाजचिंतक व सुधारकांना वाटले.[८२] ज्या शैक्षणिक, सांस्कृतिक व सामाजिक बदलाचे संस्कार नवोदित मध्यमवर्गावर घडत होते, त्या बदलाशी संबंधित घटकांमध्ये ख्रिस्ती मिशनऱ्यांच्या कार्याचासुद्धा समावेश होता. या अर्थाने मिशनऱ्यांचे कार्य मध्यमवर्गाच्या उदयप्रक्रियेशी अप्रत्यक्षपणे संबंधित होते.

नवी प्रशासन-व्यवस्था, नवी कायदे-पद्धत, नवे शिक्षण इत्यादींमुळे १९ व्या शतकातील महाराष्ट्रात गतिशीलता वाढू लागली.[८३] कायद्यासमोरील समानता; शिक्षणाचा ऐहिक आशय; जन्माधिष्ठित अधिकारापेक्षा कर्माधिष्ठित स्पर्धाभावाला मिळू लागलेले महत्त्व; जाती व व्यवसाय यांची सांगड घटण्याची प्रक्रिया; रोजगाराच्या नवनवीन संधी; वतन-जहागिरीऐवजी रोख पगाराची पद्धत; रोखीच्या अर्थव्यवस्थेला येऊ लागलेली बळकटी; शेतीचे व्यापारीकरण; व्यापारवृद्धी; बाजारपेठेचा विकास; उद्योगधंद्यांचा व दळणवळण साधनांचा विकास; आधुनिक मूल्यसरणीचा, सामाजिक सुधारणावादाचा व राष्ट्रवादाचा विकास इ. विविध घटकांमुळे गतिशीलता वाढू लागली. वर्गाधिष्ठित स्तरीकरणाच्या प्रक्रियेसाठी

अशी गतिशीलता आवश्यक असते. या आवश्यकतेच्या पूर्तीमुळे महाराष्ट्रातील परिस्थिती मध्यमवर्गाच्या उदयाला पोषक ठरली.

३.४ उदयप्रक्रिया

महाराष्ट्रातील मध्यमवर्गाचा उदय ही काही अचानक उद्भवलेली घटना नव्हती, तर पूर्वकालाशी अनुबंध राखून १९ व्या शतकभर चालू राहिलेली ती एक प्रक्रिया होती. महाराष्ट्राच्या समाजजीवनात वाढू पाहणाऱ्या गतिशीलतेमुळे विविध पातळीवरचे सामाजिक हितसंबंध-विरोध व संघर्ष उद्भवत होते. स्पर्धाभाव, विचारकलह, चळवळी, सत्ताकारण अशा बहुविध मार्गांनी हे संघर्ष आविष्कृत होत होते. तत्कालीन महाराष्ट्राच्या इतिहासाचा अन्वयार्थ लावू पाहणाऱ्या कोणाही इतिहासकाराला या संघर्षांच्या अनेकपदरी वास्तवाचा वेध घ्यावा लागतो. त्यातून काही प्रारूपे उभी राहतात. अशी प्रारूपे पूर्णत: स्वयंभू असू शकत नाहीत. त्यांच्यातून काही समान दुवे शोधून, त्यांमध्ये संगती लावून व त्यात नवी भर घालून नवे प्रारूप उभे करावे लागते. मध्यमवर्गाच्या उदय-प्रक्रियेचा वेध म्हणजे असाच एक प्रयत्न आहे. या प्रयत्नात प्रथम केनेथ बॉलहॅचेट, रवींद्रकुमार व अरविंद देशपांडे यांच्या काही मतप्रतिपादनाचा निर्देश आवश्यक वाटतो. कारण त्या सर्वांच्या मतप्रतिपादनात महाराष्ट्रातील बदलत्या वास्तवाच्या संदर्भातील वर्गीय आशयाचे भान जाणवते.

पश्चिम भारताविषयीच्या आपल्या प्रबंधाच्या प्रास्ताविकात केनेथ बॉलहॅचेट यांनी प्रारंभीच एक सैद्धान्तिक विधान केले आहे - "सामाजिक इतिहासाला 'राजकारण वजा केलेला इतिहास' म्हणत असले, तरी शासनातील बदलामुळे सामाजिक बदल घडू शकतात. जेव्हा हे घडते, तेव्हा जुन्या शासनाशी संबंधित गट त्यांची संपत्ती, सत्ता, प्रभाव व प्रतिष्ठा गमावू लागतात, तर नव्या शासनाशी संबंधित गट याच गोष्टी त्या प्रमाणात कमावू लागतात."[८४] बॉलहॅचेट यांनी संशोधनासाठी निवडलेला कालखंड १८१७ ते १८३० एवढाच असला, तरी त्यांनी सूचित केलेल्या सामाजिक बदलाचा प्रत्यय १९ व्या शतकाच्या उर्वरित कालखंडाबाबतसुद्धा येतो.

रवींद्रकुमार यांच्या प्रतिपादनातील[८५] काही भागाचा सारांशरूपाने निर्देश करता येईल. विविध सामाजिक गटांना एकत्र बांधणारी धार्मिक मूल्यांबाबतची एकवाक्यता आणि समाजावरील ब्राह्मणी, विशेषत: चित्पावनी वर्चस्व ही त्यांच्या मते १८१८ पूर्वीच्या महाराष्ट्राची दोन ठळक वैशिष्ट्ये होती. ब्रिटिश अंमलात

महसूलपद्धती, कायदा व प्रशासन यांमुळे खेड्यांमधील ब्रिटिशपूर्व एकोपा भंग पावला. पाटील-देशमुख आदींचे स्थान ढासळले. सामूहिकतेच्या तत्त्वाची जागा व्यक्तिवादाने घेतली. ब्रिटिशांच्या अपेक्षेप्रमाणे श्रीमंत कुणब्यांचा छोटासा वर्ग उदयाला आला; पण अनपेक्षितपणे शोषक वाणी-सावकार वर्गाचा मोठा उत्कर्ष झाला. किंबहुना नव्या व्यवस्थेत हा वाणी-सावकारांचा वर्ग आणखी प्रबळ बनला. गरीब कुणबी शेतकऱ्यांची हलाखी वाढत गेली. या पार्श्वभूमीवर १८७५ पासून दख्खन दंगे घडून आले. त्यानंतर १८७९ मध्ये 'दख्खन शेतकरी साहाय्य कायदा' ('Deccan Agriculturists' Relief Act') करण्यात आला. पण त्यानेसुद्धा वाण्यांचे वर्चस्व कमी होऊ शकले नाही. कुणब्यांना संरक्षण देण्यासाठी ज्या पतपुरवठा संस्था निर्माण करण्यात आल्या, त्यांवरही गबर कुणब्यांचेच वर्चस्व प्रस्थापित होऊन त्यांनी आपल्या हितसंबंधांच्या पूर्तीसाठी या संस्थांचा वापर केला. एकंदरीत, ब्रिटिश अंमलात दरिद्री रयत व नवश्रीमंत वाणी-सावकार-कुणबी अशी वर्गवारी होऊन सामाजिक हितसंबंध-विरोध वाढू लागला. पारंपरिक कर्मठ शास्त्री व आंग्लविद्याविभूषित नवब्राह्मण बुद्धिजीवी अशी वर्गवारीसुद्धा महाराष्ट्रात निर्माण झाली आणि समाजाचे बौद्धिक नेतृत्व पारंपरिक ब्राह्मणांकडून नवब्राह्मणांकडे गेले. महाराष्ट्रातील पारंपरिक एकवाक्यता आणि ब्रिटिश अंमलातील नवी शिक्षण-व्यवस्था यांच्या प्रभावामुळे १८७५ च्या दख्खन दंग्यांसदृश संघर्ष नवब्राह्मणांच्या उदयाद्वारे उद्‌भवला नाही. एतद्देशीय नवोदित सुशिक्षित ब्राह्मणवर्ग सत्तेतील वाटेकरी बनण्याची धडपड करू लागला व त्यामुळे या संदर्भातील एल्फिन्स्टनचे भाकित खरे ठरले. पण इंग्रजांना सत्ताकांक्षी ब्राह्मणांचा दबाव जाणवू लागल्यावर एल्फिन्स्टनप्रणीत उदार धोरणाची जागा फित्झ्‌ॅम स्टीफनप्रणीत ताठर धोरणाने घेतली. एकीकडे इंग्रज शासक व नवब्राह्मण यांच्यात हितसंबंध-विरोध धुमसत राहिला; तर दुसरीकडे नवब्राह्मणांमध्ये सनातनी व उदारमतवादी अशा फळ्या उभ्या राहिल्या. त्यांपैकी सनातन्यांनी लोकशाहीशी जातिव्यवस्थेचा मेळ साधून ब्राह्मणी वर्चस्वाची परंपरा टिकवण्याची व्यूहरचना आखली. ते राजकीय सुधारणावादाकडे वळले. उदारमतवादी नवब्राह्मणांचा भर मात्र सामाजिक सुधारणावादावर होता. नवतेचा स्वीकार करताना ब्राह्मणी वर्चस्व टिकवण्याच्या धडपडीपायी महाराष्ट्रातील सर्वसामान्य ब्राह्मणवर्गाने नवब्राह्मणांच्या राजकीय उदारमतवादाला पाठिंबा दिला, पण सामाजसुधारणावादाला त्या प्रमाणात प्रतिसाद दिला नाही. सनातनी नवब्राह्मण आणि नवशिक्षित ब्राह्मणेतर यांच्यातील हितसंबंध-विरोधही या कालखंडात निर्माण झाला. नवशिक्षित ब्राह्मणेतरांचा जातिव्यवस्थेवरचा

विश्वास जरी उडू लागला होता, तरी जोशी-कुलकर्णी आदिंवर म. फुले यांनी केलेल्या टीकेच्या प्रभावापासून बहुसंख्य ब्राह्मणेतर मुक्त राहिले. महाराष्ट्रातील पारंपरिक मूल्यात्मक एकवाक्यतेच्या प्रभावामुळे दख्खन दंग्यांच्या काळात ब्राह्मणेतरांनी, विशेषत: कुणबी वर्गाने ब्राह्मण वाण्यांबाबत आक्रमक भूमिका घेतली नाही. एकंदरीतच, महाराष्ट्राच्या राजकीय जीवनावर संघर्षापेक्षा सहमतीचा प्रभाव अधिक प्रमाणात राहिला आणि त्यामुळे उर्वरित भारताच्या तुलनेत महाराष्ट्रात मोठ्या प्रमाणात सामाजिक स्थैर्य व सुसंवाद निर्माण झाला.

अरविंद देशपांडे यांनी १८ व्या शतकातील महाराष्ट्राच्या इतिहासाचा जो नवा अन्वयार्थ लावला आहे, त्याविषयी प्रस्तुत प्रकरणाच्या मुद्दा क्र. ३.२ मध्ये विवेचन केले आहे. त्या विवेचनातील एका मुद्याचा येथे पुन्हा निर्देश करायला हवा. मराठा विस्तारवादाच्या परिणामस्वरूप प्रशासनव्यवस्थेला अधिक लौकीक स्वरूप प्राप्त झाले आणि उच्चपदस्थ वतनदारांच्या पारंपरिक सत्तेला छेद देणारा नवा प्रशासकवर्ग उदयाला आला. देशपांडे यांच्या मते, ब्रिटिश अंमलात हा वर्ग प्रशासन हाताळू लागला.[८६] त्यांनी अन्यत्र एके ठिकाणी असे म्हटले आहे की, "न्याय, शिक्षण, समाज-जीवनाच्या नव्या कल्पना महाराष्ट्रात रुजवण्याचा एल्फिन्स्टनने प्रयत्न केला आणि त्यात तो बऱ्याच अंशी यशस्वीही झाला. परंतु त्याच्या यशाचे आणखीही एक कारण आहे. त्याच्या कल्पना प्रत्यक्षात उतरवणारा एक वर्ग महाराष्ट्रात तयार झालेला होता. किंबहुना संपूर्ण १८ व्या शतकभर हा वर्ग हळूहळू तयार होत होता. पण मराठेशाहीत त्याला दिशा मिळत नव्हती. त्याला एल्फिन्स्टनने दिशा मिळवून दिली. परंतु हेही तितकेच खरे आहे की त्याच्या प्रयत्नांपेक्षा इंग्रजांची प्रशासकीय गरज या बाबतीत जास्त प्रेरक ठरली."[८७]

अरविंद देशपांडे यांच्या मते, भारतातील सामाजिक विकासप्रक्रियेत पाश्चात्त्य विचारांचा वाटा असला, तरी महाराष्ट्रातील सुधारणाचळवळीचा उदय निव्वळ अशा प्रभावातून झाला असे मानणे चुकीचे आहे.[८८] कारण जर तसे असते तर सुमारे शतकभर ब्रिटिश सत्तेखाली राहिलेल्या मुंबईत सामाजिक-आर्थिक सुधारणेचा उद्‌भव प्रथम झाला, तो १८१८ मधील मराठ्यांच्या पतनानंतर का झाला? देशपांडे यांच्या मते, मराठ्यांची राजकीय सत्ता नष्ट झाल्यामुळे महाराष्ट्रात सुधारणा-चळवळ हे मुख्यत: स्वत्वसंरक्षणाचे साधन बनले. प्रशासकीय यंत्रणेतील कोणताही महत्त्वाचा बदल हा सामाजिक रचनेवर परिणाम घडवून आणणारा होता. कारण विशेषत: महाराष्ट्रातील या आधीची प्रशासनव्यवस्था सामाजिक स्तरीकरणाशी निगडित होती. ब्रिटिशांच्या नव्या प्रशासन-पद्धतीमुळे महाराष्ट्रात नवे प्रशासकीय

नेतृत्व उदयाला येऊ लागले. जुना उच्चभ्रू जमीनदारवर्ग आणि नवा सुशिक्षित प्रशासकवर्ग यांच्यात सामाजिक नेतृत्वाची स्पर्धा निर्माण झाली. बंदिस्त समाजाचे मुक्त समाजात रूपांतर करणे हे नव्या सुधारणावादी वर्गाचे ध्येय बनले, तर अशा मुक्त समाजात आपले स्थान टिकणार नाही अशी भीती जुन्या उच्चभ्रू वर्गाला वाटू लागली. राजकीय-सामाजिक व्यवस्थेतील जुना तोल ढासळला. यातून जुनी व्यवस्था आणि नवी व्यवस्था, पारंपरिकता आणि आधुनिकता यांच्यातील संघर्षात्मक संवाद सुरू झाला. पारंपरिक हिंदू समाजाला ख्रिस्ती धर्माच्या रूपाने नव्हे, तर सुधारणाभिमुख हिंदूंच्या रुपानेच स्थितिविरोध निर्माण झाला.

– अरविंद देशपांडे यांचा हा अन्वयार्थ स्वीकारार्ह वाटतो.

वर्ण वा जातींच्या पातळीवर मुख्यत: समाजाच्या एकाच स्तरातून महाराष्ट्रातील मध्यमवर्ग उदयाला आला. हा स्तर समाजातील उच्च स्तर होता. इंग्रजी अंमलापूर्वी या स्तरातील गट वा व्यक्ती यांनी कमीअधिक प्रमाणात सत्ता, संपत्ती व प्रतिष्ठा उपभोगली होती. इंग्रजी अंमलाच्या प्रस्थापनेमुळे त्यांच्या स्थानावर आघात झाला. दुसरा बाजीराव या व्यक्तीची सत्ता गेल्याचे दु:ख फारसे कोणाला नव्हते; पण सत्ताधारी वर्ग सत्तेपासून वंचित झाल्याचे शल्य त्या वर्गाला डाचू लागले. ज्या राजकीय-सामाजिक-सांस्कृतिक पर्यावरणात हा सत्ताधारी वर्ग प्रबळ बनला होता, त्या पर्यावरणाविषयीचे स्मरणरंजन तो करू लागला. पूर्वीच्या व्यवस्थेतील विशेष लाभधारक सत्ताधारी उच्चवर्णियांना स्वत्वहरणाची खंत व अस्थिरता जाणवू लागली आणि ते परंपरेला चिकटून राहण्याची धडपड करू लागले. याउलट त्याच व्यवस्थेतील कमी लाभधारक उदयोन्मुख उच्चवर्णीयांमध्ये नव्या व्यवस्थेशी जुळवून घेऊन, नवी स्वत्वनिर्मिती करून व सत्तावर्तुळात प्रवेश करून समाजाचे नेतृत्व करण्याची आकांक्षा निर्माण झाली. अशा व्यक्तींनी इंग्रजी शिक्षण घेऊन व त्यातील अनेकांनी प्रशासनात शिरकाव करून घेऊन आपल्या उद्दिष्टाच्या दिशेने वाटचाल सुरू केली. या पार्श्वभूमीवर महाराष्ट्रातील उच्चभ्रू स्तरांतर्गत पारंपरिक वर्ग व नवोदित वर्ग यांच्यातील हितसंबंध-विरोध उफाळून आला. उदाहरणार्थ, लोकहितवादींनी त्यांच्या शतपत्रांद्वारे (१८४८-५०) पारंपरिक वर्गावर सोडलेले टीकास्त्र[८९] हे त्याचेच द्योतक म्हटले पाहिजे. ज्याने मराठ्यांच्या पाडावामुळे स्वत्वहरण झाल्याचे शल्य बाळगण्याचे कारण नव्हते, अशा पारशी समाजांतर्गतही या प्रकारचा हितसंबंध-विरोध १९ व्या शतकाच्या मध्याला प्रकट झालेला आढळतो; विशेषत: १८५१ मध्ये सुरू झालेल्या 'रास्त गोफ्तार' मधून दादाभाई नौरोजींनी

सनातनी व धनाढ्य पारशी लोकांवर केलेली टीका हे त्या हितसंबंध-विरोधाचेच द्योतक होते.[१०] परंपरेच्या चिकित्सेची हिंदू व पारशी आंग्लविद्याविभूषितांमधील समान दृष्टी म्हणजे नव्या वर्गीय हितसंबंधांच्या विकासाचे लक्षण होते.

महाराष्ट्रातील नवोदित वर्गातसुद्धा काळाच्या ओघात सनातनी व सुधारक असे दोन गट पडले. अर्थात 'सनातनी' व 'सुधारक' ही विशेषणे तुलनात्मक अर्थाने व तारतम्यानेच वापरावी लागतात. कारण सनातन्यांना काही मर्यादेपर्यंत सुधारणावाद मान्य होता, तर सुधारकांनीसुद्धा नवतेचा पुरस्कार करताना परंपरेची नाळ पूर्णपणे तोडलेली नव्हती. यामुळे परंपरा ही एकाच वेळी प्रेरणा-स्रोत होती आणि टीकेचे लक्ष्यही होती. सनातन्यांना परंपरेचे आवर्जून समर्थन करावे लागणे, हेच मुळी परंपरेच्या न्यूनत्वाचे एक द्योतक होते. एकीकडे परंपरेचे समर्थन करताना दुसरीकडे हे न्यूनत्व भरून काढण्यासाठी नवतेचा आधार घेणे भाग होते. इंग्रजी भाषेला 'वाघिणीचे दूध' म्हणून गौरवणारे, 'मी मराठी भाषेचा शिवाजी आहे' अशी प्रौढीसुद्धा इंग्रजीतून[११] मिरवणारे आणि 'लोकभ्रम'[१२] यासारखे लेख लिहून आंधळेपणावर टीकास्त्र सोडणारे विष्णुशास्त्री चिपळूणकर हे मुळात सनातनी मानले जात असले, तरी या अर्थाने तेसुद्धा सुधारक होते. गं.बा. सरदार यांनी म्हटल्यानुसार. "...चिपळूणकरांनी जरी सुधारकांची यथेच्छ निर्भर्त्सना केली, तरी आधुनिक विचारापासून त्यांना सर्वस्वी अलिप्त राहता आले नाही."[१३] चिपळूणकर ज्या अर्थाने आधुनिक होते, त्या अर्थाने टिळक व जिन्सिवाले हेसुद्धा आधुनिक होते. टिळकांचा पुनरुज्जीवनवाद आणि सनातनी पंडितांचा पुराणमतवाद हे एक नसल्याचे मत गं. बा. सरदार यांनी व्यक्त केलेला आहे.[१४] जिन्सिवाले व टिळक 'हे तुमचे खरे पुढारीच नव्हत' अशा इशारा[१५] आगरकरांनी जुन्या सनातन्यांना दिला होता, हे अर्थपूर्ण म्हटले पाहिजे. एकंदरीत, १९व्या शतकातील महाराष्ट्रातील पारंपरिक शास्त्रीपंडित आणि नवोदित वर्गातले सनातनी यांच्यात निश्चितच फरक होता. नवोदित वर्गातील सनातन्यांच्या सुधारणावादाप्रमाणे सुधारकांच्या परंपरानिष्ठेचा निर्देशही आवश्यक आहे. बाळशास्त्री जांभेकरांपासून न्या. रानड्यांपर्यंत अनेक सुधारकांनी लोकांना आपला सुधारणावाद सांगताना त्यासाठी जुन्या शास्त्रांचा व परंपरेचा आधार घेतला.[१६] सुधारणेच्या या पद्धतीला न्या. रानडे यांनी 'अन्वयार्थाची पद्धत' (a method of interpretation) असे संबोधले होते.[१७] जहाल पुरोगामी सुधारक म्हणून ओळखले जाणारे म. फुले आणि आगरकर यांनीसुद्धा एकीकडे परंपरेची कठोर चिकित्सा करताना दुसरीकडे परंपरेचा आधार शोधला. वैदिक परंपरा नाकारणाऱ्या फुल्यांनी अवैदिक परंपरेशी नाते जोडले. बळीराजा, चार्वाक,

बुद्ध, कबीर, तुकाराम, शिवाजी यांसारखे भारतीय परंपरेतले आदर्श त्यांनी शोधले.[९८] आगरकरांनीसुद्धा 'सुधारक काढण्याचा हेतू' सांगताना 'मूळ प्रकृती म्हणजे भारतीय आर्यत्व न सांडण्या'ची भाषा केली.[९९]

१९ व्या शतकात काही ब्राह्मणेतर व कनिष्ठ मानल्या गेलेल्या जातींमधील लोकांनी शिक्षण व व्यवसायांच्या आधारे मध्यमवर्गीयत्व प्राप्त केले. त्यांच्या संदर्भात विश्लेषण करताना कदाचित मतभेद उद्‌भवू शकतात; फुले-संप्रदायाला मध्यमवर्गात समाविष्ट करण्याबाबत प्रश्नचिन्ह उभे राहू शकते. त्यामुळे त्याबाबत स्वतंत्रपणे विवेचन करणे आवश्यक आहे. इंग्रजपूर्व अंमलात जे शिक्षणापासून व सत्तेपासून वंचित राहिले होते, अशा व्यक्ती वा गटांमध्ये इंग्रजी राजवटीत जागृती घडू लागली. आता त्यांना तत्त्वश: तरी कायद्यासमोरील समानतेची, तसेच शिक्षणाची व शासकीय नोकरीची संधी उपलब्ध होती. ख्रिस्ती मिशनऱ्यांच्या कार्यामुळेसुद्धा काहींना लाभ होऊ शकला. नवी प्रसारमाध्यमे, तसेच वाहतुकीची व संपर्काची साधने यांमुळे घडून आलेले बदलही अर्थपूर्ण होते. या सर्व पार्श्वभूमीवर कनिष्ठ स्तरातून छोट्या प्रमाणावर उर्ध्वगामी हालचाल सुरू झाली. या हालचालीद्वारे काही व्यक्तींना मध्यमवर्गीयत्व प्राप्त झाले.

१९ व्या शतकाच्या पूर्वार्धातील एक आरंभकालीन उदाहरण[१००] पाहण्याजोगे आहे. उत्तर कोकणातील साष्टी जिल्ह्यातील हे उदाहरण चौलीगौळी जातीतील 'दाकतर' रामजी बिन गणोजी चौगुले यांचे आहे. लष्करात हवालदार असणारे त्यांचे वडील बंधू धाकोजी चौगुले यांनी रामजींना 'लष्करात नेऊन मराठी व इंग्लिश लिहिण्याचा साधारण अभ्यास करविला.' त्यानंतर रामजी हे 'स्वत:च्या मताने सरकारचे चाकरीस' राहिले. १८२८ साली गव्हर्नर जॉन माल्कमच्या तैनातीस राहून त्यांच्यासह विजापूर भागातील दौऱ्यावर गेले. तेथे अबीर व उदबत्तीच्या रासायनिक घटकांची माहिती मिळवण्याचा प्रयत्न त्यांनी केला. १८५६ मध्ये 'रसायनशास्त्र अथवा हुन्नर कलानिधी, भाग १', हे त्यांचे पुस्तक प्रकाशित झाले.

येथे फुले संप्रदायासंदर्भात काही मुद्दे लक्षात घेण्याजोगे आहेत. जोतीराव फुले हे विद्यार्थीदशेपासूनच वरच्या स्तरातील लोकांमध्ये वावरू लागले. त्यांचे काही मित्र व सहकारी ब्राह्मण आणि अन्य उच्च जातींचे होते.[१०१] म. फुल्यांच्या 'महार मांग लोकांच्या शाळांस' काही उच्चजातीय व्यक्तींनी मदत केल्याचे आढळते.[१०२] सत्यशोधक समाजाच्या सभासदांमध्ये व मित्रांमध्ये कंत्राटदार, व्यापारी, सरकारी नोकर, डॉक्टर, वकील, ओव्हरसियर वगैरे व्यावसायिकांचा समावेश

होता. काही नामवंत तेलगू भाषिक कंत्राटदार सत्यशोधक समाजाचे सदस्य होते. त्यांच्याप्रमाणेच म. फुले, कृष्णराव भालेकर, रामचंद्र हरी शिंदे वगैरे मराठी भाषिक माळीही रस्त्यांची, कालव्यांच्या बांधकामाची कंत्राटे घेत असत. इंग्रजी राजवटीमुळे माळ्याचा पारंपरिक व्यवसाय सोडून अधिक किफायतशीर असा कंत्राटदाराचा व्यवसाय करणे त्यांना शक्य झाले. शिक्षणाची द्वारेही त्यांना खुली झाली होती. सत्यशोधक समाजाचे अनेक सभासद शूद्र समजल्या जाणाऱ्या जातींमधील असले, तरी ते इंग्रजी शिक्षण घेतलेले होते. ही सर्व वस्तुस्थिती [१०३] फुले-संप्रदायाच्या मध्यमवर्गीयत्वाची द्योतक आहे. गं. बा. सरदार यांनी असे म्हटले आहे की, "इंग्रजी शिक्षणाच्या प्रसाराबरोबर बहुजनसमाजातून एक नवा पांढरपेशा मध्यमवर्ग हळूहळू पुढे येत होता. आपली उन्नती करून घेत असताना त्याला हरएक क्षेत्रात आधीच आघाडीवर असलेल्या उच्चवर्णीयांशी स्पर्धा करावी लागत होती. त्यातील पुष्कळांचा खेड्यातील शेतकरी-कारागिरांशी जवळचा आप्तसंबंध होता. हा वर्गच जोतीरावांचा अनुयायी व हितचिंतक होता. त्यांच्या रूढीभंजनाबाबत या वर्गातील बहुसंख्य लोकांना बेताचीच आस्था होती. पण त्यांच्या विचारातील विद्येच्या मक्तेदारीचा निषेध आणि सामाजिक समतेचा आग्रह या गोष्टी त्याला अधिक महत्त्वाच्या वाटत होत्या."[१०४] एकंदरीत, म. फुले आणि त्यांचे अनेक सहकारी मध्यमवर्गीय होते. मात्र जोतीरावांचा जातिव्यवस्थेच्या संदर्भातील दृष्टिकोन अन्य मध्यमवर्गीय गटांपेक्षा भिन्न होता. काही उच्चवर्णीय सुधारकांनी जातिव्यवस्थेविरोधी विचार व्यक्त केले असले, तरी जातिविषयक विचारांना संघर्षशील कृतीची जोड देण्याची दृष्टी हे मात्र फुले-संप्रदायाचे खास वैशिष्ट्य होते. याबाबतीत अन्य मध्यमवर्गीयांपेक्षा फुले-संप्रदायाचे वेगळेपण जाणवले तरी अन्य काही बाबतीत त्या दोहोंमध्ये साधर्म्यही आढळते. मध्यमवर्गीय उच्चवर्णीयांमधील सनातनी व सुधारक आणि मध्यमवर्गीय कनिष्ठवर्णीयांमधील सुधारक या सर्वांचे दृष्टिकोन व कार्यपद्धती भिन्न होत्या. चिपळूणकर, फुले, रानडे व आगरकर या सर्वांमध्येच या भिन्नतेचे दर्शन घडते. परंतु मध्यमवर्गाचे वर्गीयत्व सिद्ध करणारे काही समान दुवे १९ व्या शतकात निर्माण झाले होते. सर्व मध्यमवर्गीय गट प्रगमनशील होते. ते आधुनिकतेला अभिमुख होते. स्वातंत्र्य, समता, बंधुता, मानवता, इहवाद इ. तत्त्वांना प्राधान्य देणारी मूल्यसरणी त्यांनी स्वीकारली होती; लोकशाही, घटनावाद, राष्ट्रवाद, उदारमतवाद, मानवतावाद इ. विचारप्रणालींचा प्रभाव[१०५] त्यांच्यावर पडला होता. देशाच्या ऐहिक अभ्युदयासाठी नव्या आर्थिक विचारांविषयी त्यांची दृष्टी स्वागतशील होती.[१०६] इंग्रजांविषयी त्यांना जवळीक

वाटत होती.[१०७] ही जवळीक इंग्रजांच्या भौतिक प्रगतीविषयी, इंग्रजी भाषेविषयी व त्या भाषेतील ज्ञानभांडाराविषयी आणि लोकशाहीप्रधान राज्यप्रणालीविषयी होती. मात्र साम्राज्यवादी ब्रिटिश शासक आणि भारतीय जनता यांच्यातील हितसंबंध-विरोधाची जाणीवसुद्धा कालौघात त्यांना होत गेली. भास्कर पांडुरंग यांच्यापासून न्या. म. गो. रानडे यांच्यापर्यंत विविध मध्यमवर्गीय बुद्धिमंतांच्या लेखनात ही जाणीव व्यक्त झालेली आहे. नव्या सत्तासंरचनेतील आपल्या हितसंबंधांविषयी मध्यमवर्गीय जागरूक होते. फारतर त्याविषयीच्या कल्पनांमध्ये व्यक्ती वा गटपरत्वे भिन्नता होती. आतापर्यंत उल्लेख केलेल्या समान दुव्यांमुळे मध्यमवर्गीयतेचे वास्तव निर्माण झाले. शिक्षण व व्यवसाय यांबाबतही या गटांच्या वास्तवात काही किमान साधर्म्य निश्चितच होते.

विविध मध्यमवर्गीय गटांमधील समान दुव्यांमुळे व किमान मूल्यात्मक एकवाक्यतेमुळे १९ व्या शतकात मध्यमवर्गीय जाणीव (Middle class consciousness) विकसित होत राहिली. जातिव्यवस्थेला छेद हा या जाणीवेचा एक ठळक विशेष होय. मध्यमवर्गाच्या व एकंदर समाजाच्या अभ्युदयासाठी, कालमानाशी विसंगत जातिभेद मिटवणे सर्वांना आवश्यक वाटू लागले. त्यामुळे जातिव्यवस्था नष्ट झाली नाही; पण ती टीकेचे लक्ष्य बनली आणि वर्गीय हितसंबंधांपोटी का होईना, जातिभेदांची तीव्रता कमी करण्याचे बहुविध प्रयत्न सुरू झाले. 'दर्पण'च्या स्थापनावर्षीच (१८३२) त्यामध्ये जातिविषयक चर्चेला तोंड फुटले, याचा उल्लेख मागे एकदा केलेलाच आहे. अनेक ब्राह्मणी-अब्राह्मणी मध्यमवर्गीय सुधारकांनी जातिव्यवस्थेवर टीकास्त्र सोडले.[१०८] या संदर्भातील त्यांचे दृष्टिकोन भिन्न असले, तरी जातिविरोधाची भावना वर्गीयत्वाकडे नेण्यास पूरक होती. ''त्यात देशकाल । विचार न सोडू । सर्वांशीच जोडू । स्नेहभाव ।'' (दादोबा पांडुरंग),[१०९] ''ख्रिस्त महंमद मांग ब्राह्मणासी ।। धरावे पोटाशीं ।। बंधूपरी ।।'' (म. फुले),[११०] ''ब्राह्मण नाहीं, हिंदुहि नाहीं, न मी एक पंथाचा'' (केशवसुत)[१११] या पद्यपंक्तींद्वारे संकुचित जातिनिष्ठ हितसंबंधांपलीकडे पोहोचण्याची जाणीव व्यक्त झाल्याचे आढळते. निदान ब्राह्मण पोटजातींमध्ये एकोपा साधण्याचा माफक प्रयत्न हासुद्धा सौम्यपणे का होईना, जातिवास्तवावर वर्गवास्तव मात करू लागल्याचा द्योतक होता. याबाबत दोन उदाहरणे पाहण्याजोगी आहेत. गोविंद बाबाजी जोशी (वसईकर) या सुधारकी कोकणस्थ गृहस्थांनी आपल्या मुलींचे विवाह इतर ब्राह्मण पोटजातींमधील मुलांशीच करण्याचे जाणीवपूर्वक जाहीर केले. त्यांनी १८८० मध्ये आपले नातलग व शेजारीपाजारी यांचा विरोध

पत्करून आपल्या एका मुलीचा विवाह कऱ्हाडे ब्राह्मण मुलाशी मुंबई येथे, तर १८८४ मध्ये दुसऱ्या मुलीचा विवाह देशस्थ ब्राह्मण मुलाशी पुणे येथे घडवून आणला.[११२] दुसरे उदाहरण म्हणजे कोकणस्थ, देशस्थ व कऱ्हाडे या ब्राह्मण पोटजातींमध्ये विवाह व्हायला हरकत नसावी, असे केसरी-मराठाच्या संपादकांचे मत होते.[११३] किंबहुना या संदर्भात टिळकांचे चार अग्रलेख उपलब्ध आहेत.[११४] महाराष्ट्रीय समाजातील विधवा-विवाहांची १९ व्या शतकातील यादी [११५] पाहिली असता १८७० ते १८९५ या कालखंडात मुख्यत: मुंबई-पुण्यात आंतरजातीय पुनर्विवाहांची १४ उदाहरणे आढळतात. कोकणस्थ, देशस्थ, कऱ्हाडे, सारस्वत, देवरुखे अशा पोटजातींमध्ये असे विवाह घडून आल्याचे दिसते. वैश्य-देशस्थ, गुजराथी कपोलवाणी-कऱ्हाडे ब्राह्मण, ब्राह्मण-तैलंगी अशा आंतरजातीय पुनर्विवाहांची तीन उदाहरणेसुद्धा त्यांमध्ये समाविष्ट आहेत. यादीतील माहितीवरून पुनर्विवाहित व्यक्ती मुख्यत: मध्यमवर्गीय असल्याचे आढळते. सार्वजनिक कार्यात जातिभेदांपलीकडे जाण्याची दृष्टी महाराष्ट्रात येऊ लागली होती. विशेषत: सत्यशोधक समाजाच्या सदस्यांमध्ये जातींची विविधता आढळते.[११६] निरनिराळ्या जातींच्या लोकांना एकत्र आणून त्यांना सहकार्यास प्रवृत्त करणे हा टिळकांच्या उत्सवांचा एक हेतू होता.[११७] या संदर्भात लो. टिळक यांची पुढील दोन विधाने अर्थपूर्ण आहेत– (१) १८ सप्टेंबर १८९४ रोजी 'गणपतीचा उत्सव' या अग्रलेखात ते म्हणतात, "...ब्राह्मण आणि मराठे यांचा जो एकोपा आहे तो आहे तसाच राहिला पाहिजे इतकेच नव्हे तर, हल्लीच्या सज्ञान काळात तो वृद्धिंगतही होत गेला पाहिजे"[११८] (२) २८ एप्रिल १८९६ रोजी 'शिवजयंतीचा राष्ट्रीय उत्सव' या अग्रलेखात ते म्हणतात, "महाराष्ट्रातील निरनिराळ्या जातींचे प्रेम एकाच ठिकाणी बसण्यासारखे जर कोणतेही स्थळ असेल, तर ते शिवछत्रपतींचे चरित्र हेच होय, हे शिवछत्रपतींचा उत्सव करणाऱ्या सर्व लोकांनी नेहमी ध्यानात बाळगावयास पाहिजे. या उत्सवात मराठे आणि ब्राह्मण, अगर ब्राह्मण अगर परभू अशा प्रकारचा कोणताही भेद ठेवणे अगदी गैरशिस्त आहे."[११९] टिळकांच्या अशा प्रकारच्या विवेचनात मुख्यत: राष्ट्रवादी सूर असला, तरी वर्गीयतेला पूरक काही अंशही काही जागी जाणवतो.

प्रतिगामी वर्गजाणीवेचे एक उदाहरण सांगायचे तर धाकजी दादाजी यांचे यापूर्वी एकदा उल्लेखिलेले उदाहरण सांगता येईल. शाळेतील 'कुळवाड्याच्या मुलांना' काढून टाकण्याचा त्यांचा आग्रह निव्वळ प्रभू जातीच्या अभिमानापोटी नव्हता, तर नोकरीच्या संभाव्य स्पर्धेत कनिष्ठ जाति-गटांविरुद्ध वरिष्ठ जाति-गटांच्या हितसंबंधांच्या रक्षणासाठी होता.[१२०] जातिभावनेवर आधारित मध्यमवर्गीय

जाणीवेचे असे आविष्कारही १९ व्या शतकात घडत होते.

मध्यमवर्गीय जाणीव ही केवळ जातिविरोधाद्वारेच व्यक्त होत नव्हती. तिच्या आविष्कारांची अन्य काही प्रातिनिधिक उदाहरणेही सांगण्याजोगी आहेत. ४ सप्टेंबर १८४२ च्या 'प्रभाकर'मध्ये व्यापारी वस्तूंचे भाव छापण्याची सूचना करणारे एक पत्र छापलेले असून त्याला प्रतिसाद म्हणून व्यापाराविषयी बातमी छापण्यास त्याच अंकापासून सुरुवात केल्याचे आढळते.[१२१] १८८० साली पुण्यातील एका भाषणात न्या. रानडे यांनी भारतीय नेत्यांची परंपरावादी व उदारमतवादी अशी वर्गवारी केली. अँग्लोइंडियन अधिकारी, किताब धारण करणारे संस्थानिक, जमीनधारक गबर शेटजी आणि सामान्यजनसमूह यांना रानड्यांनी परंपरावादी ठरवले; तर वृत्तपत्र व सार्वजनिक संस्थांशी संबंधित लोकांना आणि आंग्लविद्याविभूषितांना उदारमतवादाचे प्रतिनिधी मानले. जरी या दोन गटांचे संख्याबळ अगदीच विषम असले, तरी भविष्यकाळ हा न्याय, सत्य व जीवन यांविषयी आस्था असणाऱ्या उदारमतवाद्यांचाच असल्याचे प्रतिपादन न्या. रानडे यांनी केले.[१२२] भारतीय राष्ट्रीय सभेच्या पहिल्याच अधिवेशनात (१८८५) कृ. त्र्यं. तेलंग यांनी चेंबर्स ऑफ कॉमर्स, एतद्देशीय राजकीय संघटना, विद्यापीठे व स्थानिक संस्था यांना विधिमंडळात प्रतिनिधित्व मिळावे याविषयी योजना मांडली.[१२३] स्त्री-पुरुष समतेचा व स्त्रीच्या व्यवसायस्वातंत्र्याचा पुरस्कार करून आगरकरांनी असे लिहिले की, "हरएक शास्त्रात, कलेत, धंद्यात स्त्रीपुरुषांची चढाओढ लागून ज्याच्या त्याच्या व जिच्या तिच्या योग्यतेनुरूप व्यवस्था लागली पाहिजे."[१२४] जातिभेदांना विरोध करताना आगरकरांनी धर्म वा राज्यविषयक पंथ वा पक्ष पडणे आणि व्यवसायानुरूप लोकसंख्येचे वर्ग होणे हे मात्र स्वाभाविक असल्याचे सांगितले.[१२५] मध्यमवर्गीय जाणीवेच्या आविष्कारांची आणखी उदाहरणे देणेही शक्य आहे; परंतु प्रस्तुत प्रबंधाच्या चौथ्या प्रकरणात ही उदाहरणे येणारच आहेत. १९ व्या शतकात मध्यमवर्गीय जाणीव विकसित होत गेली, हे या उदाहरणांवरून स्पष्ट होते.

१९ व्या शतकातील महाराष्ट्रातील मध्यमवर्गाच्या उदयाबाबत निश्चित संख्यात्मक माहिती उपलब्ध नाही. तत्कालीन जनगणना-अहवालांमध्ये धर्म, जात, लिंग यांनुसार वर्गीकरण केलेले आढळते. परंतु त्या काळात सामाजिक वर्गानुसार वर्गीकरण केले जाणे शक्य नव्हते. त्यामुळे महाराष्ट्राच्या लोकसंख्येतील मध्यमवर्गीयांचे प्रमाण आणि त्यांच्या संख्येतील वा प्रमाणातील वाढ याबाबत नेमकी माहिती मिळणे शक्य नाही.[१२६] परंतु विशिष्ट संदर्भातील उपलब्ध आकडेवारी

क्रमवारीने मांडली तर मध्यमवर्गाविषयी काही ढोबळ अंदाज येणे तरी शक्य आहे. नागरीकरण; शिक्षण; नोकरी-व्यवसाय; राजकीय, सामाजिक व सांस्कृतिक संस्था-संघटना; ग्रंथ व नियतकालिके इत्यादींसंबंधीची आकडेवारी मध्यमवर्गाच्या अस्तित्वाचे व वाढीचे काही प्रमाणात निर्देशन करू शकेल. जनगणना-अहवालांद्वारे आणि काही प्राथमिक व दुय्यम साधनांद्वारे अशी आकडेवारी उपलब्ध झालेली आहे. त्यामुळे तिच्या आधारे संख्यात्मक आढावा घेणे येथे अभिप्रेत आहे. हा आढावा अगदी अचूक, शास्त्रीय व सुसंगत असणार नाही. उदाहरणार्थ, १९ व्या शतकाच्या उत्तरार्धात भारतात अधिकृत जनगणना करण्याची प्रथा नव्यानेच सुरू झाल्यामुळे तत्कालीन जनगणनांमध्ये वर्गीकरणाबाबतचे सातत्य आढळत नाही. या संदर्भात दोन उदाहरणांचा निर्देश करावासा वाटतो – (१) १८७२ च्या जनगणना-अहवालात मुंबई शहर व बेट आणि त्याबाबतची माहिती कोकण विभागात समाविष्ट केलेली आहे, तर १८८१ च्या अहवालात ती स्वतंत्रपणे दर्शवलेली आहे.[१२७] (२) १८७२, १८८१ आणि १८९१ च्या जनगणना-अहवालांमध्ये लोकसंख्येच्या व्यावसायिक वर्गीकरणातील प्रवर्गांमध्ये एकवाक्यता आढळत नाही.[१२८] येथे आणखी एक मुद्दा[१२९] नमूद करावासा वाटतो. पहिल्या जनगणनेत काही त्रुटी होत्या; तसेच जनगणनेला तत्कालीन अडाणी प्रजा बिचकत असे. लोकांना मोजून ख्रिस्ती धर्मात नेण्याचा सरकारचा इरादा आहे, अशा अफवाही उठत असत. अगदी आरंभकालीन प्रदेशनिहाय जनगणनांच्या प्रयोगांच्या वेळी खुद्द मुंबईमध्ये माणसांची गणती करण्यास लोकांचा कसा विरोध होता, याबाबत २५ ऑगस्ट १८४७ च्या 'प्रभाकर'मध्ये एक वृत्तच प्रसिद्ध झाले होते.[१३०] जनगणनेच्या कामावर अशा सर्व घटकांचा परिणाम झाला असणे स्वाभाविक आहे. एकंदरीत, तत्कालीन जनगणनांची आकडेवारी अधिकृत असली, तरी ती अगदी अचूक मानता येणार नाही. अर्थात तरीही तिची उपयुक्तता नाकारता येत नाही.

१९ व्या शतकातील मध्यमवर्ग हा प्राधान्याने नागर वर्ग (urban class) होता. त्यामुळे महाराष्ट्रातील नागरीकरणाबाबतची काही आकडेवारी पाहणे उद्बोधक ठरेल.

१८८१ मध्ये मुंबई इलाख्याच्या लोकसंख्येपैकी १७.७% लोकसंख्या नागर, तर उर्वरित ८२.३% लोकसंख्या ग्रामीण होती.[१३१]

१८७२ मध्ये मुंबई हे इलाख्यातील सर्वाधिक म्हणजे सहा लाखांहून अधिक लोकसंख्येचे शहर असून, वीस हजारांहून अधिक लोकसंख्येची मुंबई

खालोखाल मोठी शहरे म्हणजे अनुक्रमे पुणे, सोलापूर, अहमदनगर, पुणे कॅन्टोन्मेंट, सातारा व नाशिक ही होती.[१३२] १८९१ मधील आकडेवारीही[१३३] या संदर्भात पाहता येईल. मुंबई हे सर्वाधिक म्हणजे आठ लाखांहून अधिक लोकसंख्येचे, तर पुणे हे दुसऱ्या क्रमांकाचे म्हणजे दीड लाखांहून अधिक लोकसंख्येचे शहर होते. वीस हजारांहून अधिक लोकसंख्येची त्याखालोखाल मोठी शहरे अनुक्रमे सोलापूर, अहमदनगर, सातारा, नाशिक, धुळे व बार्शी ही होती. १८८१ ते १८९१ या कालखंडातील लोकसंख्यावाढीच्या टक्केवारीबाबतचा क्रम बार्शी (२७.५५), पुणे (२४.३८), धुळे (१८.६०), अहमदनगर (११.१९), मुंबई (६.२८), सातारा (३.५०), सोलापूर (३.३८) व नाशिक (२.७९) असा होता. वीस हजारपेक्षा कमी लोकसंख्येच्या काही शहरांमध्ये लोकसंख्यावाढीची टक्केवारी विशेष लक्षणीय होती. चाळीसगाव (६६.५९) व जळगाव (४७.९३) ही त्याची दोन ठळक उदाहरणे होत. या सर्व आकडेवारीवरून महाराष्ट्रातील नागरीकरणाची वाढ सूचित होते. यानंतरच्या दशकात मात्र रोगाच्या साथी व दुष्काळ यांमुळे काही ठिकाणी वाढीचा हा कल उताराला लागला. १८९० ते १८९९ या काळात मुंबई इलाख्यात प्रतिवर्षी सरासरी ५,८१,३५२ लोक म्हणजे १८९१ च्या लोकसंख्येच्या आधारे दर हजारातील ३०.८९ लोक साथीच्या रोगांमुळे मृत्युमुखी पडले.[१३४] ही वस्तुस्थिती लक्षात घेतली नाही, तर महाराष्ट्रातील नागरीकरणाविषयी चुकीचा समज होऊ शकतो.

१९ व्या शतकात मुंबई शहराच्या लोकसंख्येबाबतची आकडेवारी[१३५] शहराची सातत्याने होणारी वाढ[१३६] दर्शवते :

वर्ष	लोकसंख्या
१८१३	सुमारे १,८०,०००
१८३६	सुमारे २,३६,०००
१८४६	सुमारे ५,५०,०००
१८६४	८,१६,५६२
१८७२	६,४४,४०५
१८८१	७,७३,१९६
१८९१	८,२१,७६४
१९०१	८,१९,२०६

पुणे शहराबाबतची आकडेवारीसुद्धा[१३७] १९ व्या शतकाच्या उत्तरार्धात वाढ[१३८] दर्शवते :

वर्ष	लोकसंख्या
१८१९	सुमारे १,१०,०००
१८२२	८१,४०२
१८५१	७३,२०९
१८७२	९०,३३६
१८८१	९९,६२२
१८९१	१,१८,७९०
१९०१	१,११,३८१

उपनगरांसहित बृहद्-पुण्याच्या लोकसंख्येची उपलब्ध आकडेवारी[१३९] पुढीलप्रमाणे :

वर्ष	लोकसंख्या
१८८१	१,४४,३४०
१८९१	१,८२,०९९
१९०१	१,७५,४६३

आतापर्यंतच्या आकडेवारीवरून १९ व्या शतकातील महाराष्ट्रामधील नागरीकरणाच्या वाढीची कल्पना येते. ही वाढ मध्यमवर्गाच्या वाढीला पूरक ठरली. मध्यमवर्गामध्ये ब्राह्मण जातीतल्या अनेकांचा समावेश होता. लोकसंख्येतील ब्राह्मणांच्या प्रमाणाविषयी काही आकडेवारी मिळते. ती पुढीलप्रमाणे-

गो. ना. माडगावकर यांनी १८६३ मध्ये नमूद केल्यानुसार १८५० मध्ये मुंबई शहरात ब्राह्मणांची संख्या ६,९३६ इतकी होती.[१४०] १८६४ च्या गणनेनुसार मुंबईच्या एकूण लोकसंख्येत ७१% हिंदू होते, तर त्यातील ब्राह्मणांची संख्या ३०,६०४ म्हणजे मुंबईच्या एकूण लोकसंख्येच्या ३.७५% होती.[१४१] मुंबई इलाख्याच्या एकूण लोकसंख्येत ब्राह्मणांची टक्केवारी १८७२ साली ५.२३ इतकी,[१४२] तर १८८१ साली ५.५३ इतकी[१४३] होती. १८७२ साली

इलाख्याच्या सरासरी टक्केवारीपेक्षा (५.२३) पुढील विभागांमध्ये ब्राह्मणांच्या टक्केवारीचे प्रमाण अधिक होते - पुणे जिल्हा (५.६२), मुंबई शहर (६.०७) आणि रत्नागिरी जिल्हा (७.०३).[१४४]

साक्षरता व शिक्षणविषयक आकडेवारीवरून मध्यमवर्गाविषयीची सुस्पष्ट कल्पना येण्यास मदत होते. यासंदर्भात प्रचंड आकडेवारी उपलब्ध आहे. येथे काही निवडक उदाहरणांचा विचार केलेला आहे.

इंग्रजी अंमलातील पाहाणीनुसार १८२९ मध्ये मुंबई इलाख्यात शालेय शिक्षण घेणाऱ्या विद्यार्थ्यांचे प्रमाण एकूण लोकसंख्येच्या एक टक्क्यापेक्षाही कमी होते.[१४५] १८७२ च्या जनगणनेनुसार मुंबई इलाख्यात साक्षरतेची टक्केवारी ५.०७ इतकी होती, मुंबई शहरात ती १६.३० इतकी होती, त्याखालोखाल पुणे जिल्ह्यात ५.५२ इतकी होती, तर अन्य सर्व मराठी भाषक जिल्ह्यांमध्ये ५ पेक्षा कमीच होती.[१४६] १८७२ ते १८८१ या काळात पुरुष साक्षरतेची टक्केवारी संपूर्ण इलाख्यात ९.३७ वरून ११.१ वर, मुंबई शहरात २२.६५ वरून ३२.५ वर, तर पुणे जिल्ह्यात १०.५१ वरून १२.१ वर पोहोचली.[१४७] १८७२ मध्ये दर हजार लोकांमध्ये साक्षर लोकांचे प्रमाण मुंबई शहरात २२७, तर विविध जिल्ह्यांमध्ये – पुणे १०५, सोलापूर ८७, कुलाबा ८५, रत्नागिरी ८४, अहमदनगर ८२, नाशिक ७६, खानदेश ७१, ठाणे ७० आणि सातारा ६७ - असे होते.[१४८] १९०१ साली मुंबई इलाख्यातील साक्षरतेचे जातिनिहाय दर हजारी प्रमाण असे होते : वाणी ४४४, ब्राह्मण ३२२ (सिंध वगळता उर्वरित इलाख्यात ३४३), प्रभू ३२७, मराठा २८, कोळी १३, मराठा कुणबी ११, धेड ७, महार १.[१४९] स्त्रियांमधील जातिनिहाय दर हजारी साक्षरता अशी होती : प्रभू ८७, वाणी ८५, ब्राह्मण २७, मराठा ४, मराठा कुणबी १, कोळी ४, धेड .०५, महार .०७.[१५०] पारशी लोकांमधील दर हजारी साक्षरता मुंबई शहरात ६७४ (स्त्रियांमध्ये ५७७), तर ठाणे जिल्ह्यात ६०५ (स्त्रियांमध्ये ४७७) इतकी होती.[१५१] मुंबई इलाख्यातील (संस्थानी प्रदेशांसकट) आंग्लविद्याविभूषितांचे दर हजारी प्रमाण १८९१ ते १९०१ या जनगणनाकाळात ८६ वरून १६३ पर्यंत वाढले.[१५२] आंग्लविद्याविभूषितांचे जातिनिहाय दर हजारी प्रमाण असे होते : प्रभू १५६, ब्राह्मण ५३, वाणी ३३; मराठा, कोळी, महार, धेड यांच्यात हे प्रमाण नगण्य होते. स्त्रियांमध्ये प्रभू जातीत हे प्रमाण हजारात आठ इतके होते, तर अन्य सर्व जातींमध्ये एकपेक्षाही कमी होते.[१५३]

१९ व्या शतकात मुंबई इलाख्यात शालेय शिक्षणाची स्थिती[१५४] पुढीलप्रमाणे होती :

सन	एकूण सुमारे लोकसंख्या	एकूण सर्व शाळा	एकूण विद्यार्थी संख्या
१८३२	४७,५०,०००	१,७०५	१५,१४३
१८९०	१,९०,००,०००	११,७१६	५,९१,६२७
१९००	१,८५,००,०००	१५,४३२	८,५०,२९३

उच्चशिक्षितांच्या वाढीची कल्पना देणारी एक आकडेवारी[१५५] पुढे दिलेली आहे :

मुंबई विद्यापीठातून उत्तीर्ण झालेल्यांची संख्या

परीक्षा	१८६४ ते ७३ (दहा वर्षे)	१८८९ ते ९४ (पाच वर्षे)
मॅट्रिक	१,९७०	४,१००
कलाशाखा प्रथम परीक्षा	३२१	१,३२९
बी. ए.	१६८	७४७
ऑनर्स व एम. ए.	३४	२३
कायदा	३३	३१६
वैद्यक	९४	३८६
सिव्हिल इंजिनिअरिंग	८३	३३२
एकूण उत्तीर्ण	**२,७०३**	**७,२३३**
उत्तीर्णांची वार्षिक सरासरी	**२७०.३**	**१४४६.६**

पुणे शहरातील प्राथमिक व माध्यमिक शाळा आणि महाविद्यालये यांचा विचार केला असता १८८१ ते १९०१ या कालखंडात संस्थाची संख्या व विद्यार्थीसंख्या या दोहोंमध्ये उल्लेखनीय वाढ झाल्याचे आढळते.[१५६]

शिक्षणातील उच्चवर्णीय मक्तेदारीविषयी काही आकडेवारीचा निर्देश आवश्यक आहे. १८२३ ते २५ या कालखंडातील मुंबई इलाख्याच्या पाहणीत असे आढळले की, बहुसंख्य शिक्षक ब्राह्मण होते, तर प्राथमिक शाळांमधील ७०% विद्यार्थी वरिष्ठ जातींचे होते. एकूण ३०% विद्यार्थी ब्राह्मण असून त्याखालोखाल

वाणी, प्रभू, सोनार इ. जातींचे विद्यार्थी होते.[१५७] १८२४ साली अहमदनगरमध्ये ५७१ शालेय विद्यार्थ्यांपैकी २७५ ब्राह्मण होते, तर ३६ शिक्षकांपैकी २६ ब्राह्मण होते.[१५८] १८२७ ते १८४२ या कालखंडात मुंबईच्या एल्फिन्स्टन इन्स्टिटट्यूटमधून शिक्षण घेऊन बाहेर पडणाऱ्या १५२ विद्यार्थ्यांमध्ये ४७% प्रभू, १८% पारशी, १६% ब्राह्मण, तर १२% सारस्वत ब्राह्मण होते. उर्वरित ७% विद्यार्थी सोनार वगैरे अन्य जातींचे होते.[१५९] १८५१ ते ५४ या काळात एल्फिन्स्टन कॉलेजमध्ये प्रवेश घेणाऱ्या ७७ विद्यार्थ्यांमध्ये ४०% पारशी, २१% प्रभू, तर १६% ब्राह्मण होते.[१६०] १८८२ मध्ये मुंबईत ब्राह्मण विद्यार्थ्यांची टक्केवारी एल्फिन्स्टन कॉलेजमध्ये ३३, विल्सन कॉलेजमध्ये ५३, तर सेंट झेवियर कॉलेजमध्ये २० होती; कोल्हापूरचे राजाराम कॉलेज, नागपूरचे हिस्लॉप कॉलेज व पुण्याचे फर्ग्युसन कॉलेज येथेही बहुसंख्य विद्यार्थी ब्राह्मण होते.[१६१] १८८६ साली पुण्याच्या न्यू इंग्लिश स्कूलमध्ये एकूण ९८२ पैकी ९११ विद्यार्थी ब्राह्मण होते.[१६२] पुण्यातील प्राथमिक शाळांमध्ये १८९० साली २५९९ विद्यार्थ्यांपैकी १०६५, १८९६ साली ३२५४ पैकी ११५१, तर १९०१ साली १५७६ पैकी ५१९ विद्यार्थी ब्राह्मण होते.[१६३] १८७७-७८ मध्ये मुंबईत कायद्याचे शिक्षण घेणाऱ्यांमध्ये ४०% विद्यार्थी ब्राह्मण, तर २७% पारशी होते.[१६४]

आतापर्यंत जी शिक्षणविषयक आकडेवारी पाहिली, त्यावरून असे दिसते की १९ व्या शतकात महाराष्ट्रात साक्षरतेचे प्रमाण वाढत गेले. तसेच शालेय व उच्च शिक्षणाचा विस्तार होत राहिला. साक्षरतेबाबत मुंबई शहर व पुणे जिल्हा आघाडीवर होता. स्त्री-साक्षरतेचे प्रमाण नगण्य होते. पारशी समाजात केवळ साक्षरतेचेच नव्हे, तर स्त्री-पुरुषांमधील उच्च शिक्षणाचे प्रमाणही उल्लेखनीय होते. १९ व्या शतकातील शिक्षणक्षेत्रात ब्राह्मण, प्रभू, वाणी इ. उच्चवर्णीयांचे व पारशी लोकांचे वर्चस्व होते. ही सर्व परिस्थिती मध्यमवर्गाच्या उदयाची कल्पना येण्याच्या दृष्टीने अर्थपूर्ण म्हटली पाहिजे.

उपजीविकेच्या क्षेत्रातली व व्यवसायनिहाय आकडेवारी पाहिली की मध्यमवर्गाचे लोकसंख्येतील प्रमाण, त्यातील वाढ व स्वरूप यांविषयी सुस्पष्ट कल्पना येण्यास मदत होते. १८२७ ते १८४२ या कालखंडात एल्फिन्स्टन इन्स्टिटट्यूशनमध्ये शिक्षण घेऊन बाहेर पडलेल्या १५२ जणांची व्यावसायिक जातिनिहाय वर्गवारी[१६५] पुढीलप्रमाणे होती : ९४ जण सरकारी नोकरीत होते. त्यापैकी ६० प्रभू, ८ ब्राह्मण, ७ पारशी, ५ सोनार, ३ सारस्वत ब्राह्मण, तर ११ इतर होते. सरकारी शिक्षणखात्यात गेलेल्या एकूण ६ जणांपैकी २ ब्राह्मण, तर प्रभू, सारस्वत,

पारशी व इतर प्रत्येकी १ होते. खाजगी शिक्षणक्षेत्रात उपजीविका करणाऱ्या ७ जणांपैकी ३ ब्राह्मण, १ सारस्वत ब्राह्मण, तर ३ इतर होते. व्यापारी कार्यालयात नोकरी करणाऱ्या १६ जणांपैकी ९ प्रभू, ३ सारस्वत, १ सोनार, १ पारशी आणि २ इतर होते. १६ व्यापाऱ्यांपैकी १० पारशी, ३ सारस्वत, १ प्रभू तर २ इतर होते. वृत्तपत्र-व्यवसायातील ५ जणांपैकी ३ ब्राह्मण, १ सारस्वत ब्राह्मण व १ पारशी होते. एकूण ८ जणांविषयी माहिती उपलब्ध नाही. १८५० ते १८६१ या कालखंडात एल्फिन्स्टन कॉलेजमध्ये शिक्षण घेऊन बाहेर पडलेल्या १६७ जणांची व्यावसायिक वर्गवारी[१६६] पुढीलप्रमाणे होती : सरकारी नोकरीत ३६, सरकारी शिक्षण-सेवेत ४९, खाजगी शिक्षण-सेवेत १२, व्यापारी कार्यालयात वा कायद्याशी संबंधित कार्यालयात नोकरी करणारे २५, व्यापारी व अन्य व्यावसायिक ११, वकील ३ आणि शिक्षण पुढे चालू ठेवलेले १५ जण होते. परदेशी गेलेल्या व्यक्ती, बेकार राहिलेल्या व्यक्ती व मृत व्यक्ती अशा तिहींची मिळून संख्या १६ इतकी होती. १८६२ ते १८७० या कालखंडातील मुंबई विद्यापीठाच्या कलाशाखेच्या ९६ पदवीधारकांची (बी. ए. व एम. ए. झालेल्यांची) व्यावसायिक वर्गवारी[१६७] पुढीलप्रमाणे होती : शासकीय नोकरीत ९, शैक्षणिक नोकरीत ५९, स्वतंत्र व्यवसाय करणारे ४, कायदा-व्यावसायिक १३, पुढील शिक्षण घेणारे ६ आणि उर्वरित ५. इ.स. १८७० ते १८८२ या कालखंडातील मुंबई विद्यापीठाच्या विविध विद्याशाखांमधील एकूण ६२५ पदवीधरांविषयीची आकडेवारी [१६८] पुढीलप्रमाणे : ६२५ पदवीधरांपैकी २९१ कलाशाखेचे, १४२ वैद्यकीय शाखेचे, ८९ अभियांत्रिकी शाखेचे, तर ७४ विधिशाखेचे पदवीधर होते. त्यांपैकी एकूण ५५५ पदवीधरांची व्यावसायिक माहिती उपलब्ध आहे. त्यांपैकी २५० जण ब्रिटिश सरकारच्या महसूल, शिक्षण, न्याय, वैद्यक वा सार्वजनिक बांधकाम खात्यांमध्ये, तर ७४ जण संस्थानिकांकडील याच खात्यांमध्ये नोकरीला लागले. २३१ जणांनी अन्य बुद्धिजीवी व्यवसायांमध्ये प्रवेश केला. त्यापैकी ४९ जण कायद्याच्या, ७६ जण वैद्यकीय, २८ जण अभियांत्रिकी, तर ७८ जण शिक्षण, व्यापार वा अन्य व्यवसायांमध्ये होते.

१८७२ च्या जनगणनेनुसार मुंबई इलाख्यातील शासकीय व स्थानिक प्रशासनातील नोकरदारांची आकडेवारी लक्षात घेण्याजोगी आहे. संपूर्ण इलाख्याच्या लोकसंख्येत अशा नोकरदारांची टक्केवारी १.१४ इतकी होती. पुणे जिल्ह्यात या प्रवर्गाची टक्केवारी सर्वाधिक म्हणजे २.२४ इतकी, तर त्याखालोखाल अहमदनगर जिल्हा १.७४, सातारा जिल्हा १.६१, खानदेश विभाग १.५८, तर मुंबई

शहरात १.५२ इतकी होती. शासकीय व स्थानिक प्रशासनातील नोकरदारांची इलाख्यातील एकूण संख्या १,८४,३३२ इतकी होती. त्यापैकी लष्करी व पोलिसदलातील सेवक वगळून सनदी सेवकांची संख्या ९५,४७७ इतकी होती. त्यांपैकी पुणे जिल्ह्यात सर्वाधिक म्हणजे ९,५७१, तर त्याखालोखाल खानदेशात ८,३८०, अहमदनगर जिल्ह्यात ८,०५२, मुंबई शहरात ४,३३५, ठाणे जिल्ह्यात ३,६५३, तर नाशिक जिल्ह्यात ३,३३९ सनदी सेवक होते.[१६९]

१८७२ मधील व्यावसायिक बुद्धिजीवी लोकांची आकडेवारी पुढीलप्रमाणे होती : इलाख्याच्या एकूण लोकसंख्येत त्यांची टक्केवारी ०.८३ होती. या प्रवर्गात पुणे जिल्ह्याची टक्केवारी सर्वाधिक म्हणजे १.१९, तर त्याखालोखाल सातारा जिल्ह्यात १.०६, मुंबई शहरात ०.९५, नाशिक जिल्ह्यात ०.९२, तर नगर जिल्ह्यात ०.७५ इतकी होती. व्यावसायिक बुद्धिजीवींची संख्या इलाख्याच्या एकूण लोकसंख्येपैकी १,३५,३४० इतकी होती. त्यांपैकी १९,७६३ लोक शिक्षणक्षेत्रात काम करत होते. त्यातील २,६८६ व्यक्ती पुणे जिल्ह्यातील, १,२३१ व्यक्ती मुंबई शहरातील, तर ७८७ व्यक्ती नाशिक जिल्ह्यातील होत्या. कायद्याच्या क्षेत्रात १२,९९६ व्यक्ती होत्या. त्यांपैकी ४९ बॅरिस्टर (त्यांपैकी २६ मुंबई शहरातील), तर १,६५१ वकील होते. वैद्यकीय क्षेत्रात ५,३५८ व्यक्ती काम करत होत्या. त्यांपैकी २,६०१ व्यक्ती डॉक्टरीचा व्यवसाय करणाऱ्या, तर २१७९ व्यक्ती परिचारिका व सुईणींचे काम करणाऱ्या होत्या. अभियांत्रिकी व तत्संबंधी क्षेत्रात १,३८२ व्यक्ती होत्या. त्यांपैकी ४८८ व्यक्ती (ज्यांमध्ये अभियांत्रिकी शाखेतील विद्यार्थ्यांचाही समावेश असावा) पुणे जिल्ह्यातील, तर १७९ व्यक्ती मुंबई शहरातील होत्या. साहित्य, विज्ञान व संग्रहालय क्षेत्रांत ३,२५१, तर कलाक्षेत्रात २०,०६० व्यक्ती काम करत होत्या. धर्म व धर्मादायक्षेत्रात उपजीविका करणाऱ्या व्यक्तींची संख्या ७२,५३० होती.[१७०]

१८७२ मधील व्यापार-क्षेत्रातील लोकांची आकडेवारी पुढीलप्रमाणे : इलाख्याच्या एकूण लोकसंख्येपैकी २.५९ टक्के म्हणजे ४,२०,५४६ लोक व्यापारक्षेत्रात होते. मुंबई शहरात या प्रवर्गाची टक्केवारी सर्वाधिक म्हणजे ९.५०, तर त्याखालोखाल सोलापूर जिल्ह्यात ४.५३, कुलाबा जिल्ह्यात २.५८, ठाणे जिल्ह्यात २.५३ आणि पुणे जिल्ह्यात २.४० इतकी होती.[१७१]

१८८१ च्या जनगणनेनुसार मुंबई इलाख्यातील शासकीय, लष्करी व शिक्षणक्षेत्रातील नोकरदार; कायदा, वैद्यक इ. व्यवसायातील लोक; कलाकार, शास्त्रज्ञ इ. बुद्धिजीवी लोकांची आकडेवारी पुढीलप्रमाणे होती : बुद्धिजीवी स्त्री-

पुरुषांची एकत्रित टक्केवारी मुंबई इलाख्यात १.६४, पुणे जिल्ह्यात ३.११, तर मुंबई शहरात ३.१० होती. पुरुषांच्या बाबतीत ही टक्केवारी संपूर्ण इलाख्यासाठी ३.०४ होती. पुणे जिल्ह्यात ही टक्केवारी सर्वाधिक म्हणजे ५.९८, तर त्याखालोखाल नगर जिल्ह्यात ४.६६, मुंबई शहरात ४.६३, सोलापूर जिल्ह्यात ३.८४, सातारा जिल्ह्यात ३.४०, नाशिक जिल्ह्यात ३.१५, खानदेशात ३.१०, रत्नागिरी जिल्ह्यात १.९३, ठाणे जिल्ह्यात १.७७ आणि कुलाबा जिल्ह्यात १.६५ इतकी होती.[१७२]

व्यापारक्षेत्रातील लोकांची १८८१ मधील आकडेवारी पुढीलप्रमाणे होती : इलाख्याची टक्केवारी एकूण लोकसंख्येच्या १.२३ टक्के, तर पुरुषांमधील टक्केवारी २.२९ होती. पुरुषांमधील या प्रवर्गाची सर्वाधिक टक्केवारी मुंबई शहरात १३.२४, तर ठाणे जिल्ह्यात २.१२ होती. अन्य सर्व जिल्ह्यांमध्ये ती दोन टक्क्यांपेक्षा कमी होती. एकूण लोकसंख्येचा विचार करता मुंबई शहराची टक्केवारी ८.०३, तर ठाणे जिल्ह्याची १.१४ होती. बाकी सर्वत्र ती सुमारे एक टक्का किंवा त्याहून कमी होती.[१७३]

उद्योग-क्षेत्रात लोकांची १८८१ मधील आकडेवारी पुढीलप्रमाणे होती : इलाख्याची टक्केवारी एकूण लोकसंख्येत ९.५१, तर पुरुषांमध्ये ११.२२ होती. मुंबई शहराची शहराच्या एकत्रित लोकसंख्येतील टक्केवारी १७.६६, तर त्याखालोखाल सोलापूर जिल्ह्याची १०.४६ इतकी होती. अन्य विभागांमध्ये ही टक्केवारी ८ पेक्षा कमी होती. मुंबई शहरातील उद्योग-क्षेत्रातील पुरुषांची टक्केवारी २२.८६, सोलापूर जिल्ह्यात ती १३.३२, पुणे जिल्ह्यात १०.८५, नगर जिल्ह्यात १०.२४, तर अन्य सर्व जिल्ह्यांत १० पेक्षा कमी होती.[१७४]

१८९१ सालच्या जनगणनेनुसार इलाख्यातील बुद्धिजीवींविषयीची आकडेवारी पुढीलप्रमाणे होती : शासकीय नोकरदारांमध्ये इलाख्याच्या एकूण लोकसंख्येतील पुरुषांची व स्त्रियांची टक्केवारी अनुक्रमे ३.८६ आणि ३.१६ इतकी होती; नागर लोकसंख्येत ही टक्केवारी अनुक्रमे ६.४८ आणि ५.७९ इतकी होती; तर ग्रामीण लोकसंख्येत ती अनुक्रमे ३.२२ आणि २.६० इतकी होती. बुद्धिजीवी व्यावसायिकांची इलाख्याच्या एकूण लोकसंख्येतील पुरुष व स्त्रियांची टक्केवारी अनुक्रमे २.३२ आणि २.०९ होती; नागर लोकसंख्येत ती अनुक्रमे ५.३६ आणि ५.३९ होती; तर ग्रामीण लोकसंख्येत १.५८ आणि १.३९ इतकी होती.[१७५]

१८९१ मध्ये शासकीय नोकरदार व बुद्धिजीवी व्यावसायिक यांची जिल्हा

वा विभागवार लोकसंख्येतील टक्केवारी पुढीलप्रमाणे होती : सर्वाधिक म्हणजे १०.२ इतकी टक्केवारी पुणे जिल्ह्याची होती. त्याखालोखाल मुंबई शहराची ९.१, अहमदनगर जिल्ह्याची ८.४, सोलापूर जिल्ह्याची ७.०, सातारा जिल्ह्याची ६.६, नाशिक जिल्ह्याची ६.३, कुलाबा जिल्ह्याची ४.१, खानदेशाची ४.०, ठाणे जिल्ह्याची ३.३ आणि रत्नागिरी जिल्ह्याची ३.२ इतकी होती.[१७६]

शासकीय सेवेतील ब्राह्मणी वर्चस्वाबद्दलची एक आकडेवारी उपलब्ध आहे. भारतीय लोकसेवा आयोगाच्या १८८७ च्या अहवालानुसार न्यायालयीन व कार्यकारी सेवांमध्ये १८६६ हिंदूंपैकी ९०४ म्हणजे सुमारे निम्मे लोक ब्राह्मण होते. मद्रास व मुंबई प्रांतांमध्ये तर ब्राह्मणांचा भरणा अधिकच होता. उदा. मुंबई प्रांतात ३२८ पैकी २११ ब्राह्मण होते. ब्राह्मणांखालोखाल याबाबतीत प्रभू जातितील लोकांचे वर्चस्व होते.[१७७]

व्यवसायविषयक जी आकडेवारी आतापर्यंत पाहिली त्यावरून असे लक्षात येते की समाजातील बुद्धिजीवींची संख्या व काही अंशी प्रमाण वाढत होते. उच्चशिक्षितांना व उच्चवर्णीयांना शासकीय सेवांमध्ये व बुद्धिजीवी व्यवसायांमध्ये बहुविध संधी प्राधान्याने उपलब्ध होत होत्या. अन्य ठिकाणांपेक्षा मुंबई-पुण्याच्या परिसरात बुद्धिजीवी व्यावसायिकांचे प्रमाण अधिक होते. अर्थात अन्यत्रही त्यांचे अस्तित्व वाढत्या प्रमाणात दिसून येते. नागरी लोकसंख्येत ग्रामीण लोकसंख्येपेक्षा आणि पुरुषवर्गात स्त्री-वर्गापेक्षा बुद्धिजीवींचे प्रमाण अधिक होते. एकंदरीत मध्यमवर्गाची उदय-प्रक्रिया महाराष्ट्रात कशी आणि प्राधान्याने कोठे चालू होती, हे यावरून दिसून येते. राजकीय, सामाजिक व सांस्कृतिक संदर्भातील आकडेवारीमुळे हे चित्र आणखी स्पष्ट होऊ शकेल. त्यामुळे यानंतर त्याबाबतची आकडेवारी नमूद केलेली आहे.

१९ व्या शतकामधील महाराष्ट्रातील वाचक, लेखक, बुद्धिमंत, सार्वजनिक कार्यकर्ते, सुधारक हे मुख्यत: मध्यमवर्गात समाविष्ट होते. विविध सामाजिक, सांस्कृतिक, राजकीय उपक्रमांमध्ये मध्यमवर्गीयांचा पुढाकार व सहभाग होता. तत्कालीन मध्यमवर्गीय जाणीवेची एक निर्मिती व शक्ती म्हणजे वृत्तपत्रे आणि नियतकालिके. 'दर्पण' (१८३२) या पहिल्या उपलब्ध मराठी वृत्तपत्राची ग्राहकसंख्या पहिल्या वर्षाअखेरीस ३०० पर्यंत पोहोचली.[१७८] 'दर्पण'कार बाळशास्त्री जांभेकर यांच्या 'दिग्दर्शन' (१८४०) या मराठीतील आद्य मासिकाची सुरुवातीची वर्गणीदार-संख्या २०० होती.[१७९] 'स्टुडंटस् लिटररी ॲण्ड सायंटिफिक सोसायटी'च्या (१८४८) मराठी शाखेने १८५० मध्ये सुरू केलेले 'मराठी ज्ञानप्रसारक' हे

मासिक १७ वर्षे चालले; पण त्याच्या वर्गणीदारांची संख्या ३०० च्या वर गेली नाही.[१८०] २५ जानेवारी १८७४ ला विष्णुशास्त्री चिपळूणकरांची 'निबंधमाला' सुरू झाली. तिच्या दुसऱ्या वर्षाच्या समारोपाच्या लेखात विष्णुशास्त्रींनी असे म्हटले होते की, "या सालांत आमच्या आश्रयदात्यांची संख्या सुमारें दुप्पट झाली."[१८१] तिसऱ्या वर्षी मालेचे ग्राहक ६५० इतके होते; पुढे ही संख्या वाढत गेली.[१८२] 'दीनबंधू' या सत्यशोधकी वृत्तपत्राचे त्याच्या स्थापनासमयी म्हणजे १८७७ मध्ये १३, तर १८८० मध्ये ३२० वर्गणीदार होते.[१८३] 'केरळ कोकिळ' हे मराठी मासिक कोचीन येथून प्रकाशित होऊ लागले (१८८६), तरी पहिल्या वर्षी महाराष्ट्रातील त्याच्या वर्गणीदारांची संख्या १००० इतकी होती; पुढे ती ३५०० पर्यंत वाढली.[१८४] १८ जानेवारी १८८७ च्या 'केसरी'त आगरकरांनी घेतलेल्या आढाव्यावरून असे दिसते की, तेव्हा 'केसरी'च्या वर्गणीदारांची संख्या ४७०० होती.[१८५] तसेच त्या सुमारास 'जगद्धितेच्छु'चा खपही ४००० पेक्षा अधिक होता.[१८६] आगरकरांचा 'सुधारक' (१८८८) सुरू झाल्यावर थोड्याच अवधीत त्याच्या वर्गणीदारांची संख्या ४००० झाली.[१८७] १८७८-७९ मध्ये मुंबई इलाख्यात एकूण ७७ वृत्तपत्रे प्रसिद्ध होत होती, तर १९ व्या शतकाअखेरीस ही संख्या १७८ वर पोहोचली.[१८८] १८४० मध्ये 'दिग्दर्शन' हे आद्य मासिक सुरू झाल्यापासून १९०० सालच्या 'सुदर्शन'पर्यंत ११५ मराठी मासिके १९ व्या शतकात सुरू झाली.[१८९]

मराठीतील ग्रंथव्यवहाराविषयीची माहिती उद्‌बोधक ठरेल. न्या. म. गो. रानडे यांनी १८९८ मध्ये मराठीतील प्रकाशित ग्रंथांविषयी एक विस्तृत टिपण तयार केले होते.[१९०] त्यातील काही आकडेवारी पुढीलप्रमाणे : १८१८ ते १८६४ या कालखंडात मराठीत ६६१ पुस्तके प्रसिद्ध झाली. त्यानंतरच्या काळात पुस्तकांचे प्रमाण वाढल्याचे पुढील आकडेवारीवरून दिसून येईल-

कालखंड	प्रकाशित पुस्तके	पुस्तकांची वार्षिक सरासरी
१८६५-१८७४	१५३०	१५३
१८७५-१८८४	३१४३	३१४
१८८५-१८९६	३८२४	३२०

न्या. रानडे यांनी दर्शवल्यानुसार, १८१८ ते १८९६ या कालखंडात मराठीत एकूण ९१५८ पुस्तके प्रकाशित झाली. त्यांपैकी ४७६८ पुस्तके नवनिर्मित

होती, २१०९ पुस्तके म्हणजे जुन्या ग्रंथांचे मुद्रित रूप होते, ९२१ भाषांतरे होती, तर १२०० पुस्तके द्वितीयावृत्तीच्या स्वरूपातील होती. बहुसंख्य पुस्तकांच्या द्वितीयावृत्त्या निघत नसल्याचे विष्णुशास्त्री चिपळूणकरांनी नोंदवले असले,[१११] तरी न्या. रानडे यांच्या आकडेवारीवरून अशा आवृत्त्यांचे प्रमाण मोठे असल्याचे दिसते.[११२] द्वितीयावृत्तीच्या काही ठळक उदाहरणांचा निर्देशही करता येईल. बाबा पदमनजी यांच्या 'यमुनापर्यटन' (१८५७) या कादंबरीची द्वितीयावृत्ती १८९२ मध्ये प्रकाशित झाली.[११३] तुकारामतात्या पडवळकृत 'जातिभेदविवेकसार' (१८६१) या ग्रंथाची दुसरी आवृत्ती १८६५ मध्ये म. फुले यांनी प्रकाशित केली.[११४] जुन्या मराठी कवींचे वेचे पुस्तकरूपाने संग्रहित करण्याचा उपक्रम परशुरामतात्या गोडबोले यांनी त्यांच्या 'नवनीत'च्या (१८५४) रूपाने केला. पुढील अर्धशतकात त्याच्या १२ आवृत्त्या निघाल्या.[११५] व्याकरण हा शालेय अभ्यासाचा विषय असल्याने त्यावरील काही पुस्तके मोठ्या प्रमाणात खपली. या व्याकरणविषयक पुस्तकांची आकडेवारी[११६] पुढीलप्रमाणे : दादोबा पांडुरंग यांचे मराठीचे व्याकरण १८३६ मध्ये प्रसिद्ध झाले. त्याच्या ७०० प्रतींपैकी २५० प्रती सरकारने कमी किंमतीला म्हणजे प्रत्येकी अडीचऐवजी दीड रुपयांना खरेदी केल्या. १८५० मध्ये या व्याकरणाची दुसरी आवृत्ती निघाली. १८९९ पर्यंत त्याच्या ११ आवृत्त्या निघाल्या. १८६५ ते १८९५ या काळात दादोबांच्या 'लघुव्याकरणा'च्या १८ आवृत्त्या निघाल्या. दादोबांच्या व्याकरणावरून गंगाधर रामचंद्र टिळक (लोकमान्यांचे वडील) यांनीही एक लघुव्याकरण तयार केले होते. १८५८ ते १८७७ या कालखंडात त्याच्या १८ आवृत्त्या निघाल्या.

डॉ. भाऊ दाजी यांच्या 'स्त्री बाळहत्या' या पुस्तकाच्या ६०० इंग्रजी आणि १५०० गुजराती प्रती १८४७ मध्ये छापण्यात आल्या.[११७] बाळाजी प्रभाकर मोडक यांच्या 'रसायनशास्त्र - पूर्वार्ध' (१८७६) या पुस्तकाच्या ६०० प्रती खपल्या.[११८] प्रस्तुत प्रबंध-लेखकाच्या एका संशोधन-प्रकल्पातील निष्कर्षानुसार १९ व्या शतकातल्या विज्ञान-विषयक मराठी पुस्तकांची संख्या ७०० ते १०००च्या घरात जाऊ शकते. प्रकल्प राबवताना ज्या पुस्तकांविषयी निश्चित माहिती उपलब्ध झाली, अशा १७८ पुस्तकांची सूची प्रकल्प-अहवालाच्या परिशिष्टात दिलेली आहे.[११९]

विष्णुशास्त्री चिपळूणकर यांच्या मृत्यूनंतर (१८८२) दुःख प्रदर्शित करण्यासाठी हरिभाऊ आपटे यांनी 'शिष्यजनविलाप' अशी एक कविता रचली होती. दोन दिवसात तिच्या १००० प्रती विकल्या गेल्या.[१२०]

महाराष्ट्रात ग्रंथप्रसारामुळे सार्वजनिक वाचनालये स्थापन होऊ लागली. काही आरंभकालीन ग्रंथालयांविषयी माहिती मिळते. उदाहरणार्थ, १५ नोव्हेंबर १८२९ रोजी मुंबईत 'द बॉंबे जनरल लायब्ररी'ची स्थापना झाली. केवळ पंधरा दिवसांत ग्रंथालयाच्या उत्साही चालकांनी निरनिराळ्या भाषांमधील १००० ग्रंथ आणि मौल्यवान अशी ५० प्राच्य हस्तलिखिते गोळा केली.[२०१] १८३८ साली अहमदनगरमध्ये 'नेटिव जनरल लायब्ररी'ची, तर १८४० साली नाशिकला सरकारच्या प्रेरणेने 'सरकार-वाड्या'त (पेशव्यांच्या वाड्यात) 'नेटिव जनरल लायब्ररी, नाशिक' (आजचे 'सार्वजनिक वाचनालय, नाशिक' तथा 'सावाना') या ग्रंथालयाची स्थापना झाली.[२०२] १८८३ मध्ये या वाचनालयातील ग्रंथसंख्या २००० होती. १८८५ ते १९०४ या काळात मराठी, इंग्रजी व संस्कृत या तिन्ही विभागांमधील ग्रंथसंख्येत लक्षणीय वाढ झाली आणि नियतकालिकांमध्येही भर पडली.[२०३] ७ फेब्रुवारी १८४८ रोजी 'पुणे नेटिव जनरल लायब्ररी'ची (आजचे 'पुणे नगर वाचन मंदिर') स्थापना झाली. शतपत्रांपैकी 'पुण्यात लायब्ररीची स्थापना' या शीर्षकाच्या पत्रात (पत्र क्र. ३, २६ मार्च १८४८) लोकहितवादींनी त्याबाबत लिहिले आहे.[२०४] वाचकांविषयी ते सांगतात की, "अद्याप गृहस्थांपैकीं कोणी ग्रंथ वाचावयास व ज्ञान संपादन करण्यास येत नाहींत. शाळेंतील विद्वान मंडळी, ज्ञानेच्छु व विद्याभ्यासी मात्र येतात. सरदार लोक येत नाहींत." ग्रंथसंग्रहाविषयी ते म्हणतात, "हल्ली लायब्ररींत ३०० बुकें आहेत व अखबारा चार आहेत. बरेंच चाललें आहे व पुढें सुधारेल, अशी आशा आहे." लोकहितवादींची ही आशा लवकरच फलद्रूप होऊ लागल्याचे दिसून येते. १८५० साली सरकारच्या पृच्छेला उत्तर देताना लायब्ररीचे सेक्रेटरी या नात्याने तेथे १८४७ पुस्तके असल्याचे लोकहितवादींनी कळवले; त्यांपैकी १६१२ इंग्रजी, १८५ मराठी व संस्कृत, तर ५० हिंदुस्थानी, अरबी व पर्शियन पुस्तके होती.[२०५] ग. न. श्रीगोंदेकर यांनी लिहिलेल्या संस्थेच्या इतिहासावरून तिची सभासद-संख्या व ग्रंथ-संग्रह यांच्या प्रगतीचा आलेख समजू शकतो. त्याबाबतची आकडेवारी पुढीलप्रमाणे :

ग्रंथालयाची सभासद-संख्या १८४८ मध्ये ४५, तर १८७८ मध्ये १०१ इतकी होती. १८७९ मध्ये संस्था ज्या वास्तूत होती त्या बुधवार-वाड्यात १३ मे रोजी आग लागून ग्रंथसंग्रह आगीच्या भक्ष्यस्थानी पडला. परंतु लवकरच या संकटातून संस्थेने मार्ग काढण्यास सुरुवात केली. सभासद-संख्या १८८५ मध्ये ९८, १८९१ मध्ये १९०, १८९६ मध्ये २३६ (त्यातील एक तहहयात

सभासद), तर १९०० मध्ये १९८ इतकी होती.[२०६] ग्रंथालयातील संदर्भ-साहित्याची स्थिती पुढील कोष्टकाद्वारे[२०७] समजू शकेल -

सन	ग्रंथ	वृत्तपत्रे	नियतकालिके
१८४८	३००	४	०
१८५१	२१४३	८	०
१८७९ (१३ मे)	५०००	२४	८
१८७९ (आगीनंतर)	४६	०	०
१८८९	१६९०	२६	४
१८९९	४७६०	४१	९

१८५० मध्ये कोल्हापूर येथे 'कोल्हापूर नेटिव्ह लायब्ररी'ची (१९३४ पासून 'करवीर नगर वाचन मंदिर') स्थापना झाली. या संस्थेविषयीची आकडेवारी[२०८] पुढीलप्रमाणे :

सन	वर्गणीदार	ग्रंथ
१८५०	१७	४४२
१८७१	६९	८६५
१८८९-९०	२७०	३,९६८

१८६३ साली गो. ना. माडगावकर यांनी नोंदवल्यानुसार त्यावेळी मुंबईत सुमारे ४० 'पुस्तकालये' होती.[२०९]

न्या. म. गो. रानडे यांच्या पुढाकाराने १८७८ मध्ये पहिले, तर १८८५ मध्ये दुसरे 'ग्रंथकार संमेलन' पुण्यात भरवण्यात आले. मराठी साहित्य संमेलनांचा हा प्रारंभ होता.[२१०] मराठीतील लेखक-वाचकांची संख्या वाढल्याचे व ग्रंथ-व्यवहार विस्तारल्याचे हे द्योतक होते.

बाळाजी प्रभाकर मोडक यांनी कोल्हापूर सरकारच्या मदतीने १८८७ आणि १८९६ मध्ये भरवलेल्या विज्ञान-प्रदर्शनांना अनुक्रमे १२,००० आणि १६,००० प्रेक्षकांनी भेट दिली.[२११]

महाराष्ट्रातील संस्थात्मक कार्य व सुधारणा-चळवळी आणि त्यांना मिळणारा प्रतिसाद या संदर्भातील काही उदाहरणांचा निर्देश आवश्यक आहे. स. गं. मालशे व नंदा आपटे यांनी केलेल्या संशोधनाद्वारे विधवाविवाह चळवळीविषयी माहिती

मिळते. त्यांच्या पुस्तकातील निष्कर्ष आणि काही परिशिष्टे यांवरून[२१२] या चळवळीचे स्वरूप मध्यमवर्गीय उच्चजातीय असल्याचे लक्षात येते व काही आकडेवारी उपलब्ध होते. १८३७ ते १८९६ या कालखंडात पुनर्विवाहविषयक ३५ पुस्तके मराठीत प्रसिद्ध झाली. त्यांपैकी काही महाराष्ट्राबाहेर, तर बहुसंख्य पुस्तके मुंबई व पुण्यात प्रसिद्ध झाली. १८४२ ते १९०० या कालखंडात महाराष्ट्रीय समाजात ४० पुनर्विवाह झाले. त्यांपैकी बरेचसे मुंबई व पुण्यात झाले. १४ पुनर्विवाह आंतरजातीय वा आंतरपोटजातीय स्वरूपाचे होते. बहुतेक पुनर्विवाहित हे सुशिक्षित व मध्यमवर्गीय व्यावसायिक होते. १८५४ ते १८९५ या कालखंडातील गुजराती समाजातील ४८ पुनर्विवाहांपैकी बहुसंख्य विवाह मुंबईत झाले.

१८४८ मध्ये मुंबईत स्थापन झालेल्या 'स्टुडंटस् लिटररी ॲण्ड सायंटिफिक सोसायटी'च्या मराठी शाखेची म्हणजे 'उपयुक्त ज्ञानप्रसारक सभे'ची सभासद संख्या शंभराच्या आतबाहेर होती.[२१३]

१९ व्या शतकाच्या मध्याच्या सुमारास कार्यरत असणाऱ्या 'परमहंस सभे'त आरंभी विविध जातींच्या सुमारे ५० सभासदांचा समावेश असावा. बाबा पदमनजी ज्या दिवशी सभासद झाले, त्या दिवशी ५०-६० लोक हजर असल्याचे त्यांनी नोंदवले आहे. दादोबा पांडुरंग यांच्यावरील 'ज्ञानोदय'मधील मृत्युलेखात (२६ ऑक्टोबर १८८२) बाबा पदमनजी यांनी 'परमहंस मंडळी'ची सभासद संख्या ८०० ते १००० इतकी सांगितली आहे. 'राजकीय ऋषी' यांच्या 'इंदुप्रकाश'मधील लेखात (२५ मे १८८५) ही सदस्यसंख्या सुमारे १००० इतकी नोंदवलेली आहे. संस्थेच्या अहमदनगर शाखेचे सुमारे १५-२० सभासद होते.[२१४] त्या काळाच्या मर्यादा, 'परमहंस मंडळी'च्या कार्याचे गुप्त स्वरूप आणि भावी कालखंडातील संस्थांची सभासदसंख्या यांचा विचार करता 'परमहंस मंडळी'ची हजाराच्या घरात सांगितली गेलेली सभासदसंख्या अतिशयोक्त वाटते.

२६ ऑगस्ट १८५२ मध्ये स्थापन झालेली 'बॉम्बे असोसिएशन' ही पश्चिम भारतातील पहिली राजकीय संस्था[२१५] होती. तिच्या सभासदांची संख्या ५० ते ७५ इतकी असे.[२१६] मात्र तिने रयतेच्या गाऱ्हाण्यांबाबत ब्रिटिश पार्लमेंटला पाठवलेल्या पहिल्या अर्जावर (१८५२) मुंबई, ठाणे व पुणे येथील ४००० प्रतिष्ठित लोकांच्या सह्या होत्या.[२१७] १८५३ सालच्या अशाच दुसऱ्या अर्जावर ३००० सह्या होत्या.[२१८] १८७० मध्ये मिठावरील करात व आयकराच्या दरात झालेल्या वाढीविरुद्ध 'बॉंबे असोसिएशन'चे कार्यवाह नौरोजी फर्दुनजी यांनी २००० लोकांची सभा घेऊन 'सेक्रेटरी ऑफ स्टेट'ला पाठवण्याचे एक निवेदन

पास करून घेतले. नंतर ४००० लोकांच्या सह्या घेऊन हे निवेदन १८७० च्या मे महिन्यात त्यांनी रवाना केले.[२१९]

ज. वि. नाईक यांनी एका शोधनिबंधात [२२०] प्रार्थना समाजाच्या सामाजिक घडणीचे संख्याशास्त्रीय विश्लेषण केलेले आहे. त्यातील निष्कर्ष उद्‌बोधक आहेत. विशेषत: पुढील माहिती लक्षात घेण्याजोगी आहे : १८६७ मध्ये स्थापन झालेल्या प्रार्थना समाजाची सभासद संख्या १८६७ साली ३१, १८७६ साली ९०, १८८० साली १०३, १८९५ साली १०८ आणि १९०० साली १०४ इतकी होती. १८६७ ते १९०० या कालखंडात एकूण १८३ व्यक्ती प्रार्थना समाजाच्या सभासद झाल्या. अल्पकाळ सभासद असणाऱ्या दोन पारशी गृहस्थांचा अपवाद वगळता उर्वरित सदस्य उच्चजातीय हिंदू होते. त्यांमध्ये ब्राह्मण (गौड सारस्वतांसह) बहुसंख्य होते. त्याखालोखाल प्रभू व वैश्य होते. अन्य सभासदांमध्ये मराठा, भंडारी व इतर होते; पण अतिशूद्र मानल्या जाणाऱ्या जातींमधील एकही नव्हता. बहुसंख्य जण सभासद होताना २० ते ३० या वयोगटातील होते. जवळपास सर्व सभासद नवशिक्षित होते. त्यातील बहुसंख्य शासकीय नोकर होते. १/४ सभासद विद्यार्थी वा शिक्षक होते. त्याशिवाय काही उद्योजक आणि डॉक्टर, वकील वगैरे व्यावसायिक होते. एकंदरीत, प्रार्थना समाजाचे सभासद म्हणजे नागर वा अर्ध-नागर हिंदू उच्चजातीय बुद्धिजीवी लोक होते. संस्थेचे हे मध्यमवर्गीय स्वरूप पुढेही कायम राहिले.

२ एप्रिल १८७० राजी पुणे येथे 'सार्वजनिक सभे'ची स्थापना झाली. कॉंग्रेसच्या पूर्वसुरी संस्थांमध्ये ती विशेष महत्त्वाची संस्था मानली जाते. या संस्थेच्या स्थापनासमयी पुण्यातील ९५ प्रतिष्ठित नागरिक तिचे सभासद बनले; प्रत्येक सभासद हा ५० लोकांचा प्रतिनिधी होता.[२२१] सरकारने केलेल्या दुष्काळ-संहितेची (फॅमिन कोड) माहिती दुष्काळग्रस्तांना व्हावी यासाठी १८९६ मध्ये सार्वजनिक सभेने त्या संहितेच्या ६००० प्रती छापून घेतल्याचे आढळते.[२२२]

म. जोतीराव फुले यांनी २४ सप्टेंबर १८७३ रोजी स्थापन केलेल्या सत्यशोधक समाजाची सभासद संख्या २४ सप्टेंबर १८७५ रोजी २३२ इतकी असल्याचे 'पुणे सत्यशोधक समाजाचा रिपोर्ट' दर्शवतो.[२२३] २४ सप्टेंबर १८७६ रोजी ही सभासद संख्या ३१६ वर पोहोचलेली होती.[२२४] 'सत्यशोधक समाजाची तिसऱ्या वार्षिक समारंभाची हकीगत' (२४ सप्टेंबर १८७६) यामध्ये असे म्हटले आहे की, ''समाजाचे नियमांच्या एक हजार प्रती छापवून सर्व सभासद आणि मित्रमंडळींकडे पाठविल्या.''[२२५]

भारतीय राष्ट्रीय सभेच्या मुंबई येथे भरलेल्या पहिल्या अधिवेशनास (डिसेंबर १८८५) उपस्थित असणाऱ्या ७२ प्रतिनिधींपैकी ३८ प्रतिनिधी मुंबई इलाख्यातील होते; त्यांपैकी १८ मुंबईचे, तर ८ पुण्याचे होते.[२२६]

६ जून १८८९ च्या 'ज्ञानोदय'मधील वृत्तानुसार पुणे येथील वसंत व्याख्यानमालेतील त्या वर्षीचे पहिले व्याख्यान पंडिता रमाबाई यांचे झाले; 'अमेरिकेतील स्त्रियांचा पराक्रम' या विषयावरील त्यांच्या व्याख्यानास दीड हजारांवर श्रोते जमले होते.[२२७]

'पुणे स्टँडींग सोशल कान्फरन्स कमिटी'तर्फे १८९५ च्या नोव्हेंबरमध्ये एक पुस्तिका प्रसिद्ध करण्यात आली. या पुस्तिकेत १८८७ ते १८९४ या कालखंडातील सामाजिक परिषदांमधील समाजसुधारणाविषयक २२ ठराव छापले होते. तसेच १४ ऑक्टोबर १८९५ च्या 'सुधारका'तील 'वाचा, मनन करा, आणि मग आपले काय ते मत ठरवा' या शीर्षकाचा लेखही समाविष्ट केला होता. कमिटीतर्फे या पुस्तिकेच्या १०,००० प्रती फुकट वाटण्यात आल्या.[२२८]

आतापर्यंत पाहिलेल्या सर्व प्रकारच्या आकडेवारीवरून मध्यमवर्गाच्या उदय-प्रक्रियेचे निर्देशन होऊ शकते. या आकडेवारीतील प्रत्येक प्रवर्गाचे मध्यमवर्गाशी एकास एक नाते नव्हते, हे मात्र लक्षात घेतले पाहिजे. उदाहरणार्थ, संपूर्ण नागर लोकसंख्या निखळ मध्यमवर्गीय नव्हती. एकूण एक साक्षर लोक मध्यमवर्गीयच होते, असे नव्हे. शासकीय नोकरदारांमध्ये काही कनिष्ठ सेवक वा शिपायांचा, बुद्धिजीवी व्यावसायिक स्त्रियांमध्ये कनिष्ठ पदांवरील स्त्रियांचा, व्यापार-क्षेत्राशी संबंधित लोकसंख्येत नोकरांचा, तसेच उद्योग-क्षेत्राशी संबंधित लोकसंख्येत कामगारांचा समावेश असू शकतो. अर्थात सर्व नागर व्यक्ती मध्यमवर्गीय नसल्या, तरी बहुसंख्य मध्यमवर्गीय व्यक्ती मात्र नागर होत्या. त्यामुळे नागरीकरणाची वाढ लक्षात घेणे महत्त्वाचे आहे. सर्वच साक्षर व्यक्ती मध्यमवर्गीय नसल्या तरी मध्यमवर्गीयांमध्ये निरक्षर व्यक्ती अपवादालाच असतील. त्यामुळे साक्षरतेतील वाढ लक्षात घेणे महत्त्वाचे आहे. या पद्धतीने विचार केला तर प्रस्तुत आकडेवारीची उपयुक्तता लक्षात येऊ शकते. एकंदरीत, या आकडेवारीद्वारे मध्यमवर्गाच्या उदय-प्रक्रियेचा अचूक आलेख मिळत नसला, तरी तिचे ढोबळ निर्देशन मात्र निश्चितपणे होऊ शकते. तेव्हा नागरीकरण; शिक्षण; बुद्धिजीवी व्यवसाय; ज्ञान, माहिती व मनोरंजनाची साधने; राजकीय, सामाजिक व सांस्कृतिक उपक्रम, इत्यादी सर्वांमध्ये १९ व्या शतकभर होत गेलेली वाढ मध्यमवर्गाच्या विकासाची निदर्शक आहे. विविध क्षेत्रांमध्ये

उच्चजातीय मध्यमवर्गीयांचे प्राबल्य टिकून राहिले. मुंबई व पुणे परिसरात मध्यमवर्गाचे प्रमाण अधिक असले, तरी इतरत्रही हा वर्ग वाढत गेला. एकूण लोकसंख्येत मध्यमवर्गाचे प्रमाण अत्यल्प होते; परंतु या नवोदित अल्पसंख्य प्रगत वर्गाने १९ व्या शतकातील महाराष्ट्रात ऐतिहासिक महत्त्वाची कामगिरी पार पाडली.

□

संदर्भ आणि टिपा

१. "The change which we should all seek is thus a change from constraint to freedom, from credulity to faith, from status to contract, from authority to reason, from unorganised to organised life, from bigotry to toleration, from blind fatalism to a sense of human dignity. This is what I understand by social evolution, both for individuals and societies in this country." – (M. G. Ranade), *The Miscellaneous Writings of the late Hon'ble Mr. Justice M. G. Ranade,* Bombay, 1915, pp. 116-17. (Henceforth *'Ranade : M. W.'*). (मराठी भाषांतर प्रबंध-लेखकाचे).

२. Christine Dobbin, op. cit., p. 8.

३. या सर्व प्रवर्गांची बेरीज २३१९२ इतकी होते. मुंबईतील ३०६०४ ब्राह्मणांपैकी उर्वरित ७४१२ ब्राह्मणांविषयीची अधिक माहिती उपलब्ध झालेली नसावी, असे दिसते. अर्थात त्यामुळे ज्या संदर्भात या आकडेवारीचा विचार केलेला आहे, त्या मूळ मुद्द्याला बाधा येत नाही.

४. Cited in Dobbin, op. cit. pp. 32-33.

५. Ibid., p. 33.

६. Ibid., p. 38.

७. Ibid., p. 47.

८. Ibid., p. 33.

९. Ibid., p. 34.

१०. Ibid., p. 33.

११. Ibid.

१२. तथा १८६७ पासूनच्या डेक्कन कॉलेजची.

१३. Dobbin, op. cit., p. 35.

१४. Ibid., p. 26.

१५. वसंत त्रिं. चिपळोणकर व मंदाकिनी चिपळोणकर, *कृष्णशास्त्री चिपळोणकर : जीवन आणि काळ,* पुणे, १९९१, पृ. २३.

१६. Dobbin, op. cit., p. 39.

१७. गणेश प्रभाकर प्रधान (संपा.), *आगरकर-लेखसंग्रह,* नवी दिल्ली, १९७१, प्रस्तावना पृ. २-३. (येथून पुढे या ग्रंथाचा उल्लेख *'आगरकर ले. सं.'* असा केला आहे.)

१८. कित्ता, प्रस्तावना, पृ. ४.

१९. श्री. स. पंडित, *विष्णु परशुराम शास्त्री पंडित यांचें चरित्र,* पुणे, १९३६, पृ. १०-१२.

२०. Y. D. Phadke, *V. K. Chiploonkar,* New Delhi, 1991, p. 22.

२१. Y. D. Phadke, *Social Reformers of Maharashtra,* New Delhi, 1985, pp. 42-43.

२२. R. B. Joshi, *H. N. Apte,* New Delhi, 1978, pp. 1-2.

२३. पंडित (संपा.), *समग्र केशवसुत,* पूर्वोक्त, पृ. २९-५७.

२४. Phadke, op. cit., pp. 50-51.

२५. "Because of the location of Maharashtra and the identity of her people, the region possesses a political and an historical tradition which distinguishes it from other parts of the subcontinent of India."
– Ravinder Kumar, op. cit., p. 2. (मराठी भाषांतर प्रबंध-लेखकाचे).

२६. "...despite (the values which they share with the rest of India) the Mahrattas have always formed a separate people or nation, and still regard themselves as such."
– Sir Richard Temple cited in Ibid. (मराठी भाषांतर प्रबंध-लेखकाचे).

२७. या विचारमंथनाची परस्परभिन्न टोके लक्षात घेण्यासाठी उदाहरणार्थ पाहा -
(१) Ranade, *Rise of the Maratha Power,* pp. 4-5, 66, 70-74.
(२) (वि. का. राजवाडे), *राजवाडे दर्शन,* पुणे, १९६५, पृ. १००.

२८. उदाहरणार्थ पाहा -
गं. बा. सरदार, *संतवाङ्मयाची सामाजिक फलश्रुति,* पुणे, १९७०.

२९. Matthew Lederle, op. cit., p. 23.

३०. राजा दीक्षित, *इतिहास, समाजविचार आणि केशवसुत,* मुंबई, १९९३, पृ. २०.

३१. सरदार, पूर्वोक्त, पृ. १६-१७.

३२. पाहा – दीक्षित, पूर्वोक्त, पृ. २१. शिवाय –
(१) डॉ. राजा दीक्षित, 'छत्रपती शिवराय : कोण होते? कोण नव्हते?', *अनुभव,* वर्ष ७, अंक ६, पुणे, जुलै २००१, पृ. ४१-४३.
(२) राजा दीक्षित, 'दत्तो वामन पोतदारांचा 'शिवाजी',' *माणूस,* पुणे, ७ जून १९८०, पृ. १२-१६.

(३) (राजा दीक्षित), 'लोकहितकारी स्वराज्याचे दूरदर्शी संस्थापक शिवाजी महाराज (१६३०-१६८०),' समाविष्ट सुहास कुलकर्णी व मिलिंद चंपानेरकर (संपा.), *यांनी घडवलं सहस्त्रक*, पुणे, २००६, पृ. ६०-६१.

(४) राजा दीक्षित, 'शिवाजी महाराज : हा गौरव की अवमूल्यन?', *किर्लोस्कर*, पुणे, जानेवारी १९८१, पृ. १७-२४, ७१.

३३ अधिक संदर्भासाठी पाहा –
राजा दीक्षित, 'मराठी माणसाची ऐतिहासिक जडणघडण', समाविष्ट डॉ. मृणालिनी शहा व डॉ. विद्यागौरी टिळक (संपा.), *आधुनिक मराठी साहित्य आणि सामाजिकता*, पुणे, २००७, पृ. ५६-६५.

३४. १८ व्या शतकातील महाराष्ट्राबाबतचे विवेचन प्रामुख्याने अरविंद देशपांडे यांनी मांडलेल्या पुनर्विचारात्मक अन्वयार्थाच्या आधारे केलेले आहे. अधिक तपशीलांसाठी पाहा -

Deshpande Arvind, '19th Century Maharashtra : A reassessment', unpublished paper. (Henceforth '... *Reassessment.*')

३५. अरविंद देशपांडे यांनी त्यांच्या शोधनिबंधात 'मराठा वसाहतवाद' (Maratha colonialism) असा शब्दप्रयोग केलेला आहे. त्याऐवजी प्रस्तुत विवेचनात 'मराठा विस्तारवाद' (Maratha expansionism) असा शब्दप्रयोग योजलेला आहे.

३६. See - A. M. Deshpande, 'British Attitude and Marathi Response,' unpublished paper, pp. 3-4 (Henceforth '...*Response*').

३७. Deshpande, ...*Reassessment,* p. 2. (मराठी भाषांतर प्रबंध-लेखकाचे).

३८. Cited in Ibid., p. 4.

३९. Ibid.

४०. वा. कृ. भावे, पूर्वोक्त, विशेषत : प्रकरण २० आणि ३१, उदाहरणादाखल पाहा, पृ. २५१-५२.

४१. H. Fukazawa, 'Agrarian Relations : Western India', in Dharma Kumar (ed.), *The Cambridge Economic History of India : Vol. II : c. 1757 – c. 1970,* Delhi, 1984, p. 182.

४२. Hiroshi Fukazawa, *The medieval Deccan : Peasants, Social Systems and States : Sixteenth to Eignteenth Centuries,* Delhi, 1991, Chapter 4.

४३. J. V. Naik, 'Renaissance in Maharashtra', op. cit., p. 175.

४४. वा. द. दिवेकर, 'पेशवेकालीन महाराष्ट्र - आर्थिक जीवन', समाविष्ट अ. रा. कुलकर्णी व ग. ह. खरे (संपा.), *म. इ.,* खं. २.

४५. सावकारांमध्ये अनेक जातींचे लोक असून महाराष्ट्रीय सावकार बुंदेलखंडासारख्या दूरच्या प्रांतातही जाऊन राहिले होते. ज्यांनी सरकारला लाख लाख रुपयांपर्यंत कर्ज दिले आहे असे सुमारे १६२ सावकार १७४० साली पुण्यामध्ये होते. पाहा - वा. कृ. भावे, पूर्वोक्त, पृ. २५२.

४६. भा. शं. भणगे, 'संपादकीय', समाविष्ट दि. के. बेडकर व भा. शं. भणगे (संपा.), पूर्वोक्त, पृ. (६).
४७. बेंथॅमच्या उपयुक्ततावादी तत्त्वज्ञानात (Utilitarianism) जेम्स मिल आणि जॉन स्टुअर्ट मिल या पितापुत्रांनी १९ व्या शतकात मोलाची भर घातली. या दोघांनीही भारताच्या संदर्भात अर्थपूर्ण भूमिका बजावली. अधिक संदर्भासाठी पहा - Eric Stokes, op. cit., passim.
४८. चार्लस् ग्रँटने १८ व्या शतकाच्या शेवटच्या दशकातच ही मांडणी केली होती. पुढे १९ व्या शतकात तो आणि विल्यम विल्बरफोर्ससारखे त्याचे सहकारी यांच्यामुळे भारताच्या संदर्भात मिशनरी व व्यापारी यांच्या हितसंबंधांची, तसेच शुभवर्तमानवाद (Evangelicalism) व उदारमतवाद (Liberalism) या विचारप्रणालींची युती घडून आली. पाहा -Ibid., pp. 27-40.
४९. या विचारमंथनात भारताविषयीचे विचारमंथनही समाविष्ट आहे. १८ व्या शतकातील इंग्लंडमधील ज्या विचारप्रवाहांचा उल्लेख येथे केला आहे, त्यांच्या जोडीला १९ व्या शतकाच्या प्रथमार्धात उफाळून आलेला निसर्गवाद व निसर्गवादी मानवतावाद (Romantic Humanism) हासुद्धा महत्त्वाचा आहे. या सर्व विचारप्रवाहांचे मंथन भारताच्या संदर्भात कसे घडत होते, त्यासाठी उदाहरणार्थ पाहा - Ibid., Introduction and Chapter I : Section I.
५०. अधिक संदर्भासाठी पाहा -
सरदार, *रानडे ...*, पृ. १२-१३.
५१. अरविंद देशपांडे, 'प्रस्तावना', समाविष्ट प्रमोद ओक, पूर्वोक्त, पृ. (सात).
५२. रा. श्री. जोग (संपा.), *म. वा. इ.*, खं. ४, पृ. ४७.
५३. A. M. Deshpande, 'Reform in Maharashtra : Unsolved Conflict', *Rojnishi*, Poona, 1983, p. 14. (Henceforth '*Reform ...*'.)
५४. Dobbin, op. cit., p. 28.
५५. Ibid.
५६. Syed Nurullah and J. P. Naik, *A History of Education in India (During the British Period)*, Bombay, 1951, pp. 115-18.
शिवाय जोग (संपा.), *म. वा. इ.*, खं. ४, पृ. २९-३६.
५७. Nurullah and Naik, op. cit., p. 116.
५८. For the details see the following -
Ibid., pp. 111-18, 147-52.
५९. Dobbin, op. cit., p. 29.
६०. Ibid., p. 31.
६१. गं. बा. सरदार, *अर्वाचीन मराठी गद्याची पूर्वपीठिका*, पुणे १९७१, पृ. ११.
६२. श्री. स. पंडित, पूर्वोक्त, पृ. ३.

६३. व. त्रि. चिपळोणकर व मंदाकिनी चिपळोणकर, पूर्वोक्त, पृ. १५.
६४. पाहा – प्रस्तुत प्रबंधाचे प्रकरण २, पृ. ५९.
६५. Dobbin, op. cit., p. 39, 266.
६६. Ibid., pp. 267-68.
६७. Ibid., p. 53.
६८. सरदार, *फुले...*, पृ. १९.
६९. अधिक तपशीलांसाठी पाहा -
(१) जोग (संपा.), *म. वा. इ.*, खं. ४, पृ. ३९.
(२) सरदार, *फुले...*, पृ. १९-२०.
(३) B. R. Sunthankar, *Nineteenth Century History of Maharashtra, Vol. I : 1818-1857,* Pune, 1988, pp. 204-5.
७०. प्रियोळकर, *दादोबा...*, पृ. ३७०-७३.
७१. *हिंदुस्थानला दरिद्र येण्याची कारणे आणि त्याचा परिहार व व्यापारविषयक विचार,* पृ. ६-७.
– प्रियोळकर, *'दादोबा...'*, पृ. ४६० वर उद्धृत.
७२. 'देशोन्नती', *केसरी,* ७ मार्च १८८२.
– बनहट्टी (संपा.), *विष्णुपदी,* पूर्वोक्त, खंड ३, पृ. २३७ वर उद्धृत.
७३. Nurullah and Naik, op. cit., Introduction, p. xvii.
७४. Ibid., p. 114-15.
७५. जोग (संपा.), *म. वा. इ.*, खं. ४, पृ. ४७.
७६. सरदार, *फुले...*, पृ. २० वर उद्धृत.
७७. प्रियोळकर, *दादोबा...*, पृ. २०७.
७८. *समग्र फुले,* पृ. २२९-४४, ७१५-२५.
७९. उदाहरणार्थ पाहा - जोग (संपा.), *म. वा. इ.*, खं. ४, पृ. ५३-५८.
८०. सरदार, *फुले...*, पृ. १५.
८१. उदाहरणार्थ पाहा -
(१) सरदार, *रानडे...*, पृ. १२-१३, १७-१८.
(२) सरदार, *फुले...*, पृ. २३-२४.
(३) Dobbin, op. cit., p. 59-60.
८२. सरदार, *फुले...*, पृ. १७.
८३. या संदर्भातील काही उदाहरणांसाठी पाहा - Dobbin, op. cit., pp. 8, 25-26, 43.
८४. "Social history has been called history with the politics left out, but a change of government may involve great social changes. When it happens, groups associated with the old government may lose wealth, power,

influence, and prestige, while those associated with the new may gain correspondingly."

– Ballhatchet, op. cit., Preface p. V. (मराठी भाषांतर प्रबंध-लेखकाचे).

८५. Ravinder Kumar, op. cit., Chapter X : 'Retrospect'.

८६. Deshpande, *...Reassessment,* p. 5.

८७. देशपांडे, 'प्रस्तावना', समाविष्ट ओक, पूर्वोक्त, पृ. (सात).

८८. या परिच्छेदातील विवेचन पुढील दोन संदर्भांच्या आधारे केलेले आहे -

(१) Deshpande, *Reform....*

(२) Deshpande, *...Response.*

८९. *शतपत्रे...,* जागोजाग.

९०. Dobbin, op. cit., pp. 59-62.

९१. "I am the Shivaji of Marathi language who had not his equal either to preceed or succeed him".

- श. श्री. पुराणिक, *विष्णुशास्त्री,* पुणे, १९९२, पृ. १७६ वर उद्धृत.

९२. बनहट्टी (संपा.), *विष्णुपदी,* खं. १, पृ. १४९-५२.

९३. चिपळूणकरांच्या आधुनिकत्वाबाबतच्या अधिक संदर्भासाठी पाहा - गंगाधर बाळकृष्ण सरदार, *आगरकरांचा सामाजिक तत्त्वविचार,* पुणे, १९७५, पृ. १४-१५. (येथून पुढे या ग्रंथाचा उल्लेख *'आगरकर...'* असा केला आहे.)

९४. कित्ता, पृ. ८८.

९५. कित्ता.

९६. Raja Dixit, 'Jambhekar and Reform-movement in Maharashtra', *The Study,* Vol. 1, Allahabad, Jan. 1991, p. 30.

९७. Y. D. Phadke, *Social Reformers of Maharashtra,* op. cit., p. 3.

९८. उदाहरणार्थ पाहा - सरदार, *फुले ...,* पृ. २१५-१६.

९९. *आगरकर ले. सं.,* पृ. १३२.

१००. जयप्रकाश सावंत, 'उत्खनन' सदरात उद्धृत केलेला उतारा, *आपले वाङ्मय वृत्त,* मुंबई, जानेवारी २००९, पृ. १६.

१०१. सरदार, *फुले...,* पृ. ४३, ६३.

१०२. उदाहरणार्थ पाहा - *समग्र फुले,* पृ. २१२, ६५७-६२.

१०३. य. दि. फडके, *विसाव्या शतकातील महाराष्ट्र,* खंड १, पूर्वोक्त, पृ. ५१-५४. (येथून पुढे या ग्रंथाचा उल्लेख *'वि. श. म., खं. १'* असा केला आहे.)

१०४. गं. बा. सरदार, 'महात्मा फुले : जडणघडण', समाविष्ट हरि नरके व य. दि. फडके (संपा.), *महात्मा फुले गौरव ग्रंथ,* खंड पहिला, मुंबई, १९९१, पृ. ९१-९२.

१०५. उदाहरणार्थ म. फुले यांच्या संदर्भात पाहा-
किता, यामधील पुढील दोन लेख -
(१) गोविंद तळवळकर, 'महात्मा फुले यांचा व्यक्तिस्वातंत्र्यवाद', (लेख क्र. १८), पृ. २४३-५०.
(२) राजेंद्र व्होरा, 'महात्मा फुले यांचा उदारमतवाद', (लेख क्र. १९), पृ. २५१-५६.
१०६. उदाहरणार्थ पाहा -
सरदार, *आगरकर...*, पृ. १.
१०७. उदाहरणार्थ म. फुले व न्या. रानडे यांच्या संदर्भात पाहा -
जोग (संपा.), *म. वा. इ.*, खं. ४, पृ. २४.
१०८. अधिक संदर्भासाठी पाहा -
यशवंत सुमंत आणि दत्तात्रय पुंडे (संपा.), *महाराष्ट्रातील जातिसंस्थाविषयक विचार,* पुणे, १९८८.
१०९. प्रियोळकर, दादोबा..., पृ. ३३१.
११०. *समग्र फुले,* पृ. ५३७.
१११. पंडित (संपा.), *समग्र केशवसुत,* पृ. २४९.
११२. अरुण रा. जोशी, *गोविंद बाबाजी जोशी (वसईकर) : एक उपेक्षित समाजसुधारक,* ठाणे, १९८१, पृ. ६७-६८.
११३. यशवंत दिनकर फडके, *शोध : बाळ-गोपाळांचा,* पुणे, १९७७, पृ. २४. (येथून पुढे या ग्रंथाचा उल्लेख *'शोध...'* असा केलेला आहे.)
११४. अनुक्रमे ११ व २५ जानेवारी १८८१ आणि १३ व २० नोव्हेंबर १९०० चे चार अग्रलेख. पाहा – *समग्र टिळक,* खं. ५, पृ. ३-१८.
११५. स. गं. मालशे व नंदा आपटे, *विधवाविवाह चळवळ (१८००-१९००),* पुणे, १९९०, परिशिष्ट ३, पृ. १९८-२१२.
११६. फडके, *वि. शा. म.*, खं.१, पृ. ५३.
११७. नलिनी पंडित, *महाराष्ट्रातील राष्ट्रवादाचा विकास,* पूर्वोक्त, पृ. ८२.
११८. समग्र टिळक, खं. ४, पृ. १९.
११९. किता, पृ. ३६.
१२०. प्रियोळकर, *दादोबा...*, पृ. ४५-४७.
१२१. *प्रभाकर,* ४ सप्टेंबर १८४२, पृ. १, का. ४६, पृ. ३६१ व ३६८.
१२२. Dobbin, op. cit., p. 202.
१२३. Sabyasachi Bhattacharya, 'The Colonial State, Capital and Labour : Bombay 1919-1931' in S. Bhattarcharya and R. Thapar (ed.), op. cit., p. 173.
१२४. सरदार, *आगरकर...*, पृ. १२९ वर उद्धृत.
१२५. किता, पृ. १३०.

१२६. आजही ते कठीण असले तरी निदान काही सामाजिक संख्याशास्त्रीय पाहण्या वा सर्वेक्षणे शक्य आहेत.

१२७. उदाहरणार्थ पाहा -

(१) *Census of the Bombay Presidency Taken on the 21st Feb. 1872 : Detailed Census Returns of the Bombay Presidency, Part III.,* Bombay, 1875, p. 1. (Henceforth *'Census 72, B. P., p. III.'*)

(२) J. A. Baines, *Imperial Census of 1881 : Operations And Results in the Presidency of Bombay including Sind, Vol. I - Text,* Bombay, 1882, p. 2. (Henceforth *'Census 81, B. P., V. I., T.'*)

१२८. उदाहरणार्थ पाहा -

(१) *Census of the Bombay Presidency, 1872 : Central Report and Tables of the Population, Houses, and C., Enumerated in The Bombay Presidency on the 21st Feb. 1872 : Part II.,* Bombay, 1875, p. 162. (Henceforth *'Census 72, B. F., C. R. T., P. II.'*)

(२) *Census 81, B. P., V. I., T.,* pp. 180-81.

(३) W. W. Drew, *Census of India, 1891 : Vol. II. : Bombay and Its Feudatories : Part I. : Report,* Bombay, 1892, pp. 173-74. (Henceforth *'Census 91, B.F., P. I., R.'*)

१२९. स. गं. मालशे, *गतशतक शोधिताना,* पुणे, १९८९, पृ. १३९.

१३०. कित्ता, मूळ वृत्त उद्धृत.

१३१. *Census 81, B. P., V. I., T.,* p.2.

१३२. *Census 72, B.P., C. R. T., P. II.,* p.9.

१३३. *Census 91, B. F., P. I., R.,* pp. 32-33.

१३४. R. E. Enthoven, *Census of India, 1901, Vol. IX : Bombay, Part I : Report,* Bombay, 1902, p. 253. (Henceforth *'Census 1901, V. IX, B. P., P. I., R.'*)

१३५. **(सारण्या/टेबल्स देताना अनेकदा मूळ मजकुरातच त्यांच्या तळाशी संदर्भ दिले जातात; परंतु वाचनसुलभतेसाठी प्रस्तुत प्रबंधात असे संदर्भ प्रकरणांच्या शेवटी असणाऱ्या 'संदर्भ आणि टिपां'मध्येच समाविष्ट केलेले आहेत. संपूर्ण प्रबंधभर याबाबत एकवाक्यता ठेवलेली आहे.)**

मुंबई शहराच्या लोकसंख्येबाबतची आकडेवारी पुढील संदर्भांच्या आधारे घेतलेली आहे -

(१) १८१३, १८३६ आणि १८४६ : फडके, *वि. श. म.,* खं.१, पृ. ६.

(२) १८६४ : Dobbin, op. cit., p. 8.

(३) १८७२ : *Census 72, B. P., C. R. T., P. II.,* p. 9.

(४) १८८१ : *Census 81, B. P., V. I., T.,* p. 17.

(५) १८९१ : *Census 91, B. F., P. I., R.,* p. 32.

(६) १९०१ : S. M. Edwardes, *Census of India, 1901, Vol. XI : Bombay (Town and Island), Part V : Report,* Bombay, 1901, p. 7. (Henceforth *'Census 1901, V. XI., B. T. I., P. V., R.'*)

१३६. मुंबईत १८६० नंतर कापूस-तेजीच्या काळात मजूर व बांधकाम-मजूर म्हणून अनेकांनी स्थलांतरे केली व मोठी लोकसंख्यावाढ झाली. पाहा -
Dobbin, op. cit., p. 8.
परंतु अमेरिकन यादवी-युद्ध समाप्तीनंतर आलेल्या मंदीच्या परिणामातून लोकसंख्या पुन्हा घटली असावी. त्याचा परिणाम १८७२ मधील आकडेवारीत दिसतो. १८९१ ते १९०१ या दशकात मुंबईची लोकसंख्या घटण्याचे मुख्य कारण प्लेगचा प्रताप हे होय. पाहा -
फडके, *वि. श. म.,* खं. १, पृ. १९.

१३७. पुणे शहराच्या लोकसंख्येबाबतची आकडेवारी पुढील संदर्भांच्या आधारे घेतलेली आहे -
(१) १८१९ : Ballhatchet, op. cit., p. 7.
ही आकडेवारी म्हणजे एल्फिन्स्टनने काढलेला अंदाज होय. त्याच्या मते पेशवेकालापेक्षा पुण्याची लोकसंख्या १/१० ते १/५ ने घटली होती.
(२) १८२२ : फडके, *वि. श. म.,* खं., १, पृ. ५.
(३) १८५१ ते १९०१ : D. R. Gadgil, *Poona : A Socio-Economic Survey, Part I : Economic,* Poona, 1945, p. 20.

१३८. पेशवाईच्या अस्तानंतर पुण्याचे महत्त्व कमी होऊन १९ व्या शतकाच्या मध्यापर्यंत लोकसंख्या घटत गेली. तरी त्यानंतर ती वाढत गेली. फक्त शेवटच्या टप्प्यात (१८९१ ते १९०१) झालेली घट ही मात्र दुष्काळ व प्लेग यांमुळे होती. पाहा - Gadgil, op. cit., p. 20.

१३९. कित्ता.

१४०. गोविंद नारायण माडगांवकर, *मुंबईचे वर्णन,* (१८६३), मुंबई, १९६१, पृ. ११३.

१४१. Dobbin, op. cit., p. 8.

१४२. *Census 72, B. P., C. R. T., P. II.,* p. 106.

१४३. *Census 81, B. P., V. I., T.,* p. 127.

१४४. *Census 72, B. P., C. R. T., P. II.,* p. 135.

१४५. Nurullah and Naik, op. cit., p. 16.

१४६. *Census 72, B. P., C. R. T., P. II.,* p. 195.

१४७. पुढील दोहोंच्या तुलनेवरून हा निष्कर्ष मांडला आहे -
(१) Ibid.
(२) *Census 81, B. P., V. I. T.,* pp. 150-51.

१४८. *Census 72, B. P., C. R. T., P. II.,* p. 196.

१४९. *Census 1901, V. IX., B. P. P. I., R.*, p. 129.

१५०. Ibid., p. 130.

१५१. Ibid., p. 132.

१५२. Ibid., p. 134.

१५३. Ibid., p. 135.

१५४. हे कोष्टक पुढील संदर्भाच्या आधारे तयार केलेले आहे :
गं. दे. खानोलकर, 'असा घडत होता महाराष्ट्र', लेखांक ३, *महाराष्ट्र टाइम्स*, मुंबई, १६ डिसेंबर १९८७, पृ. आठ.

१५५. पुढे दिलेल्या संदर्भातील दोन स्वतंत्र कोष्टकांचा तुलनात्मक अभ्यास करून प्रस्तुत कोष्टक तयार केलेले आहे :
B. B. Misra, op. cit., pp. 300-301.

१५६. अधिक संदर्भासाठी पाहा -
D. R. Gadgil, *Poona : A Socio-Economic Survey,* Vol. II., Poona, 1952, pp. 252, 77, 95.

१५७. Nurullah and Naik, op. cit., pp. 8-11.

१५८. Ravinder Kumar, op. cit., p. 53.

१५९. Dobbin, op. cit., p. 31.

१६०. Ibid., pp. 33-34.

१६१. फडके, *वि. श. म.*, खं.१, पृ. ३३.

१६२. कित्ता.

१६३. D. R. Gadgil, op. cit., p. 259.

१६४. फडके, *वि. श. म.*, खं.१, पृ. ३४.

१६५. Dobbin, op. cit., p. 266.

१६६. Ibid., p. 267.

१६७. Ibid.

१६८. Ibid., p. 268.

१६९. *Census 72, B. P., C. R. T., P. II.*, pp. 162, 64-65.

१७०. Ibid., pp. 162, 64-67.

१७१. Ibid., pp. 162, 64.

१७२. *Census 81, B. P., V. I., T.*, pp. 175-82.

१७३. Ibid.

१७४. Ibid.

१७५. *Census 91, B. F., P. I., R.*, pp. 173-75.

१७६. पुढील संदर्भामधील आकडेवारीवरून प्रस्तुत टक्केवारी काढलेली आहे : Ibid., P. 181.
१७७. B. B. Misra, op. cit., p. 322.
१७८. ... *जांभेकर,* खं. १, पृ. ११७.
१७९. बा. द. सातोस्कर, *मराठी मासिकांचे पहिले शतक,* पुणे, १९८६, पृ. १५.
१८०. गं. दे. खानोलकर, पूर्वोक्त, लेखांक १६, *महाराष्ट्र टाइम्स,* मुंबई, ६ मार्च १९८८, पृ. आठ.
१८१. बनहट्टी (संपा.), *विष्णुपदी,* खं. १, पृ. २६४.
१८२. सातोस्कर, पूर्वोक्त, पृ. ९०.
१८३. फडके, *वि. श. म.,* खं.१, पृ. ५६.
१८४. सातोस्कर, पूर्वोक्त, पृ. १०५-६.
१८५. फडके, *शोध...,* पृ. ३५.
१८६. कित्ता, पृ. ४७.
१८७. कित्ता, पृ. ३४.
१८८. Tara Chand, op. cit., p. 462.
१८९. अधिक संदर्भासाठी या ११५ मासिकांची यादी पाहा - सातोस्कर, पूर्वोक्त, पृ. १६१-६४.
१९०. *Ranade : M. W.,* pp. 12-56.
१९१. बनहट्टी (संपा.), *विष्णुपदी,* खं. १, पृ. १६१-६२.
१९२. *Ranade : M. W.,* p. 21.
१९३. मनोहर कदम, *भारतीय कामगार चळवळीचे जनक नारायण मेघाजी लोखंडे,* मुंबई, १९९५, पृ. ११७-१९.
१९४. *समग्र फुले,* पृ. ७३०.
१९५. सातोस्कर, पूर्वोक्त, पृ. ५१.
१९६. प्रियोळकर, *दादोबा...,* पृ. २९७-३०८.
१९७. अनंत काकबा प्रियोळकर, *डॉक्टर भाऊ दाजी : व्यक्ति, काल व कर्तृत्व,* मुंबई, १९७१, पृ. २७. (येथून पुढे या ग्रंथाचा उल्लेख केवळ *'भाऊ दाजी'* असा केलेला आहे.)
१९८. अभिधा सुरेश धुमटकर, 'बाळाजी प्रभाकर मोडक यांचे प्रबोधन कार्य : भारतीय भाषांतून उच्च शिक्षण व विज्ञानप्रसार', *समाजप्रबोधन पत्रिका,* वर्ष ४४, अंक १७३, बेळगाव, जाने.-मार्च २००६, पृ. ९.
१९९. श्री. म. (राजा) दीक्षित, *एकोणिसाव्या शतकातील महाराष्ट्र : मराठीतील विज्ञानविषयक लेखन आणि चिंतन,* पुणे, २००८, पृ. ६, २०-२८.
२००. R. B. Joshi, op. cit., p. 4.
२०१. अनंत काकबा प्रियोळकर, *मराठी ग्रंथांचें आदर्श संग्रहालय,* मुंबई, १९६९, पृ. ७८.

२०२. गणेश नरहर श्रीगोंदेकर, *पुणें नगर वाचन मंदिराचा शंभर वर्षांचा इतिहास,* पुणे, १९४९, पृ. २३.
२०३. अरुण काळे, ' 'सावाना' अर्थात नाशिकचे सार्वजनिक वाचनालय', *वाङ्मय वृत्त,* वर्ष ६, अंक २, मुंबई, सप्टेंबर २००६, पृ. १०.
२०४. *शतपत्रे,* पृ. ५९-६०.
२०५. प्रियोळकर, पूर्वोक्त, पृ. ७८.
२०६. श्रीगोंदेकर, पूर्वोक्त, पृ. १७४-७५.
२०७. कित्ता.
२०८ अविनाश सहस्रबुद्धे, 'कोल्हापूरचे करवीर नगर वाचन मंदिर', *वाङ्मय वृत्त,* वर्ष ६, अंक १, मुंबई, ऑगस्ट २००६, पृ. ८-९.
२०९. गो. ना. माडगांवकर, पूर्वोक्त, पृ. २११.
२१०. म. श्री. दीक्षित, *महाराष्ट्र साहित्य परिषद,* मुंबई, १९९६, पृ. ३६.
२११. अभिधा धुमटकर, पूर्वोक्त, पृ. १२.
२१२. मालशे व आपटे, पूर्वोक्त, पृ. १७२-७५, १९८-२३५.
२१३. गं. दे. खानोलकर, पूर्वोक्त, पृ. आठ.
२१४. प्रियोळकर, *दादोबा...,* पृ. २५९-६१.
२१५. स. गं. मालशे, *गतशतक शोधिताना,* पूर्वोक्त, पृ. ९६.
२१६. फडके, *वि. श. म.,* खं. १, पृ. ७३.
२१७. मालशे, पूर्वोक्त, पृ. १०२.
२१८. फडके, पूर्वोक्त, पृ. ७३.
२१९. मालशे, पूर्वोक्त, पृ. १०७.
२२०. J. V. Naik, 'Social Composition of the Prarthana Samaj : A Statistical Analysis', *Proceedings of the Forty-Eighth Session of Indian History Congress,* Goa, 1987, pp. 502-11.
२२१. म. श्री. दीक्षित, *सार्वजनिक काका (चरित्र आणि कार्य),* पुणे, १९९३, पृ. २१.
२२२. फडके, *वि. श. म.,* खं. १, पृ. १००.
२२३. *समग्र फुले,* पृ. २०१.
२२४. कित्ता, पृ. २११.
२२५. कित्ता, पृ. २०९.
२२६. शं. द. जावडेकर, *आधुनिक भारत,* पुणे, १९७९, पृ. १६८.
२२७. सुधीर शर्मा व विजया पुणेकर (संपा.), *'ज्ञानोदया'च्या पानातून महाराष्ट्राच्या प्रबोधनाचा मागोवा (१८४२-१९९२),* अहमदनगर, १९९७, पृ. ११.
२२८. अरुण जोशी, पूर्वोक्त, पृ. ६९-७०.

□

प्रकरण
४

मध्यमवर्ग आणि प्रभुत्व-क्षेत्रे

१८ व्या शतकात महाराष्ट्रात निर्माण होऊ पाहणाऱ्या गतिशीलतेला १९ व्या शतकात इंग्रजी अंमलामध्ये चालना मिळाली. त्याचा महत्त्वाचा लाभ उच्चवर्णीयांमधील उदयोन्मुख स्तराला झाला. आंग्लविद्येद्वारे आणि प्रशासकीय नोकरी वा बुद्धिजीवी व्यवसायांद्वारे मिळालेल्या लाभांची जोड पारंपरिक सामाजिक लाभांना देत या वर्गाने आपले स्थान बळकट केले. त्याने परंपरेशी अनुबंध राखून आधुनिकतेचा स्वीकार करण्याची दृष्टी बाळगली. त्या पायावर नवी स्वत्वनिर्मिती आरंभली. नव्या सत्तासंरचनेत अग्रमानांकित बनण्याच्या दिशेने नवोदित मध्यमवर्गीयांनी वाटचाल सुरू केली. समाजाचे धुरीणत्व हे निव्वळ राजकीय सत्ता व दण्डशक्तीद्वारे मिळत नाही. विशेषत: परकीय अंमलात ती शक्यता आणखीनच दुरावलेली असते. त्यामुळे एकीकडे राजकीय सत्तेतील वाटेकरी बनण्याचे प्रयत्न चालू ठेवून दुसरीकडे जीवनाच्या विविध क्षेत्रांमध्ये प्रभुत्व संपादन करण्यासाठी या वर्गाने बहुमुखी हालचाली सुरू केल्या. एक सामाजिक वर्ग उदयास येतो तेव्हा त्याचे सर्व घटक एकमताने प्रभुत्व-संपादनाची योजना आखतात, अशातला भाग नाही. परंतु नवोदित वर्गातील व्यक्ती आपल्या हितसंबंधांच्या पूर्तीसाठी झटू लागतात. सत्ता, संपत्ती व प्रतिष्ठा वाढवून समाजात आपल्या प्रभुत्वाचे जाळे पसरवत नेण्याचे सूक्ष्म व ढोबळ प्रयत्न ते कळत-नकळत करू लागतात. कालौघात या सर्वाला ठरावीक दिशा प्राप्त होऊ लागते. दिग्दर्शनाची कामगिरी प्रामुख्याने त्या वर्गातील बुद्धिमंतांची असते. बुद्धिमंतांद्वारे वर्गाची मूल्यसरणी निर्धारित होते आणि तिला सर्व समाजाची संमती मिळवण्यासाठी वर्गाची व्यूहरचना आकार घेऊ लागते.

१९ व्या शतकातील महाराष्ट्रातसुद्धा ही प्रक्रिया चालू होती. त्याचा विचार प्रस्तुत प्रकरणात केलेला आहे.

४.१ प्रभुत्वमार्गी कामगिरी

महाराष्ट्रातील नवोदित मध्यमवर्गावर आंग्लशिक्षणातून नव्या विचारांचा प्रभाव पडला होता. स्वातंत्र्य, समता, बंधुता, न्याय, मानवता, सहिष्णुता, बुद्धिप्रामाण्य, राष्ट्रवाद, ऐहिक अभ्युदयाचा विचार, उद्यमशीलता, खुल्या व्यापाराची अर्थनीती, समताधिष्ठित सामाजिक संबंध या सर्वांचा प्रभाव त्यांच्यावर पडला होता. त्यातून साकार झालेली मूल्यसरणी मध्यमवर्गातील विविध गटांना मान्य होती. नवसमाजाची त्यांची कल्पनाचित्रे या मूल्यसरणीवर आधारित होती. या मूलभूत एकवाक्यतेमुळे महाराष्ट्रातील प्रबोधनाला दिशा प्राप्त झाली. नवजागृतीने जीवनाची सर्व क्षेत्रे व्यापून टाकली. समाजजीवनाला आधुनिक आशय प्राप्त होऊ लागला. मात्र हे परिवर्तन संथपणे घडत होते. मध्यमवर्गाला क्रांतिकारक स्थितिबदल अभिप्रेत नव्हता आणि तो घडवण्याची कुवतसुद्धा या वर्गाकडे नव्हती. परिवर्तनाचे स्वरूप, वेग व मार्ग यांविषयी विविध मध्यमवर्गीय व्यक्ती वा गटांचे दृष्टिकोन भिन्न होते.

महाराष्ट्रीय मध्यमवर्ग हा केवळ प्रादेशिक अस्मितेत अडकलेला वर्ग नव्हता, तर राष्ट्रीय पातळीवरसुद्धा विचार करणारा वर्ग होता. १९ व्या शतकाच्या उत्तरार्धापासून राष्ट्रीय पातळीवरील नेतृत्वात महाराष्ट्रातील मध्यमवर्गीय नेते ठळकपणे दिसू लागले, ते यामुळेच होय. अशा नेतृत्वाबाबत दादाभाई नौरोजी, न्या. रानडे, ना. गोखले व लो. टिळक यांचा निर्देश केला तरी तो पुरेसा आहे. महाराष्ट्रातील मध्यमवर्गाच्या उदयात प्रादेशिक-सांस्कृतिक स्वत्वभावनेचा वाटा होता. प्रबंधाच्या पहिल्या प्रकरणात[१] १९ व्या शतकातील मराठी मानसिकतेत 'महाराष्ट्र' या संकल्पनेला असणारे महत्त्व स्पष्ट केलेलेच आहे; परंतु त्याला राष्ट्रीयतेचीसुद्धा जोड होती, हे लक्षात घेणे आवश्यक आहे. त्या संदर्भात येथे काही प्रातिनिधिक उदाहरणांचा निर्देश आवश्यक वाटतो. 'दर्पण' (१८३२) हे वृत्तपत्र आणि 'दिग्दर्शन' (१८४०) हे आद्य मराठी मासिक सुरू करताना बाळशास्त्री जांभेकरांनी अनुक्रमे 'समाचार दर्पण' हे बंगाली वृत्तपत्र (१८१८) आणि 'दिग्दर्शन' (१८१८) हे बंगाली मासिक यांचे अनुकरण केले होते.[२] 'दर्पण'च्या पहिल्याच अंकात (६ जानेवारी १८३२) त्यांनी बंगाली लोकांच्या प्रगतीविषयी गौरवोद्गार काढले[३] आणि 'राममोहन राय' या मथळ्याचे एक टिपण[४] प्रसिद्ध केले. 'दर्पण'मध्ये एकच मजकूर इंग्रजीत आणि इंग्रजी न कळणाऱ्यांच्या सोयीसाठी मराठीत छापलेला असे. दर्पणच्या पहिल्या अंकात असा उल्लेख केलेला

होता की, "कोणी साहेब लोकांनीं व यादेशचे लोकांनीं हिंदुस्थानांतील लोक, धर्म आणि विद्या यांसंबंधि काहीं लिहून पाठविलें असतां तेंही दर्पणांत छापले जाईल."[५] 'दिग्दर्शन'च्या दुसऱ्या अंकात बाळशास्त्रींनी 'हिंदुस्थानचा नकाशा' छापून त्याचे सविस्तर वर्णन दिलेले आहे; या वर्णनात "पूर्वी महाराष्ट्र देशाचा नकाशा छापिला" असा उल्लेखही आहे.[६] भास्कर पांडुरंग तर्खडकर यांनी 'अ हिंदू' या टोपणनावाने १८४९ साली 'बॉम्बे गॅझेट'मध्ये लिहिलेल्या पत्रांद्वारे[७] भारताच्या आर्थिक शोषणाविषयी इंग्रजांवर टीकास्त्र सोडले आणि आर्थिक राष्ट्रवाद प्रकट केला. रामकृष्ण विश्वनाथ यांच्या १८४३ मधील ग्रंथाचे[८] शीर्षकच 'हिंदुस्थानची प्राचीन व सांप्रतची स्थिति व पुढे काय त्याचा परिणाम होणार, याविषयीं विचार' असे होते. तसेच हा ग्रंथ त्यांनी 'हिंदुस्थानातील रहिवाशां'ना अर्पण केला होता. म. फुले संस्थापित 'महारमांग शाळांतील अभ्यासक्रमा'त जसा 'महाराष्ट्र बखरेचा संक्षेप' समाविष्ट होता, तसेच हिंदुस्थानचे नकाशे व इतिहास समाविष्ट होते.[९] 'महाराष्ट्र देशांतील कामदारांशीं संभाषण' (१८४९) हा ग्रंथ लिहिणाऱ्या लोकहितवादींनी 'हिंदुस्थानास दरिद्र येण्याचीं कारणें आणि त्याचा परिहार व व्यापाराविषयीं विचार' (१८७६) हा ग्रंथसुद्धा लिहिला होता.[१०] १९ व्या शतकातल्या महाराष्ट्रातील ग्रंथकारांनी अन्य प्रांतांचे इतिहास लिहिल्याची अनेक उदाहरणे[११] आढळतात. लोकहितवादींनी 'गुजराथचा इतिहास' (१८८५), 'राजस्थानचा इतिहास - (उदेपूरचा इतिहास)' (१८९४) व 'सुराष्ट्र देशाचा ससाक्ष इतिहास' (१८९९) असे तीन प्रादेशिक इतिहास आणि 'हिंदुस्थानचा इतिहास' (पूर्वार्ध) (१८७७) असा राष्ट्रेतिहासही लिहिला होता.[१२] गुजरातच्या इतिहासाच्या प्रस्तावनेत लोकहितवादी म्हणतात, "निदान आपल्या देशातील निरनिराळ्या प्रांतांच्या इतिहासाविषयीं तरी अजाण न राहण्याची उत्सुकता आतां आपण धरली पाहिजे. दक्षिणचा इतिहास गुजरात्यास माहीत नाहीं. गुजरात्याची माहिती बंगालच्या लोकांस ठाऊक नाहीं... अशा घोर अज्ञानाची फळे आज एतद्देशीयांस कसकशीं भोगावीं लागत आहेत त्याचें जास्त स्पष्टीकरण करण्याचें प्रयोजन आहे असें आम्हांस वाटत नाही."[१३] 'एका भारतीयाचे उद्गार' (१८८६) या कवितेत केशवसुतांनी आपली भावना पुढील शब्दांत व्यक्त केली -

"देवा ! केव्हां परवशपणाची निशा ही सरून
स्वातंत्र्याचा द्युमणि उदया यावयाचा फिरून?
केव्हां आम्ही सुटुनि सहसा पंजरांतूनि, देवा,
राष्ट्रत्वाला फिरुनि अमुचा देश येईल केव्हां?"[१४]

सातारा येथील इतिहाससंशोधक द. ब. पारसनीस यांनी चालवलेल्या दोन मासिकांची नावे 'महाराष्ट्र-कोकिळ' (१८८७-१८९२) आणि 'भारतवर्ष' (१८९६-१९००) अशी होती,[१५] हे अर्थपूर्ण म्हटले पाहिजे. १८६४ आणि १८९८ मध्ये मराठी वाङ्मयावर दोन वृत्तांतपर लेख[१६] लिहिणारे आणि 'राइज ऑफ द मराठा पॉवर' (१९००)[१७] या ग्रंथाद्वारे मराठ्यांच्या इतिहासाचा नवा अन्वयार्थ लावणारे न्या. रानडे हे 'हिंदी अर्थशास्त्राचे जनक' म्हणूनही ओळखले जातात. १८७२-७३ मध्ये त्यांनी दिलेल्या 'व्यापारविषयक व्याख्यानां'द्वारे त्यांचा आर्थिक राष्ट्रवाद प्रकट झाला. या व्याख्यानांमध्ये एके ठिकाणी त्यांनी असे स्पष्टपणे नमूद केले की, "ज्याप्रमाणें राज्यसत्तेच्या संबंधानें आपण परद्वीपस्थ लोकांचे दास झालों आहोंत, त्याचप्रमाणें व्यवहाराच्या संबंधानेंही आपण त्यांच्या दासांचे दास बनलो आहोंत.... एकंदरींत दिवसेंदिवस व्यवहारसंबंधाने पराधीनपणाची व निःसत्त्वपणाची दशा देशास प्राप्त होत आहे ही गोष्ट अनिष्ट आहे, इष्टफलदात्री नाहीं, ही गोष्ट सर्वांनीं गृहीत केली पाहिजे."[१८] राष्ट्रीय संदर्भात महाराष्ट्राच्या व पुण्याच्या जबाबदारीचे भान टिळकांच्या लेखनात व्यक्त झाले होते. राष्ट्रीय सभेला विविध अडचणींमधून बाहेर काढण्याच्या इलाजांची चर्चा करताना २४ डिसेंबर १८९५च्या 'केसरी'च्या अग्रलेखात त्यांनी असे म्हटले होते की, "महाराष्ट्रांतील लोकांनी असल्या कामीं पुरस्कर्तृत्व घेऊन शें-दीडशें वर्षांपूर्वी आपले नांव इतिहासांत गाजविलें आहे, तरी हल्लींच्या राजकीय स्थितींतहि राष्ट्रीय सभेसारख्या संस्थेस मदत करून तिचें काम अव्याहत चालू रहाण्याची जर आम्हीं तजवीज केली तरच आमचें नांव आम्हीं राखिल्यासारखें होईल. हें काम पुण्यासच झालें पाहिजे किंवा होईल."[१९] आतापर्यंतच्या उदाहरणांवरून असे दिसते की, महाराष्ट्रातील मध्यमवर्गीय बुद्धिमंत केवळ महाराष्ट्रापुरता विचार न करता देशाच्या स्थितीचा व भवितव्याचा विचार करत होते. या मानसिकतेमुळे महाराष्ट्रातील मध्यमवर्गीय नेतृत्वाची झेप राष्ट्रीय स्तरावर पोहोचणे, ही एक अपरिहार्य गोष्ट बनली. 'भारतीय राष्ट्रीय सभे'ची मुंबई येथे झालेली स्थापना (१८८५), त्यावेळी मुंबई इलाख्यातील प्रतिनिधींची बहुसंख्या (७२ पैकी ३८), त्यांमध्ये मुंबई-पुण्याच्या प्रतिनिधींची मोठी संख्या (३८ पैकी २६) आणि देशपातळीवर नेते म्हणून पुढे आलेले दादाभाई, रानडे, गोखले, टिळक, मेहता, वाच्छा, तैय्यबजी या सर्वांचे महत्त्व प्रस्तुत संदर्भात मोठे आहेच. त्याशिवाय मुंबईत सुरू झालेली देशातील पहिली कापड-गिरणी (१८५४); दादाभाई व रानडे यांनी घातलेला हिंदी अर्थशास्त्राचा पाया; देशातील वृत्तपत्रांच्या परिषदा व संघटना यांसाठी 'सार्वजनिक काकां'चा पुढाकार (१८७८); भारतातील

पहिली स्त्री-डॉक्टर होण्याची आनंदीबाई जोशींची कामगिरी (१८८६); 'सामाजिक परिषदे'च्या (१८८७) स्थापनेतील व कार्यातील न्या. रानडे यांचा पुढाकार; पहिल्या 'औद्योगिक परिषदे'चे पुणे येथे करण्यात आलेले आयोजन (१८९१); वासुदेव बळवंत फडके (१८७९) व चापेकर बंधू (१८९७) यांनी घडवलेले क्रांतिकारी दहशतवादाचे पहिले उद्रेक, यांसारख्या गोष्टीही[२०] अर्थपूर्ण म्हटल्या पाहिजेत. एकंदरीत, महाराष्ट्रातील मध्यमवर्ग १९ व्या शतकाच्या उत्तरार्धात देशाला नेतृत्व पुरवू लागला, असे म्हणता येईल.

महाराष्ट्राच्या मध्यमवर्गातील बुद्धिमंतांच्या रूपाने एक अभिजनवर्ग[२१] विकसित होत गेला आणि जीवनाच्या विविध क्षेत्रांतील मध्यमवर्गीय प्रभुत्वाची व्यूहरचना त्याच्याद्वारे आकार घेऊ लागली. महाराष्ट्रातील अभिजनांना बहुजनांविषयी आस्था नव्हती असे नाही; परंतु 'स्वजन' मध्यमवर्गीयांविषयी त्यांना विशेष आस्था होती. त्यांचा सामाजिक ध्येयवाद अप्रामाणिक नव्हता; पण तो मध्यमवर्गीयतेच्या मर्यादेत बद्ध होता. बहुजनहित साधण्याची त्यांची इच्छा होती; पण हितनियंत्रक किल्ल्या आपल्या हाती बाळगण्याची धडपड त्यांनी चालवली होती. जॉर्ज ऑरवेलच्या 'ॲनिमल फार्म' मधील शब्दप्रयोग वापरून असे म्हणता येईल की, 'समानांमधील अधिक समान' बनणे हे महाराष्ट्रातील मध्यमवर्गाच्या बहुमुखी हालचालींचे महत्त्वाचे उद्दिष्ट होते.

प्रस्तुत प्रबंधाच्या तिसऱ्या प्रकरणातील मुद्दा क्र. ३.१ मध्ये स्पष्ट केल्यानुसार महाराष्ट्रातील मध्यमवर्ग हा प्रामुख्याने निम्नस्तरीय आर्थिक परिस्थितीमधील होता. आर्थिक सत्तेच्या आधारे समाजात दबदबा असण्याजोगी त्याची परिस्थिती नव्हती. त्यामुळे तो समन्वयवादी बनला. शिक्षण व उपजीविकेच्या संधी आणि विविध बाबतीतील सवलती यांसाठी तो परकीय शासनावर, विविध उपक्रमांसाठी लागणाऱ्या आर्थिक पाठबळासाठी धनाढ्य वर्गावर, तर काही उद्दिष्टांसाठी सामाजिक दबाव निर्माण करण्यासाठी बहुजनांच्या सहकार्यावर अवलंबून होता. त्यामुळे आवश्यकतेनुसार या घटकांशी जुळवून घेत, सुधारणावादाबाबत आवश्यक तर थोडे नमते घेऊन, धीमेपणाने आपला बौद्धिक-सांस्कृतिक दबदबा वाढवत नेत मध्यमवर्ग वाटचाल करत होता. जांभेकर, दादोबा पांडुरंग, लोकहितवादी, फुले, चिपळूणकर, रानडे, आगरकर, इत्यादींनी वेळोवेळी इंग्रजांची व इंग्रजी विद्येची प्रशस्ती केली आणि इंग्रज शासकांविषयी जवळीक दर्शवली. याबाबतची चर्चा व उदाहरणे यापूर्वीच्या काही मुद्यांमध्ये[२२] येऊन गेलेली आहेत. कधी परंपरेचा आधार घेऊन, तर कधी

परंपरेतील फोलपणा दाखवून देऊन, मुख्यत: लोकशिक्षणाद्वारे सुधारणा घडवून आणण्याचे प्रयत्न मध्यमवर्गीय सुधारक करत होते. त्यांचे समाजविचार समाजाच्या पचनी पडणे ही सहजसाध्य गोष्ट नव्हती. त्यामुळे प्रसंगी सरकारचे साहाय्य आणि कायद्याचे पाठबळ मिळवण्याची भूमिका त्यांनी पत्करली. उदाहरणार्थ, म. फुले,[२३] न्या. रानडे[२४] ताराबाई शिंदे,[२५] पंडिता रमाबाई,[२६] आगरकर,[२७] अशा सुधारकांनी ही भूमिका घेतलेली आढळते. सामाजिक सुधारणा आणि कायदा हा आगरकरांचा लेख या संदर्भात प्रतिनिधिक म्हणता येईल. "...हे आमचे निगरगट्ट तट्टू कायद्याच्या फोंकावांचून सहसा हलणार नाही..."[२८] अशी या लेखातील त्यांची वास्तववादी भूमिका होती. अर्थात कायद्याचा मार्ग हा सुधारणेचा एकमेव प्रमुख मार्ग नाही, त्या मार्गालासुद्धा मर्यादा आहेत याचे पुरेसे भान आगरकरांना होते. या संदर्भात त्यांचे पुढील उद्गार लक्षात घेण्याजोगे आहेत - "एखादा मनुष्य रोगानें जर्जर झाला असतां नुसत्या मात्रेच्या वेढ्यानें त्यास म्हणजे पूर्ण उतार पडून तो धट्टाकट्टा होतो असें नाहीं तर त्याच्या योगानें केवळ प्राण मात्र बचावतो. तशीच केवळ या कायद्याची गोष्ट आहे."[२९]

एतद्देशीय धनाढ्य शेठ-सावकार, व्यापारी, संस्थानिक व जमीनदार यांच्यावर मध्यमवर्गीयांनी वेळोवेळी टीका केली होती. पण अनेक वेळा दोन्ही वर्गांचे हितसंबंध जवळ आल्यामुळे ते गरजेनुरूप सहकार्यसुद्धा करत असत; बॉंबे असोसिएशन, ईस्ट इंडिया असोसिएशनची मुंबई शाखा, पुणे सार्वजनिक सभा, इत्यादी संघटनांच्या मागण्या व कार्यक्रम यांमध्ये काही वेळा हे सहकार्य प्रतिबिंबित झाल्याचे दिसून येते.[३०] वर्गमेळाची ही परंपरा पुढे भारतीय राष्ट्रीय सभेनेही चालू ठेवली.

वरिष्ठ वर्गाप्रमाणेच कनिष्ठ वर्गाशीही जुळते घेण्याचे प्रयत्न मध्यमवर्गाने केल्याचे आढळते. म. फुले यांच्या बहुजनवादी कार्यातील उच्चजातीय मध्यमवर्गीयांचा सहभाग व साहाय्य यांविषयी यापूर्वी मुद्दा क्र. ३.४ मध्ये[३१] विवेचन केलेलेच आहे. अन्य काही उदाहरणांचा निर्देशही येथे आवश्यक आहे. इंग्रज अधिकारी, तसेच एतद्देशीय मामलेदार व शिरस्तेदारांपासून पट्टेवाल्यांपर्यंत सरकारी नोकर रयतेवर जो जुलूम करत असत, त्याविषयी 'प्रभाकर'च्या २ जानेवारी आणि १६ जानेवारी १८४२ च्या अंकांमध्ये टीका केलेली आढळते.[३२] 'ज्ञानोदय'च्या १८४५-४६ मधील काही अंकांमध्ये रयतेची दुर्दशा व त्यावरील उपाय यांविषयीची चर्चा[३३] आढळते. पत्रलेखकांनी शेतकऱ्यांचा कैवार घेतलेला आहे, त्यांना उपदेश केलेला आहे आणि मारवाडी धान्यव्यापाऱ्यांवर टीका केलेली आहे. 'रयत लोकांचा

मित्र,' 'रयतेचा हितेच्छु,' 'लोकशुभचिंतक' अशा नावांनी ही पत्रे लिहिलेली आहेत, हे अर्थपूर्ण होय. दादोबा पांडुरंग यांच्या आत्मचरित्रात गरीबांविषयी कळवळा व्यक्त झालेला आढळतो.[३४] १८६७-६८ मध्ये बॉंबे असोसिएशनला ग्रामीण भागाशी जोडण्याचे प्रयत्न त्या संघटनेच्या नेत्यांनी केले होते.[३५] बॉंबे असोसिएशन व ईस्ट इंडिया असोसिएशन यांनी त्यानंतरच्या काही वर्षात केलेल्या या स्वरूपाच्या प्रयत्नांच्या संदर्भात, ग्रामीण भागाला प्रत्यक्ष भेट देऊन तेथील परिस्थितीचे अवलोकन करण्याचा सल्ला 'रास्त गोफ्तार' ने त्यांना दिला.[३६] प्रार्थना समाजाने १८७३ साली गिरणी कामगार, कार्यालयीन शिपाई व घरगडी यांच्यासाठी रात्रशाळा सुरू केल्या.[३७] पुणे सार्वजनिक सभेने १८७५ मधील दख्खन दंगे व १८७६ चा दुष्काळ या दोन्ही प्रसंगी शेतकऱ्यांना सहानुभूती दर्शवली, त्यांची पाहणी करून अहवाल तयार केले आणि शेतकऱ्यांची गाऱ्हाणी सरकारदरबारी मांडली.[३८] या संदर्भात आचार्य जावडेकर म्हणतात, "...शेतकऱ्यांतर्फे सरकारकडे दाद मागण्याची पहिली चळवळ पुण्याच्या सार्वजनिक सभेने सर्व हिंदुस्थानात प्रथम केली, असे म्हणण्यास हरकत नाही."[३९] गोविंद बाबाजी जोशी (वसईकर) (१८२६-१९०६) यांनी मुख्यत: १८६२ ते १८७० या कालखंडात ग्रामीण लोकसंघटनेचा प्रयोग केला आणि त्यांच्या हयातभर ग्रामीण संघटनांचा अनुबंध नागर व राष्ट्रीय संघटनांशी जोडण्याचा प्रयत्न चालू ठेवला.[४०] बाळ गंगाधर टिळक यांनी वेळोवेळी शेतकरी [४१], विणकर [४२] यांसारख्यांच्या गाऱ्हाण्यांना वाचा फोडलेली आढळते. तसेच खेड्यांमध्ये प्राथमिक शाळा वाढवण्याची आणि गरीबांच्या मुलांना प्राथमिक शिक्षण फुकट देण्याची मागणीही त्यांनी केली होती.[४३]

महाराष्ट्रातील मध्यमवर्गाने वर्गमेळाची नीती वापरून आपले स्थान भक्कम करण्याचा प्रयत्न केला. साम्राज्यवादी ब्रिटिश राज्यकर्ते आणि भारतीय जनता यांच्यातील हितसंबंध-विरोधाची जाणही, विशेषत: अर्थशास्त्रीय लिखाणाद्वारे त्यांनी वेळोवेळी दाखवली. मात्र त्यांची व्यापक मूल्यसरणी लोकजीवनात खऱ्या अर्थाने साकार कशी होणार, ही एक समस्या होती. तिचा विचार करताना अभिजनत्वाच्या मर्यादेचे उल्लंघन करून वर्ण व जातींच्या पातळीवर विचार करणे आवश्यक होते. तसा विचार म. जोतीराव फुले यांनी केला आणि बहुजनवादी विद्रोह उभारला. मात्र त्याला जनचळवळीचे रूप लाभू शकले नाही. ब्राह्मणेतर जातींमध्येसुद्धा उच्च-नीच भेद तीव्र होते. शेतकऱ्यांमध्ये क्षत्रिय-शूद्र असे वर्णभेद, तसेच एकीकडे सधन शेतकरी, तर दुसरीकडे निर्धन शेतकरी व शेतमजूर असे आर्थिक-सामाजिक भेद होते. चढउतार, मतभेद, हेवेदावे, नेतृत्व-स्पर्धा, विसंगती यांपासून सत्यशोधक

चळवळसुद्धा मुक्त नव्हती. या संदर्भात य. दि. फडके यांचा 'शोध सत्यशोधकांचा' हा लेख [४४] लक्षात घेण्याजोगा आहे. ह. श्री. शेणोलीकर यांनी असे म्हटले आहे की, "फुल्यांच्या क्रांतिकारी समतावादाची परिणती ब्राह्मणेतर नेतृत्वाच्या स्वार्थसाधु चळवळीत झाली..." [४५] नलिनी पंडित यांनीही या स्वरूपाचे विश्लेषण [४६] केले आहे. नवोदित ब्राह्मणेतर मध्यमवर्गीयांपैकी सर्वांनीच म. फुले यांना साथ दिली, असे आढळत नाही. या बाबतीत नवोदितांची वर्गीयतासुद्धा काही प्रमाणात आड आली. म. फुले यांच्या कार्याचे सामाजिक मोल मोठे असले, तरी १९ व्या शतकातील महाराष्ट्राच्या सामाजिक-सांस्कृतिक अंत:सत्त्वावर अभिजनवादाचा ठसा उमटला, ही वस्तुस्थिती आहे. जीवनाच्या विविध क्षेत्रांमध्ये मध्यमवर्गीय प्रभुत्व निर्माण करण्यात अभिजनांना प्राप्त झालेले यश, हे या वस्तुस्थितीचे प्रमुख रहस्य होते.

यापूर्वी उल्लेख केल्याप्रमाणे महाराष्ट्रातील मध्यमवर्गीयांनी सुधारणावादी पुनरुज्जीवनवादाचा उत्क्रांतिमार्ग पत्करला होता. फुले व आगरकर यांच्या विचारांतील क्रांतिकारक आशयाने समाजपरिवर्तनाची वैचारिक बैठक तयार केली; पण क्रांतीला अनुकूल परिस्थिती मात्र महाराष्ट्रात निर्माण होऊ शकली नाही. विष्णुबुवा ब्रह्मचारी यांच्या समाजविचारात समतावादाचा प्रत्यय येत असला, तरी अखेर ते जेमतेम 'साम्यवादी विचारांचे कण'[४७] होते किंवा तो 'संन्याशाचा समाजवाद'[४८] होता. 'अप्रिय पण पथ्यकारक' विचार सातत्याने मांडणाऱ्या आगरकरांची मजल विचारपरिवर्तनाच्या ध्येयापर्यंत पोहोचू शकली, पण क्रांतिकारक परिस्थितिपरिवर्तनाच्या ध्येयापर्यंत पोहोचू शकली नाही.[४९] राजारामशास्त्री भागवत यांना क्रांती हवी होती; पण मानसिक व आध्यात्मिक बळ आणि गोड वाणी ही त्यांना क्रांतीची आयुधे वाटत.[५०] या पार्श्वभूमीवर म. फुले हेच त्या काळातील सर्वात संघर्षवादी विचारवंत म्हटले पाहिजेत. पण त्या संघर्षवादाचा प्रचंड विस्फोट मात्र येथील भूमीवर झाला नाही. (१) क्रांतिकारक परिस्थिती, (२) क्रांतीचे वाहन होण्यास समर्थ असा वर्ग आणि (३) क्रांतिकार्यास वळण लावणारे नेतृत्व - या तीन पूर्वअटींच्या अभावामुळे महाराष्ट्रात क्रांती झाली नाही, असे गं. बा. सरदार यांचे मत आहे.[५१] अर्थात १९ व्या शतकातील महाराष्ट्रात मध्यमवर्गीयांच्या कामगिरीमुळे उत्क्रांतिमार्गी प्रागतिक स्थितिबदलाला मात्र निश्चितच चालना मिळाली.

न्या. म. गो. रानडे हे जीवनाची विविध क्षेत्रे व्यापून टाकणाऱ्या उत्क्रांतिमार्गी स्थितिबदलाचे एक प्रवक्ते होते. 'सर्वांगीण सुधारक' अशा चपखल शब्दांत आचार्य जावडेकरांनी त्यांचा गौरव केलेला आहे.[५२] "ज्या देशांत एकाच अंगचा

थोरपणा आहे तो देश बाल्यदशेंत आहे, असें समजावें,'' असे न्या. रानडे यांनी म्हटले होते.[५३] बहुमुखी प्रगतीचे उद्दिष्ट मनाशी बाळगणाऱ्या महाराष्ट्रातील मध्यमवर्गीयांच्या कर्तृत्वाने विविध क्षेत्रे व्यापली. मात्र हे कर्तृत्व मध्यमवर्गाचे प्रभुत्व अधोरेखित करणारे होते. कृष्णशास्त्री चिपळूणकरांच्या एका ग्रंथाचे 'अनेकविद्यामूलत्त्वसंग्रह' हे नाव किंवा एका मराठी मासिकाचे 'विविध-ज्ञानविस्तार' हे नाव अनेकांगी ज्ञानलालसेचे द्योतक म्हटले पाहिजे.[५४] 'निबंधमाले'च्या फेब्रुवारी १८७४ च्या अंकात विष्णुशास्त्री चिपळूणकर यांनी असे लिहिले होते की, ''...प्राचीन काळीं महापंडित होणें जितकें कठीण होतें तितकेंच आता महाशंख होणें कठीण झालें आहे!''[५५] या संदर्भात असा प्रश्न निर्माण होतो की, अनेक विद्यांचा संग्रह आणि विविध ज्ञानाचा विस्तार नेमका कोणासाठी होता? १९ व्या शतकातील महाराष्ट्राचा अभ्यास केल्यावर असे जाणवते की, हा संग्रह आणि हा विस्तार प्रामुख्याने मध्यमवर्गीयांसाठी होता. 'महापंडित' होणे मध्यमवर्गीयांना सहजसाध्य होते; पण कनिष्ठवर्गीयांना 'महाशंखत्वा'ची शृंखला तोडण्यास मोठे प्रयास पडणार होते. ६ जुलै १८७८ च्या 'निबंधमाले'च्या अंकात 'दीनबंधु' या मथळ्याच्या लेखामध्ये विष्णुशास्त्री चिपळूणकरांनी म्हटले होते की, ''ब्राह्मण कितीही लबाड असले व कितीही दुष्ट असले, तरी एक गोष्ट निर्विवाद आहे; - कीं ज्ञानभांडाराच्या किल्ल्या त्यांच्या कंबरेला आहेत.''[५६] खरे तर केवळ ज्ञानभांडाराच्याच नव्हे, तर जीवनातील विविध प्रभुत्व-क्षेत्रांच्या किल्ल्या उच्चवर्णीय मध्यमवर्गीयांच्या कंबरेला होत्या. 'सर्वांगीण सुधारणे'चा प्रमुख लाभधारक हा वर्ग होता. शिक्षण, प्रशासन, समाजकारण, अर्थकारण, राजकारण, साहित्य-संस्कृती ही सर्व प्रभुत्व-क्षेत्रे अंकित करण्याची अखंड धडपड महाराष्ट्रातील मध्यमवर्गाने कशी चालवली होती, याचा विचार यानंतर केलेला आहे.

४.२ शिक्षण

मध्यमवर्गीयांचे एक महत्त्वपूर्ण प्रभुत्व-क्षेत्र म्हणजे शिक्षण-क्षेत्र होय. शिक्षण आणि त्याद्वारे मिळणारी उपजीविकेची संधी हे मध्यमवर्गीयत्व प्राप्त करण्याचे महत्त्वपूर्ण साधन बनले होते. १९ व्या शतकात मध्यमवर्गीयांनी, विशेषत: उच्चवर्णीय मध्यमवर्गीयांनी शिक्षण ही त्यांची मक्तेदारी बनवली. या क्षेत्रात उच्चवर्णीयांचे वर्चस्व पूर्वापार चालत आलेले होते. पण केवळ पारंपरिक नव्हे, तर नव्या उपयुक्त आंग्लविद्येबाबतसुद्धा त्यांनी आपले वर्चस्व अबाधित राखले. मागील प्रकरणात पाहिल्यानुसार ब्रिटिशांचे शैक्षणिक धोरण मध्यमवर्गीय वर्चस्वाला

पूरक ठरले. महाराष्ट्रात विविध ठिकाणी इंग्रजी शिक्षणाची सोय होऊ लागली. पुण्याचे संस्कृत कॉलेज आणि मुंबईचे एल्फिन्स्टन कॉलेज यांचे उल्लेख यापूर्वी वेळोवेळी आलेले आहेत. या संस्थांप्रमाणे सातारच्या महाराजांनी स्थापन केलेल्या विद्यालयातसुद्धा मराठी, संस्कृत, अरबी, फारशी या भाषांप्रमाणे इंग्रजी भाषा शिकवली जात असे; १८३३-३४ साली सातारा विद्यालयाची विद्यार्थीसंख्या २४० होती.[५७] इंग्रजी राज्य आल्यानंतर एक-दोन पिढ्यांतच इंग्रजी विद्येबाबतचे लोकभ्रम निवळू लागले. 'इंग्रजी विद्या' या शीर्षकाच्या पत्रात (१५ ऑगस्ट १८४८) लोकहितवादींनी एका लोकभ्रमाचा उल्लेख केलेला आढळतो - "पुणें शहरांत प्रथम १८३२ सालीं इंग्रजी शाळा घातली, तेव्हां लोकांची अशी समजूत होती कीं, इंग्रजांचा स्पर्श झाला तर स्नान करावें व इंग्रजांची भाषा शिकली, तर ब्राह्मणपणा जातो."[५८] पण पुण्यातील संस्कृत शास्त्रींना इंग्रजी विद्येचे महत्त्व कसे लक्षात आले होते, याचे एक उदाहरण मागील प्रकरणातील मुद्दा क्र. ३.३ मध्ये सांगितले होते - संस्कृत अध्ययन पूर्ण केलेले कृष्णशास्त्री चिपळूणकर हे मोरशास्त्री साठे यांच्या सल्ल्यानुसार वयाच्या पंचविशीत इंग्रजी शिक्षण घेऊ लागले (१८४९) आणि त्यामध्येही पारंगत बनले. मागील प्रकरणात दिलेल्या आकडेवारीनुसार [५९] महाराष्ट्रातील आंग्लविद्याविभूषितांची संख्या सातत्याने वाढत गेली. इंग्रजी शिक्षण हे नव्या मूल्यांच्या स्वीकाराचे आणि प्रसाराचे प्रभावी माध्यम बनले.

जेम्स मिल याने १८२४ साली पारंपरिक हिंदू वा मुस्लिम शिक्षणाऐवजी नवे उपयुक्त ज्ञान भारतीयांना देण्याचा विचार मांडला होता.[६०] महाराष्ट्रातील मध्यमवर्गीयांनासुद्धा या नव्या ज्ञानाची, विशेषतः उपयुक्त ज्ञानाची महती पटली होती. 'दर्पण'च्या पहिल्याच वर्षी २४ ऑगस्ट १८३२ च्या अंकात बाळशास्त्रींनी लिहिलेला 'विद्या हें बळ आहे' या शीर्षकाचा लेख [६१] त्याची उत्तम साक्ष देतो. 'दिग्दर्शन'च्या पहिल्याच अंकात (मे १८४०) त्यांनी 'विद्येचा उपयोग' या विषयावरील लेख छापल्याचे आढळते.[६२] भाऊ महाजनांच्या 'प्रभाकर'नेसुद्धा विद्येची महती वेळोवेळी सांगितली होती. सुरतच्या भागात संक्रांतीपूर्वी महिनाभर पतंग उडवण्याच्या प्रथेवर हजारो रुपये खर्च होत असल्याबद्दल टीका करणारे आणि तो पैसा शिक्षण व आरोग्याच्या क्षेत्रात कारणी लावण्याची सूचना करणारे 'नवोसुरती'चे पत्र ३० जानेवारी १८४२ च्या 'प्रभाकर'मध्ये छापलेले आहे; पत्रातील मतांचा पुरस्कार करणारे संपादकीय भाष्यसुद्धा त्यामध्ये आढळते.[६३] सत्कारार्थ रुप्याचे पात्र देणे वा पुतळा उभारणे अशा खर्चांपेक्षा विद्याप्रसाराची जरूरी असल्याचे २९ मे १८४२ च्या 'प्रभाकर'मध्ये नमूद केलेले आहे.[६४]

लग्नकार्यात वायफळ खर्च न करता विद्याभ्यासाकडे त्या पैशाचा व्यय करावा, अशी सूचना करणारे एक पत्र १० जुलै १८४२ च्या 'प्रभाकर'मध्ये छापलेले आढळते.[६५] मुंबई येथे १३ जून १८४८ रोजी 'द स्टुडंटस् लिटररी ॲण्ड सायंटिफिक सोसायटी' स्थापन झाली; १ सप्टेंबर १८४८ रोजी तिची मराठी शाखा 'उपयुक्त ज्ञानप्रसारक सभा' या नावाने सुरू झाली; सोसायटीतर्फे मराठी व गुजराथी भाषेत 'ज्ञानप्रसारक' नावाची मासिके प्रसिद्ध होऊ लागली; दर पंधरा दिवसांनी शास्त्रीय विषयावर व्याख्यान होत असे; पहिल्याच सभेत 'विद्येच्या लाभा' विषयी दादोबा पांडुरंग तर्खडकर यांचे व्याख्यान झाले.[६६] ज्ञानाची महती हे लोकहितवादींच्या 'शतपत्रां'चे (१८४८-५०) एक मध्यवर्ती सूत्र होते.[६७] 'ज्ञान हाच पराक्रम,' 'बुद्धिरेव बलीयसी', 'ज्ञान हीच शक्ती' अशी सूत्रवचने त्यांच्या 'शतपत्रां'मध्ये आढळतात.[६८] 'ऐतिहासिक गोष्टी व उपयुक्त माहिती' (१८८०) या ग्रंथाच्या प्रस्तावनेत लोकहितवादींनी असे म्हटले होते की, ''ज्ञान हें सर्व सन्मानाचें, पराक्रमाचें कलांचे व ऐश्वर्यांचें मूळ आहे. त्यांचा जेथें अभाव तेथें सर्वथैव ग्लानी दृष्टीस पडते.''[६९] आंग्लविद्याविभूषितांचे मोल कोटी रुपयांच्या घरात असल्याचे लोकहितवादींनी म्हटले होते. शिक्षणाचे महत्त्व ओळखून म. फुले यांनी १९ व्या शतकाच्या सुमारास स्त्री-शूद्रांसाठी शैक्षणिक कार्य सुरू केले. तसेच आपल्या पत्नी सावित्रीबाई यांना शिक्षण देऊन त्यांनाही आपल्या शिक्षणविषयक कार्यात सामील करून घेतले.[७०] 'शेतकऱ्याचा असूड' (१८८३) या ग्रंथाच्या उपोद्घाताच्या प्रारंभीच अविद्येच्या भयंकर परिणामांचे दुष्टचक्र त्यांनी सूत्रमय रीतीने सांगितले होते - ''विद्येविना मति गेली; मतीविना नीति गेली; नीतीविना गति गेली! गतीविना वित्त गेले, वित्ताविना शूद्र खचले, इतके अनर्थ एका अविद्येने केले.''[७१] 'वाघिणीचे दूध' हे विष्णुशास्त्री चिपळूणकरकृत इंग्रजी या ज्ञानभाषेचे वर्णन सुप्रसिद्ध आहे. आगरकरांनी त्यांच्या एका लेखात असे नमूद केले होते की, ''कोणत्याहि शहरांतील कीर्ति त्यांतील सुशिक्षित जे पांच-चार गृहस्थ असतात त्यांवर अवलंबून असते.''[७२] पंडिता रमाबाईंच्या मुंबई येथील 'शारदा सदना'त (स्थापना १८८९) नेहमीच्या शिक्षणाबरोबरच सदनवासी स्त्रियांना शेती, बागायत, विणकाम, छपाई इत्यादी उपयुक्त तंत्रज्ञानही शिकवले जात असे.[७३]

एकंदरीत, कालमान ओळखून मध्यमवर्गीयांनी नव्या उपयुक्त शिक्षणाची कास धरली व अभ्युदय साधला. त्यांच्या अनेक उक्ती-कृतींमध्ये शिक्षणविषयक नव्या जाणीवांचा प्रत्यय येतो. समाज-जागृतीचे व समाज-परिवर्तनाचे एक विधायक

माध्यम म्हणून त्यांनी शिक्षणाचा जाणीवपूर्वक वापर केला. १९ व्या शतकातील अनेक मध्यमवर्गीय समाजसुधारक, राजकीय नेते व साहित्यिक हे शिक्षक, शिक्षणाधिकारी वा शिक्षणसंस्थांचे संचालक होते. जगन्नाथ शंकरशेठ, 'आद्याचार्य' जांभेकर, दादोबा पांडुरंग, डॉ. भाऊ दाजी लाड, विष्णुशास्त्री पंडित, फुले पती-पत्नी, भांडारकर, महादेव मोरेश्वर कुंटे, रानडे, कृष्णराव भालेकर, चिपळूणकर, वामन आबाजी मोडक, आगरकर, टिळक, वामन शिवराम आपटे, पं. रमाबाई, हरिभाऊ आपटे, केशवसुत, गोखले, कर्वे अशी अनेक उदाहरणे दिसून येतात. १९ व्या शतकाच्या उत्तरार्धात अनेक एतद्देशीय शिक्षणसंस्था विकसित होऊ लागल्या. पुण्यातील महाराष्ट्र एज्युकेशन सोसायटी (१८७४), कॅम्प एज्युकेशन सोसायटी (१८८२), डेक्कन एज्युकेशन सोसायटी (१८८४), शिक्षण प्रसारक मंडळी (१८८८), तसेच अहमदनगर एज्युकेशन सोसायटी, अहमदनगर (१८८४), राजापूरचे शिक्षण प्रसारक मंडळ (१८९०), मुंबईची आर्यन एज्युकेशन सोसायटी (१८९७) ही त्याचीच ठळक उदाहरणे होत.[७४] तो काळ म्हणजे राष्ट्रवादी जाणीवांच्या विकासाचा कालखंड असल्याने मध्यमवर्गीय नेतृत्वाने शिक्षण हे राष्ट्रीय उद्दिष्टपूर्तीचे साधन म्हणून वापरण्यास सुरुवात केली. पुढे विसाव्या शतकात 'राष्ट्रीय शिक्षणा'ची जी लाट उफाळून आली, तिचा उगम या कालखंडातच दिसून येतो.

शिक्षणाच्या आणि उपजीविकेच्या क्षेत्रांमध्ये होणाऱ्या चढउतारांशी जुळवून घेत मध्यमवर्ग आपल्या हितसंबंधांची पूर्ती साधत होता. त्यामुळेच १९ व्या शतकाच्या उत्तरकालात कलाशाखेचे महत्त्व ओसरून वैद्यकीय, अभियांत्रिकी व विधी शाखांची चलती येताच मध्यमवर्गीयांचा त्या विद्याशाखांकडील कल वाढू लागला; तसेच शासकीय नोकऱ्यांमधील संधी घटताच अनेक मध्यमवर्गीय लोक शिक्षण-क्षेत्राकडे वा अन्य स्वतंत्र व्यवसायांकडे वळू लागले; किंबहुना या प्रक्रियांमुळे एकीकडे डॉक्टर, वकील, तंत्रज्ञ, सुशिक्षित उद्योजक यांचा उच्च मध्यमवर्ग, तर दुसरीकडे कारकून, सहायक शिक्षक आदिंचा कनिष्ठ मध्यमवर्ग अशी दरी १९ व्या शतकाअखेरीला जाणवू लागली.[७५]

१९ व्या शतकात मध्यमवर्गीयांचे शैक्षणिक हितसंबंध कशा रीतीने आविष्कृत होत होते, याच्या काही उदाहरणांचा निर्देश येथे आवश्यक वाटतो. यापूर्वी २.१ आणि ३.४ या क्रमांकांच्या मुद्यांमध्ये धाकजी दादाजी यांचे उदाहरण सांगितलेले आहे. उच्चजातीयांच्या शिक्षण व रोजगारविषयक हितसंबंधांच्या रक्षणासाठी कनिष्ठ जातींच्या विद्यार्थ्यांना शाळाप्रवेश नाकारण्याबाबत त्यांचा आग्रह होता. 'प्रभाकर'

या वृत्तपत्रातील एक उदाहरण उल्लेखनीय आहे. रयतेचे कल्याण साधण्यासाठी मामलेदारपदी नवशिक्षित विद्वानांची नियुक्ती करावी आणि या कामात ते कमी पडू नयेत म्हणून एल्फिन्स्टन विद्यालयात त्यांना सरकारी कामकाजसुद्धा शिकवावे, अशी मागणी 'प्रभाकर'च्या १६ जानेवारी १८४२ च्या अंकात केलेली आढळते.[७६] लोकहितवादींच्या लेखनात काही अर्थपूर्ण उदाहरणे आढळतात. 'पाठ करण्याची चाल' या पत्रात (३० सप्टेंबर १८४९) यांत्रिक पाठांतर करणाऱ्या क्रमपाठी विद्वानांपेक्षा रस्त्यावर मजुरी करणारे लोक बरे, असे मत त्यांनी मांडले होते.[७७] या आणि अन्य अनेक पत्रांद्वारे त्यांनी शिक्षणात कालानुरूप बदल करण्याची आवश्यकता प्रतिपादन केली होती. आधुनिक मूल्ये, व्यवहारज्ञान, उद्यमशीलता व गुणवत्ता यांचा परिपोष करणारे शिक्षण त्यांना अभिप्रेत होते. हे अपेक्षित बदल अर्थातच मध्यमवर्गीय जीवनसरणीला पोषक होते. "...जसे पारशी लोक आपले जातींत व्यापारवृद्धीचें व विद्यावृद्धीचें उदाहरण दाखवीत आहेत, तसें ब्राह्मणांनीं करून सरकारास मदत करावी.", असे मत त्यांनी एका पत्रात मांडले होते.[७८] नवशिक्षितांमधल्या उथळपणावर बोट ठेवून दोषदिग्दर्शनाचे कर्तव्यसुद्धा लोकहितवादींनी बजावल्याचे आढळते. एका पत्रात ते म्हणतात, "इंग्रजी विद्या समुद्रासारखी आहे. परंतु दोन बुकें वाचतां आलीं व चार विरखुड्या ओढतां आल्या म्हणजे कानावर पागोटें, खिशांत रुमाल आणि हातांत सोटा असा वेश पुष्कळ घेतात. परंतु त्यानें ते विद्वान होत नाहींत. शाळेंत शिकलेले सर्व शहाणे आहेत असें नाहीं."[७९] जुन्या व नव्या पोकळ पांडित्यावर, तसेच पारंपरिक ब्राह्मण व वतनदारांच्या बांडगुळी वर्गावर टीका करून जातिभेदांपलीकडे जाणारा व नवशिक्षणावर आधारित असा वर्गविचार लोकहितवादींनी मांडला. याचे उत्तम उदाहरण म्हणजे 'जातिभेद' (१८७७) हे त्यांच्या व्याख्यानाचे टिपण होय. त्यामध्ये ते म्हणतात, "जाती संबंधी वैर सोडून एकोप्यानें वागलें पाहिजे.... बुद्धिमान लोक कोणत्याही जातीतील असोत त्यांसच उच्च मानावे."[८०] आगरकर तरूण सुशिक्षितांकडे नवसमाजाचे शिल्पकार म्हणून पाहात होते. 'तरुण सुशिक्षितांस विज्ञापना' या त्यांच्या लेखावरून याचा प्रत्यय येतो. सुशिक्षितांनी सुधारणेचे काम बुद्धिपुरस्सर केले पाहिजे, यासाठी विनवणीची भाषा आगरकरांनी वापरली; पुणे व मुंबई येथील विविध शिक्षणसंस्थांची नावे घेऊन त्यांनी म्हटले की, या "... सर्व कॉलेजांतील सुशिक्षित, सुजाण, सुविचारी व प्रौढ विद्यार्थ्यांस आमची अशी विनंति आहे कीं, त्यांनीं या स्वहितकर व राष्ट्रहितकर कार्यांत पुढारीपण घ्यावें. पुढील देशस्थिति सर्वांशीं त्यांच्या हातीं आहे."[८१] आगरकरांचे सुधारणेचे स्वप्न

पूर्णांशाने साकार होऊ शकले नाही, पण सर्व क्षेत्रांमध्ये अभिजनांचे पुढारीपण मात्र प्रस्थापित झाले.

या धुरीणत्वापासून कनिष्ठजातीय लोकांना पद्धतशीरपणे वंचित ठेवले जात असल्याची म. फुले यांची धारणा होती. त्यामुळे आपल्या कार्याद्वारे व लेखनाद्वारे त्यांनी उच्चवर्णीय प्रभुत्वाविरुद्ध विद्रोह पुकारला. आपले शैक्षणिक कार्य व सुधारणा-चळवळ त्यांनी या दृष्टीने संघटित केली. शिक्षणाच्या संदर्भात हंटर कमिशनसमोरील त्यांची साक्ष (१८८२) त्यांच्या विचारांची दिशा स्पष्ट करणारी आहे.[८२] नागर भागातील उच्च शिक्षणावरील वारेमाप खर्च, प्राथमिक शिक्षणाची हेळसांड, शिक्षण व प्रशासनातील उच्चवर्णीय मक्तेदारी, इत्यादी गोष्टींवर त्यांनी आपल्या निवेदनात टीका केली. तसेच ग्रामीण भागात शिक्षण-प्रसार, प्राथमिक शिक्षणाचा विस्तार, शेतकऱ्याला उपयोगी अभ्यासक्रम, शिक्षक-प्रशिक्षण, शेतकरीवर्गातून शिक्षक-भरती, फी व शिष्यवृत्त्यांबाबत आर्थिक परिस्थितीसुद्धा लक्षात घेण्याची गरज, स्त्री-शिक्षण, इत्यादी मुद्यांचा सविस्तर ऊहापोह त्यांनी केला. कनिष्ठ जातींना नुसते साक्षर शिक्षित बनवून भागणार नाही, तर आधुनिक उच्चशिक्षित बनवले पाहिजे, याची जाणही त्यांच्या कार्यातून प्रकट झालेली दिसते. 'सत्यशोधक समाजाच्या तिसऱ्या वार्षिक समारंभाच्या हकीगती'तले (२४ सप्टेंबर १८७६) १२ वे कलम पुढीलप्रमाणे होते - ''इंजिनियरिंग कालेज्यांत जीं शूद्रांचीं मुलें जातात त्यापैकी गरिबांचीं मुलें फुकट घेण्याकरितां तेथील प्रिन्सिपालास समाजमार्फत अर्ज केल्यावरून मेहेरबान कूकसाहेब, इंजिनियरिंग कॉलेजाचे प्रिन्सिपाल, यांनीं दोनतीन गरिबांची मुलें फुकट घेतलीं, त्याबद्दल समाज त्यांचा फार आभारी आहे.''[८३] दयाळू सरकारने सर्व शेतकऱ्यांना युरोपमधील शेतकऱ्यांसारखे विद्याज्ञान द्यावे व यंत्राद्वारे शेती करण्याइतकी समज त्यांच्यात निर्माण करावी, अशी अपेक्षा म. फुले यांनी 'शेतकऱ्याचा असूड' (१८८३) या ग्रंथात व्यक्त केली होती; तसेच उल्लेखनीय प्रगती करणाऱ्या शेतकरी विद्यार्थ्यांना सरकारी खर्चाने विलायतेतील शेतकी शाळा पाहण्यासाठी पाठवावे, अशी त्यांची सूचना होती.[८४] फुले यांचे विचार आणि त्यांच्या चळवळीची परिणती यांचा विचार करता असे म्हणता येईल की, कनिष्ठत्व नष्ट करण्याचे त्यांचे प्रयत्न अनेक कनिष्ठवर्गीयांना त्या काळाच्या मर्यादेत मध्यमवर्गीयत्वाकडे नेऊ लागले. वर्ण-जाती-वर्ग यांच्या व्यामिश्र वास्तवामुळे म. फुले यांची विद्रोही चळवळसुद्धा मध्यमवर्गीय मर्यादा मोडून क्रांती घडवू शकली नाही.

आतापर्यंतच्या चर्चेच्या आधारे आणि चिपळूणकरांचा शब्दप्रयोग वापरून असे म्हणता येईल की, १९ व्या शतकात 'ज्ञानभांडाराच्या किल्ल्या आपल्या कंबरेला ठेवून' महाराष्ट्रातील मध्यमवर्गाने, विशेषत: त्यातील उच्चवर्णीय अभिजनांनी शिक्षणाचे प्रभुत्व-क्षेत्र आपल्या कब्जात ठेवले. शिक्षणातून प्रकट होणारी मूल्ये व विचार ही सामाजिक अधिमान्यतेची दोन प्रभावी अस्त्रे मध्यमवर्गाच्या हाती असल्याने तत्कालीन प्रबोधनावर मध्यमवर्गाचीच छाप उमटली.

४.३ प्रशासन

प्रशासन हे मध्यमवर्गाचे विशेष महत्त्वाचे प्रभुत्व-क्षेत्र होते. सत्तावर्तुळाचे केंद्रस्थान परकीयांच्या कब्जात असले, तरी प्रशासकीय नोकऱ्यांच्या मार्गाने सत्तावर्तुळाच्या परिघात प्रवेश करून समाजातील आपला प्रभाव वाढवणे मध्यमवर्गीयांना शक्य झाले. असा प्रवेश ही भावी काळात सत्तेच्या केंद्रस्थानी पोहोचण्याची पूर्वतयारी होती. प्रशासन हे केवळ मध्यमवर्गीयत्व प्राप्त करण्याचे नव्हे, तर बळकट करण्याचेसुद्धा एक मूलभूत साधन बनले.

प्रस्तुत प्रबंधात यापूर्वी केलेल्या चर्चेतील काही मुद्यांचा[८५] येथे संक्षेपाने पुन्हा निर्देश करणे आवश्यक आहे. १८ व्या शतकातील मराठा विस्तारवादामुळे मराठ्यांच्या प्रशासनाचा विस्तार झाला आणि पारंपरिक वतनदारांव्यतिरिक्त नव्या प्रशासकांचा वर्ग उदयास येऊ लागला. इंग्रजी अंमलात या वर्गातील सत्ताकांक्षी लोकांनी प्रशासनात प्रवेश मिळवला. आंग्लशिक्षण-पद्धती हा त्या प्रवेशाचा सुलभ मार्ग ठरला. इंग्रज शासकांची प्रशासकीय गरज नव्या वर्गाच्या विकासाला पूरक ठरली. सरकार आणि रयत यांच्यातील दुवा म्हणून प्रशासक-वर्गाचे महत्त्व मोठे होते. प्रशासनात मुख्यत: उच्चवर्णीय सुशिक्षितांचे वर्चस्व निर्माण झाले. मुद्दा क्र. ३.४ मध्ये याबाबतची आकडेवारी दिलेली आहे.[८६] १८२७ ते १८४२ या कालखंडात एल्फिन्स्टन इन्स्टिट्यूशनमधून शिक्षण घेऊन बाहेर पडलेले १५२ उमेदवार आणि १८७० ते १८८२ या कालखंडातील मुंबई विद्यापीठाच्या विविध विद्याशाखांचे ६२५ पदवीधर यांच्याबाबतच्या आकडेवारीचे विश्लेषण करून असे म्हणता येईल की, त्यांच्यापैकी सुमारे ३/५ व्यक्तींना सरकारी वा संस्थानी प्रशासनात नोकऱ्या मिळाल्या. यावरून शिक्षण आणि प्रशासन यांचे तत्कालीन नाते स्पष्ट होते.[८७]

परकीय अंमलामुळे नवोदित मध्यमवर्ग हा प्रत्यक्ष सत्ताधारी बनू शकत नव्हता. परंतु तरीही सत्ता गाजवण्याचे आणि सत्तेच्या जोडीला संपत्ती व प्रतिष्ठा

प्राप्त करण्याचे साधन म्हणून प्रशासनाचा वापर त्याने केला. बी. बी. मिश्रा यांनी नमूद केल्याप्रमाणे, मध्ययुगीन भारतातील अधिकाऱ्यांची सेवा व्यक्तिगत स्वरूपाची असे आणि नियुक्ती वा बडतर्फी ही राज्यकर्त्यांच्या लहरीनुसार होत असे. परंतु इंग्रजांच्या राज्यात प्रशासन व्यक्तिनिरपेक्ष बनू लागले. सेवकभरतीची विशिष्ट पद्धत व नियमावली निर्माण झाली. परीक्षा आणि गुणवत्ता या गोष्टींना महत्त्व प्राप्त झाले. किंबहुना प्रशासकीय नोकरी हा एक बुद्धिजीवी व मान्यताप्राप्त व्यवसाय बनला.[८८] मुघल व मराठा राज्यांमध्ये समुच्चयात्मक जीवनाला महत्त्व होते. एकत्र कुटुंबे, जाती, गावे यांच्या पारंपरिक प्रमुखांना वा अधिकाऱ्यांना लोकव्यवहाराशी संबंधित कामांमध्ये, महसूल-व्यवस्थेत व न्यायदानात महत्त्व होते. इंग्रजी अंमलात हे महत्त्व ओसरले. पारंपरिक अधिकाऱ्यांकडून नव्या शासननियुक्त अधिकाऱ्यांकडे सत्तेचे संक्रमण घडू लागले.[८९] इंग्रजी अंमलात प्रशासकीय नोकरदार प्रभावी बनण्याला ही परिस्थिती कारणीभूत ठरली.

१९ व्या शतकात मध्यमवर्गीयांचे प्रशासनविषयक वर्चस्व आणि हितसंबंध कसे आविष्कृत होत होते, याबाबत काही उदाहरणांचा निर्देश येथे आवश्यक वाटतो. १३ एप्रिल १८३२ च्या 'दर्पण'मध्ये बाळशास्त्री जांभेकरांनी 'या देशाचे लोकांतून मोठ्या सरकारी जागांवर नेमणुका' या शीर्षकाचा लेख लिहिला होता.[९०] त्या काळातील प्रशासनविषयक मध्यमवर्गीय आशावादाचे प्रभावी दर्शन या लेखातून घडते. बदलत्या कालमानाची नोंद बाळशास्त्रींनी पुढील शब्दांत केली होती - "...फार दिवस एथील लोकांचा अधिकार सरकारनें लक्ष्यांत आणिला नाहीं ह्मणोन वाईट वाटावें खरें; परंतु गेलें त्याचा शोक करणे हें सोडून देऊन सांप्रत आमचे राजांचे लक्ष्यांत जो चांगला फेर पडत चालला आहे त्याचा गोष्टी बोलाव्या हें आम्हास चांगलें वाटतें." उच्च पदे मिळत नसल्याने शिक्षणाविषयी लोक उदासीन असल्याचे नमूद करून ते म्हणतात, "असा उदासीनपणा सांगितला खरा; परंतु आलीकडे थोडे वर्षांत या देशचे लोकांत विद्येचा प्रसार त्वरेनें होत चालला आहे; आणि आतां नवे तरणे लोक बहुत तयार होत चालिले आहेत, असें पाहून आम्हास गर्व आणि संतोष होतो, कीं ज्यांची इंग्रेजी भाषेंत प्रवीणता, युरोपियन विद्यांची माहीतगारी, आणि बहुश्रुत पणा पाहून वाटतें कीं त्यांस जितका योग्य तितका राज्यकारभार प्रतिष्ठा आणि अबरू ही मिळायाचा दिवस लवकरच येईल." विद्यावृद्धीबरोबर एतद्देशीयांची अधिकारवृद्धीही होत जाईल आणि अखेर त्यांच्या हाती सत्ता सोपवावी लागेल, अशा स्वरूपाच्या एल्फिन्स्टनच्या भविष्यवाणीचा निर्देश बाळशास्त्रींनी लेखाच्या समारोपात केला, हे अर्थपूर्ण होय. यापूर्वी एकदा

निर्देश केल्यानुसार, रयतेच्या कल्याणार्थ नवशिक्षित विद्वानांची नियुक्ती मामलेदारपदी करावी आणि एल्फिन्स्टन विद्यालयात त्यांना प्रशिक्षण द्यावे, अशी मागणी १६ जानेवारी १८४२ च्या 'प्रभाकर'मध्ये आढळते. अहमदनगर येथील 'ज्ञानोदय'च्या जुलै १८४२ च्या अंकात इंग्रजी भाषा शिकण्याची आवश्यकता प्रतिपादन केलेली आहे; ही भाषा 'ज्ञानोत्पादक' असून सरकारी कामात व चाकरी मिळवण्यास ती कशी उपयोगी आहे, हे 'ज्ञानोदया'ने नमूद केलेले आहे.[११] सार्वजनिक कार्यासाठी १९ व्या शतकाच्या उत्तरार्धात स्थापन झालेल्या विविध राजकीय संघटनांनी मुलकी सेवांबाबतचे हितसंबंध वेळोवेळी व्यक्त केले. उदाहरणार्थ, 'बाँबे असोसिएशन'ने पार्लमेंटला पाठवलेल्या अर्जात (१८५२) असे म्हटले होते की, " 'जस्टिस ऑफ दी पीस' व 'ग्रँट ज्यूरर' यांसारखे वरिष्ठ हुद्दे एतद्देशीयांना मिळत नाहीत. तसेच दिवाणी खात्यातील वरिष्ठ जागांवर 'सनदी' युरोपियनच नेमले जातात. एल्फिन्स्टन, ग्रँट, पेरी यांसारख्या वजनदार आणि अनुभवी गृहस्थांच्या भलावणीप्रमाणे कारभारातील एतद्देशीयांचा सहभाग वाढला पाहिजे."[१२] बुद्धिजीवी मध्यमवर्गाच्या सनदी मुलकी सेवेतील प्रवेशाचा आणि त्याबाबतच्या स्पर्धात्मक परीक्षांचा प्रश्न 'ईस्ट इंडिया असोसिएशन'ने महत्त्वाचा मानला होता.[१३] सुशिक्षितांना त्यांच्या लायकीनुसार योग्य दर्जाचे पद प्रशासनात मिळत नाही, अशी सुशिक्षित वर्गाची सततची तक्रार होती. हिंदुस्थानच्या दारिद्र्याविषयीच्या आपल्या ग्रंथात (१८७६) लोकहितवादींनी स्पष्ट शब्दांत ही तक्रार मांडली आणि 'शिकविणारे तेच व निर्फळ करणारे तेच' असा विषाद व्यक्त केला.[१४] 'हिंदुस्थानचें राज्य कोणासाठीं? अथवा सिव्हिल सर्व्हिससाठीं समकालीन परीक्षा' या शीर्षकाच्या लेखात आगरकरांनीसुद्धा मध्यमवर्गीय हितसंबंध व्यक्त केले.[१५] १९ व्या शतकात सुशिक्षितांचा शासकीय नोकऱ्यांकडे आणि शासकीय नोकरांचा शिक्षणाकडे ओढा होता. कारण शिक्षण आणि प्रशासन ही अभ्युदयाची महत्त्वपूर्ण व परस्पर-पूरक साधने होती. शिक्षणखात्याच्या १८५७-५८ मधील अहवालानुसार, मुंबई-पुण्याच्या शासकीय कला महाविद्यालयांमध्ये शासकीय सेवकांची मुले मोठ्या प्रमाणात शिकत होती.[१६] १८७३ ते १८८० या काळात 'एल्फिन्स्टन कॉलेज'मध्ये शिकणाऱ्या विद्यार्थ्यांमध्ये शासकीय अधिकाऱ्यांच्या मुलांचे प्रमाण ३८% वरून ४१% पर्यंत वाढल्याचे आढळते.[१७] १८७० नंतरच्या काळात सुशिक्षितांचे समाजातील प्रमाण वाढत होते; परंतु त्या प्रमाणात त्यांना प्रशासकीय नोकऱ्या उपलब्ध होत नव्हत्या. याबाबतचा असंतोष व्यक्त होऊ लागला आणि प्रशासनाच्या विविध खात्यांतील नोकरभरतीबाबतचे नियम उच्चशिक्षितांना

अनुकूल पद्धतीने बदलू लागले.[९८] अर्थात उच्च शिक्षित नसलेले प्रशासकीय नोकरदारसुद्धा प्राधान्याने उच्चवर्णीय सामाजिक गटांमधलेच असत. या संदर्भात पुढील आकडेवारी लक्षात घेण्याजोगी आहे : १८८६-८७ मध्ये १४९ हिंदू मामलेदारांपैकी ११८ ब्राह्मण, तर १६ कायस्थ होते. त्यांव्यतिरिक्त ६ पारशी, १ मुस्लिम आणि १ युरोपीय व्यक्ती मामलेदार होत्या. २८ हिंदू उपजिल्हाधिकाऱ्यांपैकी १९ ब्राह्मण, तर २ कायस्थ होते. त्यांव्यतिरिक्त ८ पारशी, ३ मुस्लिम आणि ६ युरोपीय वा युरेशियन व्यक्ती उपजिल्हाधिकारी होत्या. मुंबई आणि सिंधमध्ये मिळून १०७ हिंदू कनिष्ठ न्यायाधीशांपैकी ७२ ब्राह्मण आणि ९ कायस्थ होते. त्याशिवाय ६ पारशी, १ मुस्लिम आणि ३ युरोपीय वा युरेशियन व्यक्ती कनिष्ठ न्यायाधीश होत्या. उच्चवर्णीयांचा पारंपरिक प्रभाव नवशिक्षणामुळे वाढतच गेला. मुंबई इलाख्यातील शासकीय नोकरवर्गापैकी ६४% व्यक्ती ब्राह्मण होत्या.[९९]

प्रशासनाच्या माध्यमातून मध्यमवर्गीयांना प्राप्त झालेल्या सत्तेमुळे काही अपप्रवृत्तीही वाढू लागल्या. त्याचे पडसाद तत्कालीन चर्चेमध्ये दिसून येतात. इंग्रज उच्चाधिकाऱ्यांचे मदतनीस म्हणून काम करणारे एतद्देशीय कारकून व शिरस्तेदार आपल्याला साहेब समजू लागत व रयतेशी अरेरावीने वागत. ते कसे जुलमी व भ्रष्टाचारी बनत, याचे प्रभावी चित्रण विनायक कोंडदेव ओक यांनी 'शिरस्तेदार' (१८७२) या पुस्तकात केले होते.[१००] 'शिरस्तेदार' ही एक छोटी कादंबरी होती. या कादंबरीने संबंधितांना कसे अस्वस्थ केले हे तिच्या दुसऱ्या आवृत्तीच्या (१८९१) प्रस्तावनेत नमूद केलेले आहे - "या पुस्तकात मेहेरबान दक्षिणा प्रैझ कमिटी ह्यांनी चांगले म्हटले आहे, पण आमच्या किती मित्रांस आणि देशबांधवांस हे आवडले नाही. हें न आवडण्याची कारणे त्यांनी आम्हांस दोन सांगितली. त्यातले एक कारण हे की सध्याच्या काळी असे शिरस्तेदार नाहीत, म्हणून शिरस्तेदाराचे असे चित्र काढून सर्व लोकांपुढे - आणि त्यांत विशेषकरून साहेबलोकांपुढे मांडणे हे अप्रशस्त आहे. आणि दुसरे कारण असे की अशी आपल्या लोकांची व्यंगे आपणच उघडी करणे हे आपल्या राष्ट्राची अब्रू घालविणे आहे."[१०१] उच्चवर्णीय प्रशासकांकडून रयतेवर होणाऱ्या जुलूम-जबरदस्तीविषयी म. फुले यांनीही टीकास्त्र चालवले होते.[१०२] उच्चवर्णीय मक्तेदारीला सुरुंग लावण्यासाठी जातींच्या संख्या-प्रमाणानुसार सरकारी नोकऱ्या देण्याची मागणी म. फुले यांनी वेळोवेळी केलेली आढळते.[१०३] कोणत्याही सत्ताकारणाला असणारी काळी बाजू तत्कालीन मध्यमवर्गीयांच्या प्रशासकीय सत्ताकारणातही दिसून येते.

एखाद्या प्रभाव-क्षेत्रातील प्रभुत्वासाठी नुसती तत्संबंधी सत्ता हाती बाळगून भागत नाही; तर त्या सत्तेचा डोलारा सांभाळणारा वैचारिक पाया असावा लागतो. तत्कालीन मध्यमवर्गीय बुद्धिमंतांनी मांडलेली व्यापक मूल्यसरणी हा त्याचा एक घटक म्हणता येईल. प्रशासनविषयक मध्यमवर्गीय हितसंबंधांबाबतची जांभेकरांपासून आगरकरांपर्यंतची जी उदाहरणे याआधी पाहिली, तीही अशा वैचारिक पायाच्या संदर्भात महत्त्वाची आहेत. मात्र शिक्षण व प्रशासनाचे महत्त्व सांगणे, त्यांविषयीच्या मागण्या करणे, भविष्यकालाविषयी आशावाद प्रकट करणे याबरोबरच आपल्या भूमिकेची चिकित्सा करणे, दोषदिग्दर्शन करणे, प्रशासकीय नीतिसंहिता मांडणे हेसुद्धा आवश्यक होते. 'शिरस्तेदार' कादंबरीच्या पहिल्या दोन भागांमध्ये आत्मपरीक्षण व दोषदिग्दर्शनाची दृष्टी दिसते, तर तिसऱ्या भागात सुधारणाभिमुख बोधपरता दिसून येते.[१०४] 'महाराष्ट्र देशांतील कामदारांशीं संभाषण' (१८४९; सुधारून वाढवलेली तिसरी आवृत्ती १८५३) हे लोकहितवादीकृत बोधपर पुस्तक तर या संदर्भात मुळातून वाचण्याजोगे आहे.[१०५] या पुस्तकात कामदारांच्या लाचखोरीवर टीका करून या दोषापासून त्यांना परावृत्त करण्याचा कळकळीचा प्रयत्न लोकहितवादींनी केलेला आढळतो. कामदारांना कर्तव्याची जाणीव करून देताना लोकहितवादी म्हणतात, "...जे तुम्ही खातां पितां ते सर्व रयतेचे उधार घेतां. त्याची फेड काम बरोबर केल्याशिवाय व्हावयाची नाहीं. ह्याप्रमाणें तुम्हीं अधिकारी म्हणजे सर्वांचे कर्जदार आहां ... जें काम तुम्ही पत्करलें आहे, त्याची हयगय करून पूजा अर्चा जरी तुम्हीं पुष्कळ केली, तरी त्यांत तरणोपाय नाहीं. ईश्वरास संतुष्ट करण्याचें तुमच्या मनात असेल तर त्याणे निर्माण केलेले जीव ह्यांस संतुष्ट करा."[१०६] इंग्रजी राज्यातील भावी संधी लक्षात घेऊन व आपली वर्तणुक सुधारून अभ्युदय साधला पाहिजे आणि लोकांचे पुढारी या नात्याने इंग्रजांसारखे गुणी, विद्वान, माहितगार व लायक बनले पाहिजे, असे आवाहन त्यांनी कामदारांना केलेले आढळते. तसेच गर्व, उधळेपणा, डामडौल व लबाडी टाळण्याविषयी उपदेश केलेला दिसतो. विद्या संपादनावर त्यांनी विशेष भर दिलेला होता. एकंदरीत, एतद्देशीय प्रशासकांच्या कार्याला एक आदर्श नैतिक विचारचौकट देण्याचा लोकहितवादींचा प्रयत्न होता. 'सरकारचे चाकर आणि सुखवस्तू हिंदुस्थानांतील साहेब लोकांशी संभाषण' (१८५०) या छोट्या पुस्तकात इंग्रज अधिकाऱ्यांना उद्देशून लोकहितवादींनी असे म्हटले होते की, " ...मुख्य सावधगिरी ही तुम्हास ठेविली पाहिजे कीं जे सुशिक्षित, शाळावान, ज्यास ज्ञान, विद्या, समजूत, नीती चांगली आहे त्यांस तुम्ही जवळ करावे म्हणजे ते लोकांत प्रमुख होऊन लोकांच्या

नीती सुधारतील.''[१०७] लोकहितवादींनी रंगवलेला मध्यमवर्गीय प्रशासकांच्या पुढारीपणाचा हा आदर्श न्या. म. गो. रानडे यांच्या रूपाने मूर्त स्वरूपात आला, असे म्हणता येईल. रानडे यांची उक्ती व कृती प्रशासकीय नीतिसंहितेचा जणू वस्तुपाठच होता. गैरशिस्त व पक्षपात असू नये याबाबतचा त्यांचा कटाक्ष आणि प्रामाणिकपणा, कर्तव्यदक्षता, कार्यक्षमता व स्वाभिमान यांवर त्यांनी दिलेला भर[१०८] या संदर्भात अर्थपूर्ण म्हटला पाहिजे.

एकंदरीत, १९ व्या शतकातील महाराष्ट्राच्या प्रशासनात मध्यमवर्गीयांचे, विशेषत: त्यांमधील उच्चवर्णीयांचे प्राबल्य दिसून येते. प्रशासकीय सत्तेचा संकुचित वापर करणारे स्वार्थलोलूप कामदार अनेक होते; परंतु देशकल्याणाची व्यापक दृष्टी बाळगणारे काही कर्तव्यतत्पर प्रशासकही एतद्देशीयांमध्ये होते. त्यांच्या रूपाने महाराष्ट्रात निर्माण झालेले पुढारीपण जीवनाच्या विविध क्षेत्रांत प्रभाव गाजवू लागले.

४.४ समाजकारण

१९ व्या शतकात महाराष्ट्रातील समाजजीवनात मोठे स्थित्यंतर घडू लागले. वर्ण-जातींवर आधारित समाजवास्तवात आता वर्गवास्तवाची भर पडली. समाजातील गतिशीलता वाढू लागली. व्यक्तिप्रधान राज्ययंत्रणेची जागा संस्थाप्रधान यंत्रणेने घेतल्यामुळे समाजजीवनात त्याचे पडसाद उमटू लागले. कायद्याचे राज्य, शिक्षणातील ऐहिक आशय, उपजीविकेच्या नव्या संधी, वाहतूक व संज्ञापनाची नवी साधने, अर्थव्यवस्थेवर पडू लागलेला व्यापारवादी-भांडवलशाही प्रभाव या सर्वांमुळे पारंपरिक समाजव्यवस्थेला तडे जाऊ लागले. या स्थित्यंतराच्या अवस्थेत समाजकारणाचे महत्त्व वाढणे स्वाभाविक होते. तत्कालीन स्थित्यंतराचा साक्षीदार व भागीदार असणाऱ्या मध्यमवर्गाने समाजकारणावरसुद्धा आपली पकड बसवली. ज्या मूल्यांचा स्वीकार या वर्गाने केलेला होता. त्या मूल्यांच्या प्रकाशात समाजजीवनाची घडी नव्याने बसवण्याचा त्याचा प्रयत्न होता. त्यासाठी मध्यमवर्गीय नेतृत्वाने सामाजिक-धार्मिक सुधारणा-चळवळींमध्ये पुढाकार घेतला. या चळवळी केवळ विशिष्ट समस्यांच्या सोडवणुकीपुरत्या मर्यादित नव्हत्या; तर नव्या मूल्यसरणीवर आधारित अशी सामाजिक संबंधांची पुनर्रचना त्यांमध्ये अभिप्रेत होती. ए. आर. देसाई यांनी म्हटल्यानुसार, राष्ट्रीय ऐक्याद्वारे राजकीय स्वातंत्र्य आणि सामाजिक, आर्थिक व सांस्कृतिक प्रगती साधण्यासाठी सामाजिक संस्थांचे व सामाजिक संबंधांचे लोकशाहीकरण करण्याची आवश्यकता समाजसुधारकांना वाटत होती.[१०९] त्या

दृष्टीने त्यांनी समाजकारणाला दिशा दिली. समाजकारणातील या मध्यमवर्गीय प्रभावाचा ऊहापोह येथे अभिप्रेत आहे; सुधारक, सुधारणा चळवळी व सार्वजनिक कार्य यांच्याविषयीचे काही तपशील आनुषंगिक आहेत.

समाजकारण करताना मध्यमवर्गीय नेतृत्वाने धर्मसुधारणेला प्राधान्य दिले. कारण समाजजीवनाच्या सर्व अंगांवर धर्माचे वर्चस्व होते. हिंदू धर्म हा ख्रिस्ती वा इस्लाम धर्मांप्रमाणे संस्थात्मक नव्हे, तर आचारात्मक असल्यामुळे अगदी स्नानासारख्या दैनंदिन जीवनातील आचारांनासुद्धा धार्मिक अधिष्ठान प्राप्त झालेले होते. साहजिकच जीवनाच्या कोणत्याही क्षेत्रात सुधारणा करायची असेल, तर धर्मसुधारणा आवश्यक होती. लोकहितवादींनी 'धर्मसुधारणा'[११०] या शीर्षकाच्या पत्रात (१७ जून १८४९) अशी व्यापक बुद्धी प्रकट केली होती. लोकहितवादीप्रणीत धर्मसुधारणेच्या व्याप्तीत जातिव्यवस्था व विवाहविषयक सामाजिक सुधारणा, स्वदेशप्रिती, रोजगार-स्वातंत्र्य, लोकसत्ता, विद्यावृद्धी या गोष्टींचासुद्धा समावेश होता. "खरी उन्नती व्हायची असेल, तर प्रथम उन्नत धर्माचा प्रसार झाला पाहिजे", हे डॉ. रा. गो. भांडारकर यांचे विधान[१११] म्हणजे तत्कालीन विचारवंतांची भावना व्यक्त करणारे प्रातिनिधिक उद्‌गार म्हणता येतील. किंबहुना बहुसंख्य समाजसुधारक वृत्तीने धर्मनिष्ठ होते व पारंपरिक अर्थाने पापभिरू होते. धर्मसुधारणावादी विचारात धर्मसंस्थेच्या अस्तित्वावरच आघात करणे किंवा बंडखोरी करून नवे धर्मपंथ उभारणे अभिप्रेत नव्हते. परंपरेचा संपूर्ण त्याग करणे व्यवहार्य नाही याची जाणीव सुधारकांना होती. परंपरेतील ग्राह्यांश स्वीकारून त्याची सुधारणावादाशी सांगड घालण्याचा प्रयत्न सुधारकांनी केला. त्यामुळे मुख्यत: कालविसंगत व्यावहारिक आचारधर्मावर टीका आणि हिंदू तत्त्वज्ञानामधील श्रेष्ठ तत्त्वांचे गुणगान, या दोन गोष्टींची गुंफण त्यांच्या विचार-कार्यात घडून आली. धर्मसुधारणा सर्वांनाच हवी असली, तरी त्याबाबतची विविध व्यक्ती, गट, संघटना यांची दृष्टी एकसारखी नव्हती. त्यामुळे त्यांनी परस्परांवर टीकास्त्रसुद्धा चालवल्याचे दिसते. मात्र सर्व गटांनी आपला सुधारणावाद लोकमानसावर ठसवण्यासाठी धर्म हे महत्त्वाचे साधन म्हणून वापरले. या संदर्भात उदाहरणादाखल 'प्रार्थना समाज' आणि 'सत्यशोधक समाज' यांचा, विशेषत: रानडे व फुले यांचा विचार करता येईल.

प्रार्थना समाजाच्या स्थापनेला 'परमहंस मंडळी'च्या कार्याची पार्श्वभूमी लाभलेली होती. परमहंस मंडळीच्या सभासदांची धर्मजिज्ञासा अत्यंत उत्कट असली तरी धर्मसुधारणेला आवश्यक असे लोकोत्तर मनोधैर्य मात्र त्यांच्या अंगी नव्हते.[११२]

पण या संस्थेच्या राखेतूनच उदयाला आलेल्या प्रार्थना समाजाने[११३] हे धैर्य दाखवले. या समाजाचे प्रमुख नेते डॉ. रा. गो. भांडारकर व न्या. म. गो. रानडे हे हिंदू धर्माचे अभिमानी होते. सामाजिक प्रबोधनाला धर्मश्रद्धा आणि आस्तिकतेचा आधार आवश्यक आहे, असे न्या. रानडे यांचे मत होते. त्यांचे पुढील विधान अर्थपूर्ण आहे - "श्रद्धा ही आमच्याइकडे मुख्य आहे. ती पायाशुद्ध असावी, असे प्रयत्न चाललेले आहेत."[११४] रानड्यांच्या धर्मपरतेला विज्ञानपरता, ऐतिहासिक दृष्टी आणि विवेचक बुद्धीचे वावडे नव्हते.[११५] त्यामुळे प्रार्थना समाजाने मूर्तिपूजा, अवतारकल्पना व अशास्त्रीय चमत्कारांना विरोध केला आणि आत्मिक उन्नतीसाठी प्रार्थनेवर भर दिला.[११६] प्रार्थना समाजाने महाराष्ट्रातील 'भागवत धर्मा' पासून धर्मसुधारणेची प्रेरणा घेतली. न्या. रानडे म्हणतात, "...बारकाईने विचार करून पाहणारास प्रार्थनासमाजाचे व भागवतधर्माचे लक्षणांच्या संबंधानें साहचर्य अत्यंत आहे, हें त्यातील सभासदांचे पोशाक, बसणें, उठणें कसेही असलें तरी, सहज समजेल."[११७] भजनासारख्या लोकाभिमुख उपासनामार्गाचा स्वीकार करूनही हा सगुणोपासक पंथ आपली धर्मसुधारणा बहुजनसमाजापर्यंत पोहोचवू शकला नाही. आगरकरांच्या विवेकवादाच्या आणि टिळकांच्या वेदान्तवादाच्या आधीच्या काळात[११८] उच्चभ्रू सुधारणावादी मध्यमवर्गीय स्तरापुरते या पंथाचे विचार व कार्य मर्यादित राहिले. मुंबईत आर्यसमाजाचा उदय (१८७५) व थिऑसॉफीचे आगमन (१८७९) या घटना धर्मसुधारणावादी विचारांना पूरक होत्या. आर्यसमाजाचे संस्थापक स्वामी दयानंद सरस्वती यांची पुण्यातील सुधारकी भाषणे वादळी ठरली. प्रार्थनासमाजी व सत्यशोधकी लोकांनी घडवून आणलेल्या या भाषणांचा जोरदार प्रतिवाद विष्णुशास्त्री चिपळूणकरांनी 'निबंधमाले'त केला.[११९] प्रार्थनासमाजी लोकांना एकीकडे चिपळुणकरी विरोधाला तोंड द्यावे लागले,[१२०] तर दुसरीकडे फुल्यांसारख्या विद्रोही सुधारकाने त्यांची पुढील शब्दांत संभावना केली - "त्यांनी त्या समाजात एकंदर सर्व ख्रिस्ती धर्माचे उष्टेमाष्टे चोरून छपून गोळा केले आणि त्यांनी आपल्या कल्पित ब्रह्माजीच्या पुढे डोळे झाकून बाकीच्या अज्ञानी शूद्रादी अतिशूद्रांच्या मनात पुन: एक तऱ्हेचा ब्रह्मघोळ करण्याची खटपट सुरू केली आहे."[१२१] अर्थात फुल्यांनीही आपल्या विचार-कार्यात धर्माला अग्रस्थान देऊन 'सार्वजनिक सत्यधर्मा'ची मांडणी केली.[१२२] या सर्वाजनिक सत्यधर्मात आस्तिक्यबुद्धीला महत्त्वाचे स्थान होते. "सर्वांचा निर्मीक।। आहे एक धनी।। त्याचें भय मनी।। धरा सर्व।।" अशी विश्वधर्मी एकेश्वरी कल्पना फुले यांनी 'मानवाचा धर्म एक' या काव्यरचनेत मांडली आहे.[१२३] अंधश्रद्धा आणि मिथ्याचारांवर त्यांनी टीका केली.

पुरोहिताशिवाय लग्न लावण्याचा आणि मराठीत मंगलाष्टके म्हणण्याचा उपदेश त्यांनी केला. धर्मातील मध्यस्थशाही आणि त्याद्वारे होणारे शोषण यांवर त्यांनी कडाडून टीका केली. फुल्यांच्या या विचारांची कल्पना 'भटांचे कसब आणि शुद्रांचा देवभोळेपणा याविषयी' या अभंगावरून येऊ शकते.[१२४] विशेषत: त्यातील ''सर्वसाक्षी जगत्पती।। त्याला नकोच मध्यस्ती।।'' हा चरण म्हणजे फुल्यांच्या विचार-कार्यातील एक महत्त्वाचे सूत्रवचन होते. त्यांच्या धर्मकल्पनेत सत्य आणि नीती यांना विशेष महत्त्व होते. [१२५] फुल्यांच्या धर्मपरतेला मानवतावाद व इहवादाची जोड होती. गं. बा. सरदार यांनी म्हटल्याप्रमाणे, '' ...त्यांच्या मतप्रतिपादनात इहवादी उदारमतवाद आणि ईश्वरनिष्ठ मानवतावाद यांची सांगड घालण्याचा प्रयत्न सर्वत्र दिसून येतो... विमुक्त, प्रगतिपर पण स्वयंशासित व शिस्तबद्ध सामाजिक जीवन त्यांना अभिप्रेत होते.... धर्मनिरपेक्ष इहवाद आणि ईश्वरनिष्ठ सत्यधर्म यात सुसंवाद निर्माण करण्याचा त्यांचा दृष्टिकोण होता, आणि त्या दिशेने ते सतत प्रयत्नशील राहिले''.[१२६] प्रार्थना समाज आणि सत्यशोधक समाज यांच्या धर्मविचाराच्या पार्श्वभूमीवर धर्मचिकित्सेला अज्ञेयवादी व भौतिकवादी टप्प्यापर्यंत नेले ते आगरकरांनी होय.[१२७] 'मनुष्यतेचे ऐहिक सुखसंवर्धन' हाच धर्म मानणाऱ्या आगरकरांचे विचार म्हणजे १९ व्या शतकातील महाराष्ट्रामधील धर्मचिकित्सेचे प्रागतिक टोक होते.

एकंदरीत, विविध मध्यमवर्गीय विचारवंत-सुधारकांचे धर्मसुधारणाविषयक दृष्टिकोन भिन्न होते; परंतु धर्मचिकित्सेची निकड बहुतेकांना वाटत होती. बदलत्या कालमानाला अनुकूल अशा व्यापक बंधुत्ववादावर बहुतेक सर्वांचाच भर होता. सर्वसाधारणत: धर्माचा रोख अध्यात्मिकतेवर असला, तरी ऐहिक बदलांशी धार्मिक बदल निगडित असतात. सामाजिक-आर्थिक व्यवस्था बदलू लागली की धर्मविषयक दृष्टिकोनाची फेरमांडणी करणे आवश्यक बनते. समाजाचे धुरीणत्व करणाऱ्या वर्गाला धर्माचा नवा अन्वयार्थ मांडून सामाजिक अधिमान्यता मिळवणे क्रमप्राप्त असते. १९ व्या शतकातील मध्यमवर्गीयांचे धर्मसुधारणेचे विविध आविष्कार म्हणजे याच प्रयत्नांचा भाग होता.

मध्यमवर्गीयांनी त्यांच्या समाजकारणात प्राधान्याने हाती घेतलेला एक प्रश्न म्हणजे जातिभेदाची समस्या होय. विषमता आणि शोषण यांवर आधारलेली परिदृढ जातिव्यवस्था समाजजीवनाला व्यापून राहिलेली होती. पण सामाजिक वास्तव बदलत आहे आणि त्या संदर्भात जातिव्यवस्था कालबाह्य ठरत आहे, असे मध्यमवर्गीय विचारवंतांना जाणवू लागले. 'दर्पण'च्या जन्मवर्षापासून (१८३२)

पुढे सतत ही जाणीव व्यक्त होत राहिली. इंग्रजी अंमलात, विशेषत: नागर प्रदेशांमध्ये लोकजीवनात जी व्यामिश्रता निर्माण होऊ लागली, ती स्वाभाविकपणे जातिभेदांना छेद देऊ लागली. उदाहरणार्थ, मुंबईच्या बहुरंगी स्वरूपामुळे तेथे पारंपरिक जातिनिष्ठ कर्मठपणाचे पालन शक्य नव्हते. मुंबईच्या बहुरंगी स्वरूपाबाबत गो. ना. माडगावकर यांनी १८६३ मध्ये असे म्हटले होते की, ''इथें जसे सर्व जातींचे लोक सापडतात तसे कोणत्याच शहरांत सांपडत नाहीत. हें सर्वजातीयलोकस्थल असें ह्मटलें असतां काहीं बाध येणार नाहीं''.[१२८] १९ व्या शतकात भिन्न जातींच्या लोकांमधील सार्वजनिक व्यवहार वाढू लागले, जाती व व्यवसाय यांची घट्ट वीण उसवू लागली, कायद्यासमोरील समानता प्रस्थापित होऊ लागली आणि धर्मचिकित्सेला चालना मिळाली. या पार्श्वभूमीवर एकोप्याची व परस्परसहकार्याची आवश्यकता मध्यमवर्गीयांना जाणवू लागली. त्यांना जातिव्यवस्था हा त्यातील अडसर वाटू लागला. लोकहितवादींच्या 'जातिभेद' (१८७७) या टिपणावरून त्याची कल्पना येते. या टिपणात ते म्हणतात, ''...जितकें सार्वजनिक काम तें सर्व त्याचे [ज्ञातीचे] विरूत्ध आहे.... मनुष्य अगदीं निरुपयोगी बिळांतील उंदरासारखा होतो.... रेलवेंत जाणें आलें कीं, जातिधर्म बिघडला! परदेशांत जाणें आलें कीं जात गेली! कोडतांत, बाजारांत किंवा जहाजावर गेला कीं, ज्ञाति आडवी आलीं! लष्करांतही ज्ञाति बरोबर राहात नाहीं, तर, चोरट्यासारखा घरीं सर्व लोकांपासून वेगळा राहील, तेव्हांच ज्ञाति शुद्ध राहते. म्हणून सार्वजनिक संबंधासही [ज्ञाति] विरुद्ध आहे.''[१२९] जातिभेदात आपल्या बहुसंख्य समस्यांचे मूळ आहे, याची जाणीव त्या काळी कशी व्यक्त होत होती, याच्या दोन उदाहरणांचा निर्देश करता येईल. 'एक हिंदू' या नावाने १८६१ साली लिहिलेल्या 'जातिभेद विवेकसार' या ग्रंथात तुकाराम तात्या पडवळ म्हणतात, ''हिंदुजन जी संसारात दु:खे भोगितात त्या, किंबहुना सर्व दु:खांचे मूळ हा जातिभेद आहे.''[१३०] आगरकरांनी असे म्हटले होते की, ''आज ज्या आम्ही अनेक विपत्ति भोगीत आहो त्यांपैकी ज्यांचे जनन आमच्या जातिभेदापासून झाले नाही असे म्हणता येणार आहे, अशा फारच थोड्या असतील!''[१३१]

१९ व्या शतकातील महाराष्ट्रात जातिभेद-विरोधाची आणि जातिभेद-समर्थनाची, अशा दोन्ही परंपरा आढळतात; तसेच जातिभेद-विरोधाच्या परंपरेअंतर्गत ब्राह्मणी व अब्राह्मणी परंपरा दिसून येतात.[१३२] हे सर्व गट मध्यमवर्गाचा भाग होते. या संदर्भात मध्यमवर्ग हा कात्रीत सापडलेला वर्ग होता. मध्यमवर्गीय लोक त्यांच्या वर्गीय जाणीवेमुळे जातिव्यवस्थेवर टीका करत होते; परंतु मध्यमवर्गातील उच्चजातीय

लोकांना उच्च स्थानाच्या लाभांमुळे जातिव्यवस्था समूळ नष्ट करण्याची कल्पना सहन होत नव्हती. दादोबा पांडुरंग, लोकहितवादी, विष्णुबुवा ब्रह्मचारी, न्या. रानडे, राजारामशास्त्री भागवत, आगरकर इ. विचारवंतांनी जातिव्यवस्थेवर टीका केली; पण यशवंत सुमंत जिला 'ब्राह्मणी परंपरेतील जातिमीमांसा' म्हणतात,[१३३] ती जातिनिर्मूलनाच्या टोकापर्यंत मात्र पोहोचू शकली नाही. जातिव्यवस्थेच्या शोषक स्वरूपाचे पुरेसे आकलन तिला झाले नाही. आगरकरांसारखा अपवाद वगळता, व्यावहारिक भूमिकेतून जातिव्यवस्थेवर टीका करताना वर्णव्यवस्थेची तात्त्विक भुरळ या ब्राह्मणी परंपरेला पडली, ही तिची मर्यादा नमूद करायला हवी. जातिभेदांवर आणि ब्राह्मणवर्गावर अनेकदा कडाडून टीका करणारे लोकहितवादी 'वर्णविचार' या शीर्षकाच्या पत्रात (१७ डिसेंबर १८४८) सर्वांनी एकजात व्हावे असे आपण मानत नसल्याचा खुलासा करतात आणि जातिअभिमान सोडला तरी जाती कायम राहतील, हे नमूद करतात.[१३४] 'धर्मसुधारणा' या पत्रात (१७ जून १८४९) एका कलमात 'जातिअभिमान नसावा' असे म्हणताना दुसऱ्या एका कलमात 'गुणेकरून व योग्यतेकरून जातिभेद मानावा' अशी पुस्ती ते जोडतात.[१३५] विष्णुबुवा ब्रह्मचारी यांनी असे म्हटले होते की, ''न्यायाधीशाने अन्यायी ब्राह्मण किंवा अन्यायी महार या दोघांना सारख्याच मानाने उभे करून किंवा बसवून न्याय करावा. परंतु महार दरवाजाबाहेर, ब्राह्मण आत असा पक्षपात करू नये. मग तो न्यायाधीश ब्राह्मण असो अथवा महारमांग असो.''[१३६] जन्मानुसार नव्हे, तर कर्मानुसार जात ठरवावी, असे त्यांचे मत होते.[१३७] अर्थात गुणेकरून का होईना, 'ब्राह्मणत्वा'च्या प्रभावामुळे विष्णुबुवांचा 'वेदोक्तधर्मप्रकाश' वाचून अनेक कनिष्ठजातीय व्यक्तींनी ब्राह्मणत्वासाठी विष्णुबुवांकडे अर्ज केले.[१३८] या गोष्टीची दखल घेणे तो काळ समजावून घेण्यासाठी आवश्यक आहे. विष्णुशास्त्री चिपळूणकरांनी ब्राह्मण्याचा अभिमान व्यक्त करणारे लेखन केले. लोकहितवादींवर,[१३९] तसेच बाबा पदमनजींवर किंवा म. फुले यांच्यावर त्यांनी 'निबंधमाले'त केलेली टीका[१४०] किंवा १८८१ च्या मार्चमध्ये 'केसरी'त लिहिलेले 'ज्याचा त्याचा ब्राह्मणांवर कटाक्ष' हे दोन लेखांक,[१४१] यांचा उल्लेख नमुन्यादाखल करता येईल. मात्र याच शास्त्रीबुवांनी राष्ट्रवादी भूमिकेतून जातिभेदांवर टीकासुद्धा केली होती. उदाहरणार्थ, १४ मार्च १८८२ च्या 'केसरी'तील 'देशोन्नति' या लेखात ते म्हणतात, ''आमच्या देशांत जन्मभूमीचा अभिमान शिथिल होण्यास, या राष्ट्राचें विस्तीर्णत्व आणि जातिभेद हीं दोन मोठी कारणें झालीं आहेत.... यानें [जातिभेदाने] तर या राष्ट्राची फूट अतिशयितच पडली आहे. अठरापगड जातींस अठरा टोपकरांनीं गुंडाळून टाकले,

व साऱ्यांच्या हातीं सारखीच करवंटी दिली; पण लोकांचे डोळे अजून उघडत नाहींत.''[१४२] जातिविरोधाच्या ब्राह्मणी परंपरेपेक्षा अब्राह्मणी परंपरेने, विशेषत: म. फुले यांनी अधिक जहाल भूमिका घेतली. वैचारिक विद्रोहाला त्यांनी कृतिशीलतेची जोड दिली. मात्र नलिनी पंडित यांनी म्हटल्याप्रमाणे, म. फुल्यांचा दृष्टिकोन पचवण्यात त्यांच्या अनुयायांना फार मोठे यश आले नाही; मुख्यत्वे करून शिल्लक राहिला तो ब्राह्मणविरोध होय.[१४३] एकंदरीत, १९ व्या शतकातील जातिविषयक विचारप्रवाहाने मूलभूत सामाजिक दुखणे नेमके हेरले आणि दुखणे दूर करण्याचे मर्यादित प्रयत्न केले; दुखणे समूळ नष्ट करण्यात मात्र सुधारकांना यश लाभले नाही. किंबहुना मध्यमवर्गीय हितसंबंध राखण्यापुरती टीका करून जातिभेद कमी करण्यावर मध्यमवर्गीय नेतृत्वाचा भर होता; जातिव्यवस्था नष्ट करणे हे त्याचे नजीकचे उद्दिष्टच नव्हते. या व्यवस्थेचे लाभ टिकवायचे, दुष्परिणाम दूर करायचे आणि त्यायोगे वर्गाधिष्ठित समाजासाठी आवश्यक असणाऱ्या सामाजिक गतिशीलतेला उत्तेजन द्यायचे, असे धोरण मध्यमवर्गीयांनी अनुसरले होते. या धोरणाचा तात्त्विक आशय लोकहितवादींच्या 'जातिभेद' या टिपणात व्यक्त झाला होता. या उपमुद्याच्या समारोपादाखल त्यातील काही ओळी उद्धृत करणे आवश्यक वाटते- ''सर्वांनीं ऐक्य करून चालावें. कोणी उंच होऊ पहात असतील तर त्यांस आडवें येऊं नये. आपण पुढें चाललों म्हणजे अंतर आहे तितकेंच राहील. दुसऱ्यास वाढूं न देणें आणि आपण पुढें न चालणे, हें मोठें नीचपणाचें काम आहे. जे कोणी उंचपणा मिळवावयास पाहतील, त्यांस सुखें करून मिळवूं द्यावा. बुद्धिवान जे असतात, ते मागें हटत नाहीत.''[१४४]

१९ व्या शतकातील समाजकारणात स्त्री-पुरुष आणि विवाहविषयक समस्यांचे क्षेत्र हेसुद्धा महत्त्वाचे ठरले. स्त्रीचे समाजातील स्थान, बालिकावधाची समस्या, सती व केशवपनासारख्या प्रथा, बालविवाहाची समस्या, स्वयंवरे, पुनर्विवाहाची समस्या, जरठकुमारी विवाहाची समस्या, स्त्री-शिक्षणाचा प्रश्न, स्त्री-पुरुष समतेचा प्रश्न, इत्यादी विविध विषयांवर १९ व्या शतकात बरेच विचारमंथन घडून आले. जातिविषयक विचारमंथनाप्रमाणेच हे विचारमंथन सामाजिक संबंधांच्या पारंपरिक आकृतिबंधांना छेद देऊ पाहात होते. लोकहितवादींची शतपत्रे आणि फुले दांपत्याचे स्त्री-शिक्षणाचे कार्य या दोन गोष्टींमुळे १९ व्या शतकाच्या मध्यास या विचारमंथनाला चांगली गती मिळाली होती. या नंतरच्या काळात या संदर्भात दादोबा पांडुरंग, बाबा पदमनजी, लोकहितवादी, फुले, विष्णुशास्त्री पंडित, भांडारकर, रानडे, ताराबाई शिंदे, पंडिता रमाबाई, राजारामशास्त्री भागवत,[१४५] आगरकर, हरिभाऊ

आपटे, धोंडो केशव कर्वे, इत्यादी विचारवंतानी सुधारणावादी विचारांची भर घातली.[१४६] या सर्वांचे विचार व कार्य यांचा तपशीलवार ऊहापोह येथे अभिप्रेत नाही; फक्त या क्षेत्रातसुद्धा असणाऱ्या मध्यमवर्गीय प्रभुत्वाच्या संदर्भात काही मुद्दे मांडणे अभिप्रेत आहे.

स्त्री-पुरुष व विवाहविषयक विचार आणि कार्य प्राधान्याने मध्यमवर्गीय संदर्भात चालू होते. विधवा-पुनर्विवाहाला बंदी व केशवपन या समस्या मुख्यत: उच्चवर्णीयांच्या होत्या. इतर अनेक सुधारकांच्या तुलनेत गोपाळ गणेश आगरकर यांचे स्त्री-सुधारणाविषयक विचार जहाल होते; पण त्यांनीसुद्धा उच्च जाती व वर्णांपलीकडच्या बहुजनांमधील स्त्रियांच्या प्रश्नांची फारशी दखल घेतलेली दिसत नाही. म. फुल्यांचा अपवाद वगळता स्त्री-शिक्षणाचे बहुतांश प्रयोग मध्यमवर्गीय स्तरापुरते मर्यादित होते. स्त्रियांना शिक्षण द्यावे, पुरुषांसह एकत्रित शिक्षण द्यावे आणि पुरुषांना दिले जाते तेच शिक्षण द्यावे,[१४७] असे मानणाऱ्या आगरकरांसारखा एखादा अपवाद वगळता स्त्री-शिक्षणाची मध्यमवर्गीय कल्पना स्त्रीला शिकलीसवरलेली आदर्श गृहिणी बनवण्यापुरती मर्यादित होती. स्त्रीला केवळ 'प्रजाजननयंत्र' मानू नये,[१४८] असा विचार जरी पुढे आला, तरी एकंदरीत खास पुरुषप्रधान मध्यमवर्गीय चौकटीतील स्त्री-दाक्षिण्य व समताभावच या कालखंडात विकसित झाला. स्त्रीला पुरुषापेक्षाही श्रेष्ठ मानणारे म. फुले [१४९] हे अपवादात्मक म्हटले पाहिजेत. ताराबाई शिंदे यांचा 'स्त्रीपुरुष-तुलना' (१८८२) हा ग्रंथ, विशेषत: त्यांच्या विवेचनातील दहा सवाल[१५०] म्हणजे स्त्रियांवरील अन्यायाविरूद्धचा विद्रोही जाहीरनामाच होता. स्वत:ला 'निरंतर मऱ्हाठमोळ्याचे अटकेंतली गृहबंदीशाळेंतील मतिहीन अबला' म्हणवणाऱ्या ताराबाई 'तुमच्यापेक्षा सर्प बरा' असे पुरुषांना ऐकवतात आणि 'मने गच्च विवेकाचे खांबास' बांधण्याचा सल्ला देतात. १९ व्या शतकाच्या संदर्भात चमत्कार वाटावा असा हा स्थितिबदल होता. पण म. फुल्यांनी आपल्या 'सत्सारा'त केलेल्या ग्रंथप्रशस्तीचा[१५१] अपवाद वगळता कोणा मध्यमवर्गीय पुरुष विचारवंताकडून ताराबाईंच्या ग्रंथाला अनुकूल प्रतिसाद मिळाल्याचे दिसत नाही. तसेच स्थितिबदलाच्या निदर्शक अशा ताराबाईंसारख्या स्त्रिया संख्येने नगण्य होत्या आणि त्यांच्या विचारांचे आंदोलनात स्थित्यंतर झाले नाही, ही वस्तुस्थिती लक्षात घ्यायला हवी.

१९ व्या शतकात मध्यमवर्गाच्या व्यापक मूल्यसरणीमुळे स्त्रीकडे बघण्याची दृष्टी तुलनेने अधिक मानवतावादी आणि समतावादी बनली. वाढत्या सामाजिक गतिशीलतेच्या प्रक्रियेतून स्त्रियांना वगळणे शक्य नाही आणि इष्टही नाही याची जाणीव मध्यमवर्गीयांच्या उक्ती-कृतीतून व्यक्त होऊ लागली. मध्यमवर्गाला

प्रभावित करणाऱ्या व्यक्तिवादाचे तत्त्व विवाहसंस्थेला व कुटुंबसंस्थेला लागू करण्याची प्रक्रिया सुरू झाली. हा सर्व बदल गं. बा. सरदारांच्या शब्दांत साररूपाने मांडता येईल : "परंपरा आणि रूढ अधिकारभेद यांवर आधारलेली जुनी कुटुंबव्यवस्था बदलून स्वातंत्र्य व संमती या आधुनिक तत्त्वांवर कौटुंबिक संबंधांची पुनर्घटना करणे हे सुधारणावादी पक्षाचे उद्दिष्ट होते."[१५२]

एकंदरीत, १९ व्या शतकात महाराष्ट्रातील समाजकारणाच्या क्षेत्रावरसुद्धा मध्यमवर्गीय प्रभुत्वाची छाप उमटली. वास्तविक पाहता समाजसुधारणेचे कार्य अत्यंत अवघड होते. त्याबाबत लोकमानस प्रतिकूल होते. राजकीय कार्यासाठी गुप्त मंडळे स्थापन झाल्याची अनेक उदाहरणे इतिहासात सापडतात; पण जातिभेदासारखी सामाजिक संस्था मोडण्यासाठी कार्य करणारी 'परमहंस सभा' म्हणजे एक गुप्त मंडळच होते.[१५३] एवढी एक गोष्टसुद्धा पुरेशी बोलकी आहे. म्हणूनच समाजाच्या पचनी पडतील अशा बेताने, प्रसंगी धर्माचा व परंपरेचा आधार घेऊन आणि उत्क्रांतीवादी मार्गाने मध्यमवर्गीय सुधारकांनी आपले प्रयत्न मोठ्या नेटाने चालू ठेवले. त्यांची विचारप्रणाली समाजसन्मुख असली, तरी कार्यप्रणाली वर्गकेंद्रित होती. सार्वजनिक कार्यासाठीच्या परमहंस सभा, प्रार्थना समाज, पुणे सार्वजनिक सभा, सत्यशोधक समाज अशा संघटनात्मक प्रयत्नांवर मध्यमवर्गीय छाप होती. सत्यशोधकांच्या प्रखर बहुजनवादी दृष्टीचा अपवाद वगळता अन्य बहुतांश प्रयत्न उच्चवर्णीय मध्यमवर्गीय हितसंबंधांना प्राधान्य देणारे होते. म्हणून तर तत्कालीन सुधारणांचे सारे प्रश्न खऱ्या अर्थाने 'सामाजिक' नसून ते उच्चवर्णीयांचे 'कौटुंबिक' प्रश्न असल्याची तक्रार पुढे डॉ. बाबासाहेब आंबेडकरांनी केली.[१५४]

४.५ अर्थकारण

१९ व्या शतकात ब्रिटिश अंमलाखाली मध्ययुगीन सरंजामशाही अर्थव्यवस्थेकडून आधुनिक व्यापारवादी-भांडवलशाही अर्थव्यवस्थेच्या दिशेने स्थित्यंतर घडू लागले. या स्थित्यंतराची जाणीव महाराष्ट्रातील मध्यमवर्गाला होती. मध्यमवर्गीय विचारवंतानी तत्कालीन स्थित्यंतराची व इंग्रजांच्या अर्थनीतीची चिकित्सा केली, कठोर आत्मपरीक्षण केले, देशोन्नतीचे विचार मांडले आणि आर्थिक राष्ट्रवादाला चालना दिली. या काळात महाराष्ट्रात घडणाऱ्या प्रत्येक आर्थिक घडामोडीत वा बदलात मध्यमवर्गीयांचा प्रत्यक्ष सहभाग होता असे नाही; किंबहुना त्यांच्यापेक्षा इंग्रज शासकांचा व धनाढ्य वर्गाचा वाटा अनेक बाबतीत मोठा होता. परंतु

आर्थिक परिवर्तनाची वैचारिक पायाभरणी मध्यमवर्गीय विचारवंतांनी केली. अशी भूमिका पार पाडणारे बुद्धिमंत सत्तासंरचनेत महत्त्वाचे ठरतात. महाराष्ट्रातील मध्यमवर्गीयांकडे समाजाचे धुरीणत्व येण्यात त्यांचे अर्थकारण हा महत्त्वपूर्ण घटक ठरला.[१५५]

१९ व्या शतकात देशाच्या व्यापारी-औद्योगिक प्रगतीत मुंबई शहर अग्रेसर बनले. या गोष्टीचे समर्पक वर्णन आगरकरांनी पुढील शब्दांत केले होते - "ज्याप्रमाणे जड वस्तूंत, गुरुत्वाकर्षणाचा एक बिंदु असतो, त्याप्रमाणें या इलाख्यांत, किंबहुना या देशांत, मुंबई शहर संपत्त्याकर्षणाचे आद्य स्थान होऊन बसले आहे. या इलाख्यांतील बहुतेक संपत्ति, बहुतेक शहाणपण, बहुतेक कारखाने, बहुतेक व्यापार व व्यापारी, बहुतेक जातींचे व धर्मांचे लोक - सारे मुंबईत भरले आहेत."[१५६] भारतातील पहिली रेल्वे (१८५३) आणि पहिली कापडगिरणी (१८५४) मुंबईला सुरू झाली. मुंबईत १८५४ साली एक कागद-गिरणी सुरू झाल्याचा उल्लेखही आढळतो.[१५७] १८९४-९५ मध्ये संपूर्ण भारतातील १४४ कापडगिरण्यांपैकी १०० मुंबई इलाख्यात, तर त्यांपैकी ६७ मुंबई शहरात होत्या.[१५८] सार्वजनिक काका म्हणजे १८७२-७३ पासूनच 'स्वदेशीचा उघड प्रचार करणारे भारतातील पहिले क्रियाशील देशभक्त' होते; या काळातील 'पुणे देशी व्यापारोत्तेजक मंडळी' चे संस्थापकही तेच होते.[१५९] 'औद्योगिक परिषदे'चा राष्ट्रीय उपक्रम सुरू करण्यात (१८९१) पुण्याने पुढाकार घेतला.[१६०] 'भारतातील आधुनिक उद्योगधंद्यांचे प्रवर्तक' म्हणून ओळखल्या जाणाऱ्या जमशेटजी टाटांचे (१८३९-१९०४) कर्तृत्व १९ व्या शतकाच्या उत्तरकालात मुंबईत बहरू लागले. एकंदरीत, महाराष्ट्रातून देशाला औद्योगिक नेतृत्व लाभू लागले. अर्थात विशेष महत्त्वाची बाब म्हणजे मध्यमवर्गीय अभिजनांच्या रूपाने महाराष्ट्रातून देशाला अर्थशास्त्रीय आणि आर्थिक राष्ट्रवादी नेतृत्व लाभले. या संदर्भात हरी केशवजी, रामकृष्ण विश्वनाथ, भाऊ महाजन, भास्कर पांडुरंग, लोकहितवादी, कृष्णशास्त्री चिपळूणकर, दादाभाई नौरोजी, न्या. रानडे, ग. वा. जोशी (सार्वजनिक काका), महादेव मोरेश्वर कुंटे, ग. व्यं. जोशी, आगरकर, गोखले या विचारवंतांची कामगिरी विशेष उल्लेखनीय होती. या विचारवंतांनी भारताच्या आर्थिक दुरवस्थेची, विशेषत: दारिद्र्याच्या समस्येची आणि इंग्रजांनी चालवलेल्या शोषणाची मीमांसा केली. त्यांनी उपयुक्त ज्ञानाचा, उद्यमशीलतेचा, आधुनिक कारखानदारीचा पुरस्कार केला. स्वदेशीच्या कल्पनेवर भर दिला. इंग्लंडमधील अर्थशास्त्राच्या अभिजात संप्रदायाचे खुल्या व्यापाराचे तत्त्वज्ञान आत्मसात करून भारतीय संदर्भात त्याचे

उपयोजन करण्याचा प्रयत्न केला. महाराष्ट्रापुरता संकुचित विचार न करता देशाच्या संदर्भात त्यांनी आपल्या अर्थशास्त्रीय विचारांची मांडणी केली. १९ व्या शतकाच्या पूर्वार्धातच आधुनिक अर्थशास्त्रीय विचार मांडणारे भास्कर पांडुरंग, भाऊ महाजन व रामकृष्ण विश्वनाथ हे दादाभाईंच्या 'द्रव्यशोषण सिद्धान्ता'चे (Drain Theory) पूर्वसुरी होते, असे ज. वि. नाईक यांचे प्रतिपादन[१६१] स्वीकारार्ह आहे. या 'पूर्वसुरी' मध्ये लोकहितवादींचासुद्धा समावेश करता येईल. नलिनी पंडित यांनी 'भांडवलदारी युगाचा महाराष्ट्रातील अग्रदूत' या शब्दांत रामकृष्ण विश्वनाथ यांचे वर्णन केलेले आहे.[१६२] दादाभाई नौरोजी हे त्यांच्या 'द्रव्यशोषणाच्या (आर्थिक नि:सारणाच्या)[१६३] सिद्धान्ता'मुळे विशेष प्रसिद्ध आहेत. न्या. म. गो. रानडे यांचे वर्णन तर 'भारतीय अर्थशास्त्राचे जनक' असे केले जाते. 'पूर्वसुरी'च्या विचारांना पद्धतशीर शास्त्रीय रूप देण्याचे कार्य दादाभाई व रानडे यांनी केले. या सर्व विचारवंतांनी साम्राज्यवादाची आर्थिक समीक्षा करून एक वैचारिक द्वंद्व आरंभले. ब्रिटिश अर्थनीती भारताच्या कल्याणार्थ असल्याचा दावा किती फोल होता, हे त्यांनी दाखवून दिले. भारताचे दारिद्र्य हे ईश्वरदत्त वा निसर्गदत्त नसून मनुष्यनिर्मित असल्याचे आणि त्यामुळे त्याचे स्पष्टीकरण व निर्मूलन शक्य असल्याचे त्यांनी स्पष्ट केले. ब्रिटिश साम्राज्यवाद व भारतीय जनता यांच्यातील हितसंबंध-विरोध दाखवून देऊन राष्ट्रीय ऐक्याची व आर्थिक विकासाची वैचारिक रणनीती त्यांनी आखली. या विचारवंतांप्रमाणेच अन्य व्यक्ती, वृत्तपत्रे व संस्थांनीसुद्धा आपल्या उक्ती-कृतींतून आर्थिक राष्ट्रवाद व मध्यमवर्गीय आर्थिक हितसंबंध प्रकट केले. त्याच्या काही प्रातिनिधिक उदाहरणांचा निर्देश आवश्यक वाटतो.

बाळशास्त्री जांभेकरांच्या 'दर्पण' ने वेळोवेळी आर्थिक प्रश्नांची दखल घेऊन लोकहिताच्या दृष्टीने त्यांची चर्चा केल्याचे दिसते. उदाहरणार्थ शासकीय खर्च, पतपेढीची आवश्यकता, असे विषय 'दर्पण' ने हाताळले होते.[१६४] 'प्रभाकर'मध्ये व्यापारी हितसंबंध कसे व्यक्त होत होते, हे पाहण्याजोगे आहे. ४ सप्टेंबर १८४२ च्या 'प्रभाकर' मध्ये 'जगत् हितकर्ता' या नावाने सिहोर येथील एका पत्रलेखकाने पुढीलप्रमाणे मागणी केली होती - "प्रभाकरमध्यें जे समाचार लिहिले जातात ते सर्वोपयोगी आहेत. परंतु सावकार लोक या कागदास वांचतात त्याचे उपयोगी नाहीं ह्मणोन मुंबईमध्ये प्रत्येक आठवड्यांत अफीन व कापूस इत्यादी मुख्य वस्तुचा भाव राहत आहेत तो दोनचार ओळीत लिहिल्याने हिंदुस्थानांत सर्व देशचे व्यापारी लोकांचा हित होईल आणिक तुमचे कागदाचाही त्यांस गरज लागेल यास्तव सर्वोपयोगी वस्तुचा भाव लिहिला पाहिजे."[१६५] या मागणीला

प्रतिसाद म्हणून याच अंकात 'प्रभाकर'च्या संपादकांनी लिहिले- "व्यापारसंबंधी बातमी आजपर्यंत आम्ही लिहीत गेलो नाहीं याचे कारण असें कीं आमचे वाचणारांतून बहुतेक असामी किंबहुना सगळेच ह्मटले तरी चिंता नाहीं हे व्यापारी लोक नव्हत तेव्हां त्यांस व्यापारासंबंधीं बातमीचा फारसा उपयोग नाहीं अशी आजपर्यंत आमची समजूत होती. परंतु सिहोर एथील पत्रावरून व्यापारसंबंधी बातमीचाही आमचे कित्येक वाचणारांस उपयोग आहे असें आमचे लक्षांत येऊन याउपर दर आठवड्यास शेवटील पृष्ठावर संक्षेपेंकरून व्यापाराची बातमी आह्मी घालीत जाऊ".[१६६] हे आश्वासन अंमलात आणण्यास 'प्रभाकर' कर्त्यांनी लगेचच सुरुवात केल्याचे पुढील काही अंकांवरून स्पष्ट होते.[१६७] 'प्रभाकर'च्या २० मार्च १८४२ च्या अंकात 'कोणी लिहून पाठवलेला मजकूर' यामध्ये भारताच्या आर्थिक शोषणाविषयी स्पष्ट शब्दांत चर्चा केलेली आढळते. ब्रिटिश लोक विविध मार्गांनी 'हिंदुस्थान लुटून नेतात,' तसेच इंग्लंडमध्ये तयार झालेले कापडचोपड, काचसामान व 'मोटमोटाले तोफांपासून तर टांचण्या सुयापर्यंत' सर्व प्रकारचा व कोट्यवधी रुपयांचा माल येथे खपवतात हे स्पष्ट करून समारोपादाखल असे म्हटलेले आहे की, "...अशा रीतीने हिंदुस्थानची खराबी होत चालली आहे त्यास या गोष्टीचा आमचे सुज्ञ वाचणारांही विचार करावा असी आमची त्यांस प्रार्थना आहे."[१६८] 'द पुना ऑब्झर्वर' या पुण्यातील पहिल्या वृत्तपत्राच्या पहिल्या अंकाच्या (१५ मे १८५२) पहिल्याच पानावरील पुणे-महाबळेश्वर प्रवासाविषयीच्या दोन जाहिराती हौशी पर्यटक-वर्ग वाढू लागल्याच्या द्योतक आहेत. पेस्तोनजी सोराबजी या वाहतूक-व्यावसायिकाने पुणे ते महाबळेश्वर अशा सातारामार्गे प्रवासासाठी आणि परतीच्या प्रवासासाठी घोडागाडीतून प्रवासी व मालवाहतूक सुरू करत असल्याची जाहिरात दिली होती. २५ मे १८५२ पासून सुरू होणाऱ्या या वाहतुकीसाठी आरक्षणाची सोय पुणे, सातारा व महाबळेश्वर अशा तिन्ही ठिकाणी केल्याचे त्यात नमूद केले होते. या जाहिराती शेजारीच पी. आर. डिसूझा या वाहतूक-दलालाची महाबळेश्वर येथील निवास-व्यवस्थेविषयीची जाहिरात छापलेली होती.[१६९] मुंबईच्या पहिल्या कापडगिरणीस प्रत्यक्ष भेट देऊन केलेले सविस्तर वर्णन पुण्याच्या 'ज्ञानप्रकाश' ने १८५६ मध्ये प्रसिद्ध केले होते; त्यात एके ठिकाणी असे म्हटले आहे की, "...जेवढें हें मुंबईचें यंत्र एक दिवसांत सूत काढतें तेवढेंच सूत काढण्यास एक माणूस बसला तर ५० वर्षे लागतील. तेव्हां पन्नास वर्षांचें काम ह्या यंत्रानें एके दिवसांत केलें. तेव्हां या यंत्राची शक्ति किती असेल याचा विचार आमच्या वाचणारांनीं करावा."[१७०] अहमदनगरच्या 'ज्ञानोदय' मध्ये वेळोवेळी

रेल्वेविषयी मजकूर प्रसिद्ध झाल्याचे दिसते. १ जानेवारी १८४६ च्या अंकात रेल्वेच्या भावी आगमनाविषयी असे म्हटले होते की, "थोड्या वेळानंतर लोखंडी रस्त्यांच्या योगानें या देशांतील मोठीं शहरें परस्परांना फार जवळ होतील व त्या रस्त्यांवरून चालणाऱ्या गाड्या गांवोगांवावरून धडाधडां जात असतां त्यांच्या घरघरीनें गांवकरी लोकांची झोप जी अनेक युगांपासून पडत आली आहे ती जाऊन मोठा आचंबा व हुशारी यांस उत्तेजन होईल".[१७१] १६ एप्रिल १८५३ या दिवशी रेल्वे सुरू होताच लगेच २ मे च्या 'ज्ञानोदय'च्या अंकात त्याबाबत मजकूर छापलेला आढळतो. त्यामध्ये दुष्काळ-निवारण, व्यापारवृद्धी, वेगवान वाहतूक, राष्ट्रीय बाजारपेठ, सैन्याच्या जलद हालचाली, इत्यादी संदर्भात रेल्वेचे लाभ 'ज्ञानोदय'कारांनी स्पष्ट केलेले होते.[१७२] १ जानेवारी १८५६ च्या अंकात जोश्याच्या भविष्यासारख्या चालींवर टीका करताना 'ज्ञानोदय'कारांनी 'आमचे भविष्य' म्हणून पुढील आडाखे मांडले होते - "लोखंडी रस्ता व विद्युल्लतायंत्र यांच्या योगानें व्यापार पुष्कळ पसरेल, व लोकांची आबदानी होईल....जे उद्योग करतील त्यांस द्रव्य, प्रतिष्ठा व धन मिळेल."[१७३] १ ऑगस्ट १८५७च्या 'ज्ञानोदय'च्या अंकात 'रेल्वे कंपनीची अव्यवस्था' या शीर्षकाचे पत्र छापलेले आहे. तसेच बायकांसाठी वेगळ्या डब्याची मागणी करणारे पत्रही आहे. त्यावरील संपादकीय भाष्य पुढीलप्रमाणे आहे - "वर रेलवेविषयीं जे लिहिलें आहे ते खरें आहे असें आह्मी आपल्या डोळ्यांनी पाहिलें आणि याप्रमाणें लोकांस दुःख देऊन रेलवेचा कांहीं फायदा होईल असें दिसत नाही."[१७४] १८६८-६९ मध्ये मुंबईच्या 'रास्त गोफ्तार' आणि 'नेटिव ओपिनियन' या वृत्तपत्रांनी देशी उद्योगधंद्यांच्या ऱ्हासाबद्दल टीकास्त्र चालवले होते.[१७५] राष्ट्रीय 'औद्योगिक परिषदे'चा वार्षिक उपक्रम पुण्यासारख्या ठिकाणी सुरू करण्यातल्या 'विरोधाभासा' विषयी टिळकांच्या 'मराठा'ने ६ एप्रिल १८९१ च्या अंकात पुढीलप्रमाणे अर्थपूर्ण भाष्य केले होते– "आम्ही हे मोकळेपणाने मान्य करतो की, पुणे हे काही उत्पादक वा व्यापारी केंद्र नव्हे. त्याची सारी श्रीमंती राजकीय परंपरेत आहे. मुंबई हे पुण्यापेक्षा ऐश्वर्यसंपन्न शहर आहे; पण मुंबईचे व्यापार-धंदेवाले गृहस्थ पूर्णवेळ आपल्या धंद्यांमध्ये लक्ष घालतात. परिणामतः व्यापार-उद्योगाच्या पुनरुथ्थानाची योजना आखण्याचे कार्य दुसऱ्या कोणीतरी करणे भाग आहे."[१७६] वृत्तपत्रांप्रमाणे तत्कालीन अन्य लेखनातसुद्धा आर्थिक विषयाशी संबंधित माहिती व भाष्य आढळते. उदाहरणार्थ, गो. ना. माडगावकर यांच्या 'मुंबईचे वर्णन' (१८६३) या ग्रंथात मुंबईच्या संदर्भात मासिक जन्म-मृत्यू दर (प्रत्येकी २०००), लोकसंख्या (सुमारे ८ लाख), वार्षिक

आयात-निर्यात (प्रत्येकी २१ कोटी रु.) रेल्वे कंपनीचे मासिक उत्पन्न (सु. २ लक्ष रु.), सत्तावन्नच्या उठावामुळे वाढलेले करांचे ओझे, कापूस-व्यापाराची वार्षिक उलाढाल (१५ कोटी रु.), 'लोखंडी सडका' आणि त्यांचे परिणाम, इत्यादी विषयांची चर्चा आढळते.[१७७] 'मनाचाही वेग मोडणाऱ्या आगीच्या गाडी'बाबत उद्धृत केलेले एका कटावातील भाष्य अत्यंत अर्थपूर्ण आहे :

"अजून पसरेल, पिंडिं ब्रह्मांडीं,
वृद्ध तथापी, ह्मणति लबाडी,
गरीबांचा, व्यापार मोडी,
हिंदुस्थाना, दरिद्र जोडी."[१७८]

ब्रिटिश राज्यकर्त्यांच्या आयकर-कायद्याविरूद्ध १८६० साली वसईसारख्या ठिकाणी झालेली तीव्र निदर्शने;[१७९] बाँबे असोसिएशनचे आयकरवाढीविरुद्धचे निवेदन (१८६५); आयकरप्रश्नी १८७० साली या संस्थेने मुंबईच्या टाऊन हॉलमध्ये भरवलेली २००० लोकांची सभा व 'लंडन टाईम्स' ने घेतलेली तिची दखल; १८७० च्या आयकर-कायद्याच्या निमित्ताने बाँबे असोसिएशनने भारताच्या आर्थिक स्थितीविषयी पार्लमेंटला धाडलेले निवेदन व ईस्ट इंडिया असोसिएशनचा याच स्वरूपाचा प्रयत्न,[१८०] अशा घटना म्हणजे तत्कालीन मध्यमवर्गाच्या कृतिशील प्रतिक्रिया होत्या. अमेरिकन यादवी युद्धाच्या काळात (१८६०-६५) भारतीय कापूस-व्यापार प्रचंड तेजीत आला आणि विशेषत: मुंबईत 'शेअरांचा उन्माद' निर्माण झाला. अनेक मध्यमवर्गीयांनी शेअर्समध्ये पैसे गुंतवले, पण युद्धसमाप्तीनंतर शेअर्सचे भाव गडगडले आणि गुंतवणुकदारांना मोठी आर्थिक झळ सोसावी लागली. त्यांमध्ये दादोबा पांडुरंग आणि डॉ. भाऊ दाजी लाड यांचाही समावेश होता.[१८१] १८७२ मध्ये पुण्यात सार्वजनिक काकांनी स्वदेशीची शपथ घेतली आणि स्वदेशीच्या प्रचाराचे व्रत अंगिकारले. स्वत:च्या घरात काही संसारोपयोगी वस्तूंचा छोटा कारखाना उघडला. देशी हातमागांना व स्वदेशीच्या दुकानांना उत्तेजन देण्यासाठी 'पुणे देशी व्यापारोत्तेजक संस्था' स्थापन केली. ठाण्याच्या 'अरुणोदय' पत्रात (८ जून १८७३) 'देशी कागद स्वस्त कसा मिळेल' या विषयावर लेख लिहिला. स्वदेशीच्या प्रचारार्थ वासुदेवशास्त्री खरे यांची कीर्तने घडवून आणली व स्वत: त्यांची साथ केली.[१८२] १९३१ साली गांधीजी खादीचा वेश घालून लंडनच्या गोलमेज परिषदेला गेल्याचे प्रसिद्ध आहे; परंतु त्याच्या ५४ वर्षे आधी सार्वजनिक काका खादीचा वेश परिधान करून 'दिल्ली दरबार'ला

उपस्थित राहिले होते.[१८३] या कालखंडात महाराष्ट्रात अनेक ठिकाणी मध्यमवर्गीय कार्यकर्त्यांनी स्वदेशीचा प्रचार केला आणि छोट्या व गृहोपयोगी वस्तूंचे उत्पादन सुरू केले; त्यांमध्ये वसईच्या गोविंद बाबाजी जोशी यांचे कार्य विशेष उल्लेखनीय होते; त्यांची 'सार्वजनिक पै फंडाची' योजना व त्यावरील पुस्तिका (१८७३) ही भावी काळातील पैसा-फंड योजनेची गंगोत्रीच म्हटली पाहिजे.[१८४] गोविंद बाबजींच्या 'वसई असोसिएशन' ने १८६२ सालीच 'सहकारी पतपेढी' चा प्रयोग केला होता. अरुण जोशी यांच्या मते, ''महाराष्ट्रातील, किंबहुना हिंदुस्थानातील ही पहिली सहकारी पेढी ठरावी.''[१८५]

आतापर्यंत पाहिलेल्या उदाहरणांवरून मध्यमवर्गीयांची अर्थकारणातील भूमिका स्पष्ट होते. तत्कालीन आर्थिक स्थित्यंतराविषयी मध्यमवर्ग जागरूक होता. या स्थित्यंतराद्वारे आपल्या हितसंबंधांचे रक्षण व्हावे, अशी त्याची धडपड होती. साम्राज्यवादाविरूद्धचे आर्थिक राष्ट्रवादी भूमिका-युद्ध पुकारून मध्यमवर्गाने राजकीय चळवळीकडे वाटचाल सुरू केली. तसेच भावी भारतीय भांडवलशाही अर्थव्यवस्थेतील आपल्या प्रभुत्वाची पायाभरणीसुद्धा करून ठेवली. अर्थात महाराष्ट्रातील मध्यमवर्गीय विचारवंतांनी पाश्चात्त्य उदारमतवादी अर्थनीती जशीच्या तशी स्वीकारली नाही. उदाहरणार्थ न्या. रानडे यांना सुखवादावरील भर मान्य नव्हता.[१८६] रानडे, गोखले व गांधी या गुरु-शिष्य परंपरेची नीतिपरायणता या संदर्भात अर्थपूर्ण म्हटली पाहिजे. उदारमतवादी अर्थविचाराला भारतीय रूप देऊ पाहात असल्यामुळेच रानडे यांनी १९ व्या शतकाच्या अस्तकालात भारताच्या 'औद्योगिक मोक्षप्राप्ती'ची (Industrial Salvation) भाषा[१८७] वापरली.

२० व्या शतकातील स्वदेशी व बहिष्काराच्या देशव्यापी चळवळी म्हणजे केवळ स्वातंत्र्य-लढ्यातील राजकीय हत्यार नव्हते. ब्रिटिश साम्राज्यवादाच्या आर्थिक आव्हानाला भारतीयांनी जाणीवपूर्वक दिलेले ते प्रत्युत्तर होते. राजकीय पारतंत्र्याविरुद्ध लढणारे जहाल नेते हे लोकमान्य टिळकांचे रूप सर्वपरिचित आहे. परंतु असा लढा उभारण्यापूर्वीच 'औद्योगिक पारतंत्र्या'ची स्पष्ट जाणीव त्यांनी करून दिली होती.[१८८] किंबहुना या पारतंत्र्याला त्यांनी 'अनिष्ट अवदसा' असेही संबोधले होते.[१८९] विसाव्या शतकातल्या 'चतु:सूत्री'तील स्वदेशी व बहिष्काराचा मंत्र या संदर्भात समजून घेतला पाहिजे. 'चरख्यातून क्रांती घडेल' हा गांधीजींचा आशावाद म्हणजे एक भोळीभाबडी वा विक्षिप्त लहर नव्हती. ती एक ठाम वैचारिक निष्ठा होती. १९ व्या शतकात ब्रिटिश साम्राज्यवादाची जी सखोल अर्थशास्त्रीय चिकित्सा घडली, त्याचे हे २० व्या शतकातील फलित होते. या

संदर्भात हे लक्षात घेतले पाहिजे की, १९ व्या शतकात देशात झालेल्या अर्थशास्त्रीय चिकित्सेत महाराष्ट्रातील मध्यमवर्गीय विचारवंत अग्रस्थानी राहिले.

१३ फेब्रुवारी १८८१ च्या 'मराठा' मध्ये टिळकांनी असे म्हटले होते की, "आपण भांडवलदार आणि उद्योजक बनले पाहिजे... व्यापाऱ्यांचे, यंत्रनिर्मात्यांचे आणि दुकानदारांचे राष्ट्र बनले पाहिजे."[११०] टिळकांचे हे उद्‌गार म्हणजे तत्कालीन महाराष्ट्रीय मध्यमवर्गाच्या भविष्यकालाविषयीच्या कल्पनाचित्राचे सारांशरूप म्हटले पाहिजे.

४.६ राजकारण

राजकारण हे समाजाच्या सत्तासंरचनेत स्थान मिळण्याचे एक महत्त्वाचे साधन आहे. १९ व्या शतकातील मध्यमवर्गाने टप्प्याटप्प्याने व वाढत्या प्रमाणात या साधनाचा वापर करून आपले प्रभुत्व प्रस्थापित केले आणि राष्ट्रीय पातळीवर नेतृत्व मिळवले. पेशवाईच्या पाडावामुळे एतद्देशीय उच्चवर्णीयांच्या हातून प्रत्यक्ष राजकीय सत्ता गेली होती आणि ती लवकर परत मिळण्याची शक्यता नव्हती. अशा परिस्थितीत अपयशाविषयी व दुर्बलतेविषयी आत्मपरीक्षण करून मध्यमवर्गाने नवतेचा स्वीकार केला. राजेशाही व सरंजामशाहीची मध्ययुगीन चौकट झुगारून आधुनिक राष्ट्रवादी उदारमतवादी लोकशाही चौकट त्याने स्वीकारली. मध्यमवर्गीय विचारवंतांनी ब्रिटिश साम्राज्यशाहीचा वैचारिक प्रतिवाद केला; तसेच राज्यकर्त्यांकडून उपलब्ध होऊ लागलेला घटनात्मक अवकाश (Constitutional Space) [१११] रुंदावत नेऊन राष्ट्रीय स्वातंत्र्यलढा संघटित केला. या कामगिरीद्वारे भावी सत्तासंरचनेत अग्रमानांकित होण्याची तयारीही मध्यमवर्गाने करून ठेवली. विविध मध्यमवर्गीय व्यक्ती, गट, संघटना यांच्यामध्ये राजकारणाविषयी एकवाक्यता होती, अशातला भाग नाही. त्यांच्या भूमिका परस्परभिन्न व प्रसंगी परस्परविरोधीसुद्धा होत्या. परंतु बहुतेकांचे उद्दिष्ट मात्र स्वराज्य-सुराज्याचे व त्यावरील मध्यमवर्गीय प्रभुत्वाचे होते. राजकीय चिंतन व लेखन करणारे विचारवंत, काँग्रेसपूर्व राजकीय संघटनांचे नेते, काँग्रेसच्या सनदशीर चळवळीतील नेमस्त व जहाल, दहशतवादी क्रांतिकारक चळवळीतील अतिजहाल, राजकीय चळवळीत भाग न घेणारे बहुजनवादी काँग्रेस-विरोधक आणि राजकीय चळवळीपेक्षा सर्वांगीण समाजसुधारणेला प्राधान्य देणारे अभिजन हे सर्वच मुख्यत: मध्यमवर्गीय होते. या सर्व प्रवाहांचा आणि तत्कालीन राजकीय घडामोडींचा तपशीलवार ऊहापोह येथे अभिप्रेत नाही. फक्त राजकारणाच्या प्रभुत्वक्षेत्रासंदर्भात मध्यमवर्गीयांच्या कामगिरीचा संक्षिप्त परामर्श अभिप्रेत आहे.

ब्रिटिश अंमलाच्या प्रस्थापनेनंतर अवघ्या एका पिढीत लोकशाही व राष्ट्रवादाचा प्रभाव मध्यमवर्गीय विचारवंतांवर पडू लागला. त्याबाबत काही प्रातिनिधिक उदाहरणांचा निर्देश आवश्यक वाटतो. ५ ऑक्टोबर १८३२ च्या 'दर्पण' मध्ये 'इंग्लंड देशांतील राजकीय सुधारणेसंबंधीचें बिल संमत झालें' अशा शीर्षकाचे वृत्त छापलेले होते. त्याच्या समारोपात असे म्हटले होते की, "अशो चांगले रीतीचे पार्लमेंट सभेपासून इंग्लंड देशांत जे कल्याण होईल असे इछित आहेत, त्यांतून कांहीं विभाग या देशासही मिळेल; जेव्हां झरा स्वच्छ होतो, तेव्हां त्यापासून वाहाणारे प्रवाह निर्मळ वाहातात."[१९२] 'प्रभाकर' मध्ये २७ मार्च १८४२ पासून 'ग्रेट ब्रिटन देशाची राजनीति' या शीर्षकाची लेखमाला प्रसिद्ध होऊ लागली; भारतात राजेशाहीखेरीज दुसरी राजनीती माहिती नसल्याचे नमूद करून वाचकांना या लेखमालेद्वारे इंग्लंडच्या लोकशाहीचा परिचय करून देण्यास 'प्रभाकर' कर्त्यांनी सुरुवात केली.[१९३] तसेच आधुनिक लोकशाही व राष्ट्रवादाला चालना देणाऱ्या फ्रेंच राज्यक्रांतीविषयीची लेखमाला 'फ्रेंचांचे बंडाचा वृत्तांत' या शीर्षकाने १० एप्रिल १८४२ पासून 'प्रभाकर'मध्ये प्रसिद्ध होऊ लागली.[१९४] 'प्रभाकर'मध्ये लिहिलेल्या 'शतपत्रां'द्वारे (१८४८-५०) लोकहितवादींनी लोकशाही राज्यपद्धतीचा पुरस्कार केला. २८ मे १८४८ च्या 'राज्यसुधारणा' या शीर्षकाच्या पत्रात, इंग्लंडच्या राणीला अर्ज करून पार्लमेंट मागण्याचे आवाहन त्यांनी देशवासियांना केले. या पार्लमेंटमध्येच जनतेला भेदाभेदविरहित प्रतिनिधित्व मिळावे, अशी त्यांची कल्पना होती.[१९५] १ एप्रिल १८४९ च्या पत्रात त्यांनी अशी अपेक्षा व्यक्त केली की, लोक शहाणे झाले की पार्लमेंट मागतील आणि इंग्रज अन्याय करत राहिले तर ते अमेरिकन लोकांप्रमाणे स्वातंत्र्य पुकारतील.[१९६] १३ मे १८४९ च्या पत्रातसुद्धा लोकहितवादींनी पार्लमेंटच्या मागणीबाबतचे आणि त्या जोडीला औद्योगिक स्वावलंबनाचे आवाहन केलेले दिसते.[१९७] पारंपरिक राजेशाही-सरंजामशाही सत्तेसाठी काही नायकांनी केलेल्या १८५७ च्या उठावाच्या कितीतरी आधी महाराष्ट्रात लोकशाहीची भाषा बोलली जाऊ लागली, हे आतापर्यंतच्या उदाहरणांवरून स्पष्ट होते. १८५७ च्या उठावाविषयी महाराष्ट्रातील मध्यमवर्गीयांच्या प्रतिक्रिया प्रतिकूल होत्या.[१९८] माडगावकरांच्या 'मुंबईचे वर्णन' मधील (१८६३) त्यासंबंधीचा मजकूरसुद्धा याची साक्ष देतो.[१९९] सत्तावन्नच्या उठावकऱ्यांपेक्षा महाराष्ट्रातील मध्यमवर्गीयांची मूल्यसरणी भिन्न व आधुनिक होती.

रामकृष्ण विश्वनाथ, लोकहितवादी, दादाभाई नौरोजी, न्या. रानडे, आगरकर, इत्यादींच्या लेखनातून आर्थिक राष्ट्रवादाचा आविष्कार घडत होता. विष्णुशास्त्री

चिपळूणकर हे महाराष्ट्रातील एक कट्टर राष्ट्रवादी विचारवंत होते. त्यांची 'निबंधमाला' म्हणजे स्वत्वजागृतीचा एक निकराचा प्रयत्न होता. 'इतिहास', 'लोकहितवादी' आणि 'आमच्या देशाची स्थिती' हे त्यांचे निबंध म्हणजे तत्कालीन सुधारणावादाविरुद्धच्या त्यांच्या पुनरुज्जीवनवादी प्रतिक्रियेची काही ठळक उदाहरणे आहेत. आपल्या देशाच्या स्थितीबाबत त्यांनी असे उद्‌गार काढले की, " ...एकंदरींत पाहतां आंतल्या शरीरप्रकृतीस कांहीं धक्का पोंचला आहे असें आम्हांस वाटत नाही".[२००] ते असे मानत होते की, सुधारणा व देशोन्नती म्हणजे राष्ट्राची उत्तम स्थिती आणि अशा उत्तम स्थितीचे पहिले लक्षण म्हणजे देशाभिमान.[२०१] साहजिकच चिपळूणकरांचा पुनरुज्जीवनवाद राष्ट्रवादाकडे वळला. त्यांचा हा वारसा सर्वात समर्थपणे चालवला तो बाळ गंगाधर टिळकांनी होय. चिपळूणकरांविषयी नलिनी पंडित यांनी म्हटल्याप्रमाणे, "आपल्या पूर्वजांचे पराक्रम व कर्तृत्व यांचे वर्णन करून त्यांनी सुशिक्षित मध्यमवर्गीयांचा सामाजिक अहंकार जागृत केला; आणि इंग्रजांच्या मानसिक दास्यातून त्यांना मुक्त केले.... त्यांनी आपल्या वाङ्मयात स्वाभिमान आणि सत्तासंपादन ह्यांच्याइतकाच स्वावलंबन व स्वार्थत्याग ह्यांवरही भर दिला आहे."[२०२] आगरकरांनी जरी राजकीय चळवळीपेक्षा समाजसुधारणेला प्राधान्य दिले, तरी तेसुद्धा कट्टर राष्ट्रवादी होते. किंबहुना गं. बा. सरदार यांनी म्हटल्याप्रमाणे, "जहाल राष्ट्रवादाला सर्वांगीण सुधारणावादाची जोड देऊन आगरकरांनी राष्ट्रवादी तत्त्वविचाराची अधिक शुद्ध व सुदृढ पायावर स्वतंत्रपणे बांधणी केली; आणि त्याची सयुक्तिकता, औचित्य आणि इष्टता लोकांना पटवून देण्यासाठी ते शेवटपर्यंत एकाकी धडपडत राहिले".[२०३] अन्य मध्यमवर्गीय विचारवंतांच्या राष्ट्रवादाविषयी म. फुले यांना जवळीक वाटत नव्हती. मात्र याचा अर्थ ते राष्ट्रवाद-विरोधी होते असा नव्हे. राष्ट्रवाद ही उच्चवर्णीय मक्तेदारी नसून शुद्रातिशूद्रांपर्यंत सर्वांनी एकमय होण्याची आवश्यकता असल्याचे प्रतिपादन त्यांनी केले; "...अठरा धान्यांची एकी होऊन त्याचें चरचरीत कोडबुळे म्हणजे एकमय लोक "Nation" कसें होऊं शकेल?" असा त्यांचा रोखठोक सवाल होता.[२०४]

महाराष्ट्रातील मध्यमवर्गीय विचारवंतांना केवळ राष्ट्रीय पातळीवरील लोकशाही शासनव्यवस्था अभिप्रेत नव्हती. सार्वजनिक जीवनाचे लोकशाहीकरण करण्याची त्यांची धडपड होती. ए. आर. देसाई यांनी प्रतिपादन केल्यानुसार, सामाजिक-धार्मिक सुधारणा-चळवळींद्वारे उदयोन्मुख लोकशाहीचा व राष्ट्रवादाचा आविष्कार घडत होता.[२०५] सामाजिक संस्था व सामाजिक संबंधांचे लोकशाहीकरण करण्याच्या

प्रयत्नांमुळे जातिभेद-विरोध आणि स्त्री-विषयक समताभाव विकसित होऊ लागला. १९ व्या शतकातील मध्यमवर्गीयांच्या बहुमुखी सार्वजनिक कार्यातून लोकशिक्षण घडू लागले व राष्ट्रीय ऐक्यभावाची बांधणी होऊ लागली आणि शतकाअखेरीला त्याची परिणती प्रत्यक्ष राजकीय चळवळीत झाली. १९ व्या शतकाच्या मध्यापासून उदयास येऊ लागलेल्या राजकीय संघटनांवर मध्यमवर्गीय प्रभाव होता. या प्रकारच्या कार्यासाठी वरिष्ठवर्गीयांचे आर्थिक पाठबळ व सामाजिक वजन निश्चितच उपयोगी पडले. तसेच सर्वसामान्यांचा पाठिंबा मिळवण्याचे उद्दिष्टसुद्धा या संघटनांनी ठेवलेले होते. परंतु या संघटनांची वैचारिक बांधणी व क्रियाशील जोपासना मुख्यत: मध्यमवर्गीय अभिजनांनीच केलेली होती. १८५२ मध्ये पुण्यात स्थापन झालेली 'दक्षणी प्रांतस्थ मंडळी' तथा 'द डेक्कन असोसिएशन' ही अल्पजीवी संघटना म्हणजे जुने सरदार-जहागीरदार आणि नवे सुधारकी सुशिक्षित मध्यमवर्गीय यांची 'आवळ्याभोपळ्याची मोट' होती.[२०६] १८५२ मध्ये स्थापन झालेल्या 'बॉंबे असोसिएशन' वर धनाढ्य शेटजी आणि सुशिक्षित बुद्धिमंत यांचा संयुक्त प्रभाव होता; १९ व्या शतकाच्या सातव्या दशकाअखेर बुद्धिमंतांचा प्रभाव वाढलेला होता.[२०७] या दशकात बुद्धिमंतांच्या राजकीय संघटनेची कल्पना वृत्तपत्रांनी उचलून धरलेली होती. त्या पार्श्वभूमीवर दादाभाई नौरोजी यांनी १८६९ मध्ये त्यांच्या ईस्ट इंडिया असोसिएशनची शाखा मुंबई येथे सुरू केली. 'नेहमीसारखा श्रीमंतांवर सगळा भार टाकण्यापेक्षा आपल्या मध्यमवर्गाने आता हा भार उचलायला हवा', या आशयाचे आवाहन त्यांनी यावेळी केले आणि लोकशिक्षण व राष्ट्रोद्धार यांविषयीच्या सुशिक्षितांच्या कर्तव्याची जाणीव त्यांना करून दिली.[२०८] गोविंद बाबाजी जोशी (वसईकर) यांनी स्थापन केलेल्या 'वसई असोसिएशन' (१८६२) आणि 'ठाणा जिल्हा असोसिएशन' (१८६८) या अनुक्रमे स्थानिक-ग्रामीण व जिल्हा पातळीवरील कनिष्ठ मध्यमवर्गीयांच्या संघटना होत्या; त्यांच्याद्वारे व त्यांच्या अवतारसमाप्तीनंतरसुद्धा (१८७७ पर्यंत) बॉंबे असोसिएशनसारख्या संघटनांना पूरक असे कार्य महाराष्ट्रात विविध ठिकाणी घडवून आणण्याचे प्रयत्न गोविंद बाबाजींनी केले.[२०९] १८७० मध्ये स्थापन झालेल्या 'पुणे सार्वजनिक सभे'मध्ये काही सरदार-जहागीरदारांचा समावेश असला, तरी तिची सूत्रे मुख्यत: उच्चवर्णीय सुशिक्षितांच्या व त्यातही वकीलांच्या हाती होती.[२१०] १८८५ मध्ये स्थापन झालेल्या 'द बॉंबे प्रेसिडन्सी असोसिएशन'ला धनिकांचे पाठबळ असले, तरी तिच्यावरसुद्धा मध्यमवर्गीय प्रभुत्व होते.[२११] १८८५ च्या अखेरीस भारतीय राष्ट्रीय सभेची स्थापना मुंबईला झाली. या राष्ट्रव्यापी संघटनेवरसुद्धा उच्चवर्णीय सुशिक्षित

मध्यमवर्गीयांचा प्रभाव होता. ''बंगाली लोक आणि महाराष्ट्रीय ब्राह्मण यांच्याखेरीज काँग्रेसने मंजूर केलेल्या ठरावांचा अन्य कोणत्या वर्गास फायदा होईल...?'' असा १८८८ मध्ये सर सय्यद अहमद खान यांनी विचारलेला प्रश्न,[२१२] म. फुले यांची काँग्रेसवरील टीका[२१३] आणि १८९५ मध्ये काँग्रेस-मंडपासमोर शेतकऱ्याचा पुतळा उभारून भालेकरांनी व्यक्त केलेला निषेध[२१४] या सर्व गोष्टी अर्थपूर्ण म्हटल्या पाहिजेत. काँग्रेसचे हे मध्यमवर्गीय रूप म्हणजे त्या काळाची मर्यादा होती. काँग्रेसच्या स्थापनेत व कार्यात महाराष्ट्रातील नेत्यांचा पुढाकार होता. दादाभाई, रानडे, भांडारकर, तेलंग, मेहता, वाच्छा, तैयबजी, चंदावरकर, गोखले, टिळक इत्यादींची भूमिका या संदर्भात उल्लेखनीय होती.

आतापर्यंत उल्लेख केलेल्या सर्व राजकीय संघटनांचे समान वैशिष्ट्य म्हणजे त्यांचा कारभार लिखित वा अलिखित घटनाबद्ध नियमांनुसार लोकशाही पद्धतीने चालत असे, त्यांच्या मागण्यांचे स्वरूप लोकशाहीप्रधान होते आणि त्यांचे मार्ग सनदशीर होते.

केवळ राजकीयच नव्हे, तर एखाद्या आर्थिक संस्थेच्या कार्यालाही कशी घटनात्मक चौकट होती, याचे एक उदाहरण म्हणजे 'दि बॉंबे पेपर मॅन्युफॅक्चरिंग कंपनी'. या कंपनीच्या स्थापना-सभेचा अहवाल (१३ सप्टें. १८५४) या दृष्टीने अर्थपूर्ण आहे.[२१५] संस्थात्मक व्यवहारात लोकशाही प्रथा कशा रुजू लागल्या होत्या, याचे आणखी एक उदाहरण नमूद करण्याजोगे आहे. मुंबईच्या 'बोर्ड ऑफ एज्युकेशन'चे एक सभासद महंमद इब्राहिम मकबा हे १८५२ मध्ये निवृत्त झाल्यावर त्यांच्या जागेवर एल्फिन्स्टन इन्स्टिट्यूशनने डॉ. भाऊ दाजींना निवडून दिले.[२१६]

१९ व्या शतकाच्या उत्तरार्धात स्थानिक स्वराज्यसंस्था आणि प्रांतिक व मध्यवर्ती कायदेमंडळ यांमध्ये भारतीयांना जो मर्यादित सहभाग प्राप्त झाला, त्याचा लाभ मध्यमवर्गीयांनी उठवला. अशा सहभागातून आणि आपापल्या संघटनांच्या कार्यातून एकीकडे ते राजकीय शिक्षण घेत होते आणि दुसरीकडे लोकांना असे शिक्षण देत होते. वैधानिक मंडळांमधील वरिष्ठवर्गीयांचा सहभाग शोभेपुरता असे, तर मध्यमवर्गीयांचा सहभाग मात्र क्रियाशील असे. १८६२ ते १८९१ या काळातील मुंबई प्रांतिक विधिमंडळातील एतद्देशीय सदस्यांची यादी[२१७] पाहिली असता असे आढळते की एकूण ४४ पैकी १८ सदस्य व्यापारक्षेत्रातील आणि ७ सदस्य शासकीय नोकरपेशातील होते. याचा अर्थ मध्यमवर्गीयांचे प्रमाण मोठे होते. त्यांचा सहभागसुद्धा अधिक क्रियाशील व फलदायी होता.[२१८] मुंबई शहराच्या

स्थानिक प्रशासनात निवडणुकीचे तत्त्व लागू झाले, तेव्हा आर्थिक परिस्थितीवर आधारित असा मर्यादित मताधिकार होता. तो अधिक रुंदावत जावा यासाठी मध्यमवर्गीयांनी प्रयत्न केले. परंतु प्रत्यक्षात तसे झाल्यावर अभिजनवर्चस्वाला ग्रहण लागू लागले. या पार्श्वभूमीवर मुंबईतील अभिजन नेतृत्वाने स्थानिक पातळीकडून राष्ट्रीय पातळीवर आपले लक्ष वळवले [२१९] आणि समाजातील आपला राजकीय प्रभाव टिकवून धरला.

राजकीय धुरीणत्वासाठी लोकसंग्रहाची आवश्यकता १९ व्या शतकाच्या उत्तरकाळात काही मध्यमवर्गीय नेत्यांना जाणवू लागली होती. या संदर्भात रानडे आणि टिळक यांचा विशेष उल्लेख केला पाहिजे. रानड्यांचा वावर प्राधान्याने अभिजन-वर्तुळात असला आणि शासकीय नोकरी करणारे नेमस्त रानडे शासनाला नेहमी आर्जवी आवाहने करत असले, तरी लोकशिक्षणावर व लोकसंघटनावरसुद्धा त्यांचा भर होता, हे विसरून चालणार नाही. त्यांच्या विचार व कार्याला लोकप्रिय भागवत-धर्माची बैठक होती. सार्वजनिक कार्य करणाऱ्या बहुविध संस्थांचे जाळे त्यांनी विणले. रानड्यांच्या लोकशिक्षणाच्या दृष्टीची साक्ष देणारे एक उदाहरण लक्षात घेण्याजोगे आहे. 'सार्वजनिक सभे'ने मोठ्या परिश्रमपूर्वक तयार केलेल्या एका निवेदनाला सरकारने फक्त दोन ओळींचे उत्तर दिले (१८९१) तेव्हा 'सभे'चे तरुण कार्यवाह गोपाळ कृष्ण गोखले वैफल्यग्रस्त झाले. त्यावेळी न्या. रानडे त्यांना म्हणाले की, "आपल्या देशाच्या इतिहासातील आपले स्थान तुम्ही ओळखलेले दिसत नाही. ही निवदेने सकृद्दर्शनी सरकारला उद्देशून असली, तरी खरे तर ती जनसामान्यांना उद्देशून लिहिलेली आहेत, की जेणेकरून अशा बाबींचा विचार कसा करावा हे त्यांनी शिकावे. अन्य कोणत्याही फलाची अपेक्षा न धरता अनेक वर्षे हे काम केले पाहिजे. कारण या प्रकारच्या राजकारणाची ओळख आपल्या मातृभूमीला नव्यानेच होत आहे."[२२०] गोखले हे रानड्यांचे शिष्य असले आणि त्यांना लोकहिताची कळकळ असली, तरी लोकसंग्रहात ते कमी पडले.[२२१] याउलट रानडे यांच्याशी ज्यांचे अनेक बाबतीत मतभेद होते, त्या टिळकांनी लोकसंग्रहाचे महत्त्व बरोबर जाणले होते. न्या. रानडे यांच्यावरील 'केसरी' मधील मृत्युलेखात (२२ जानेवारी १९०१) 'महाराष्ट्ररूपी थंड गोळ्याला सर्वांगाने ऊब देणाऱ्या' न्यायमूर्तींचे वर्णन टिळकांनी 'सर्वज्ञः सहि माधवः' या शब्दांत केले,[२२२] हे स्वाभाविक म्हटले पाहिजे. चिपळूणकरांच्या भावनाप्रधान राष्ट्रवादाला टिळकांच्या रूपाने वास्तववादी नेतृत्वाची जोड मिळाली. वेळप्रसंगी संस्थानिक, वतनदार, खोत, सावकार असे पारंपरिक धनिक आणि कारखानदारांसारखे

नवोदित धनिक या सर्वांची कड घेण्यास टिळकांनी मागेपुढे पाहिले नाही. सनातनी उच्चवर्णीयांची वकिलीही त्यांनी उघडपणे केली होती; तरीही ते 'लोकमान्य' बनले, 'तेल्यातांबोळ्यांचे पुढारी' म्हणून ओळखले गेले [२२३] आणि महाराष्ट्राबाहेरही लोकप्रिय बनले, हे अर्थपूर्ण होय. ''एकराष्ट्रीयत्व म्हणजे कांहीं दृश्य पदार्थ नव्हे. ही एक प्रकारची कल्पना असून ती सतत जागृत ठेविली तरच ती टिकण्यासारखी आहे...,'' [२२४] असे मानणाऱ्या टिळकांनी त्याचा एक मार्ग म्हणून सार्वजनिक गणेशोत्सव (१८९४) व शिवाजी-उत्सव (१८९५) सुरू केले. 'केसरी' चा वाचकवर्ग केवळ इंग्रजी शिकलेल्या लोकांपेक्षा विस्तृत असून त्याच्या समजुतीही जमेस धरणे आवश्यक असल्याचे टिळकांचे मत होते.[२२५] पुढे २० व्या शतकात स्वातंत्र्यचळवळीचे 'टिळक-युग' निर्माण झाले, टिळकांच्या अटकेनंतर मुंबईतील कामगार उत्स्फूर्तपणे संपावर गेले आणि लखनौ-काँग्रेस व खिलाफत चळवळीच्या निमित्ताने टिळकांनी हिंदु-मुस्लिम ऐक्याचे प्रयत्न केले, हे सर्व १९ व्या शतकाअखेरीस विकसित होऊ लागलेली त्यांची नेतृत्वशैली लक्षात घेता सुसंगतच वाटते. वर्गमेळाद्वारे धुरीणत्व राखण्याच्या मध्यमवर्गीय प्रवृत्तीचे टिळक हे त्या काळातील सर्वात यशस्वी उदाहरण म्हणता येईल.

४.७ साहित्य-संस्कृती

संस्कृती हे समाजजीवनापासून तुटलेले स्वयंभू व स्वायत्त बेट नसते, तर ती मूलतः सामाजिक निर्मिती आणि सामाजिक शक्ती असते. कोणत्याही समाजातील अधिशास्ता वर्ग आपली मूल्ये व आपले विचार संस्कृतीद्वारे समाजात पसरवतो आणि आपले धुरीणत्व समाजसंमत बनवतो. या धुरीणत्वाला आव्हान देण्याची प्रक्रियासुद्धा संस्कृतीच्या रणभूमीवर साकार होते. अभ्यासाच्या व आकलनाच्या सोयीसाठी सामाजिक, राजकीय, आर्थिक, सांस्कृतिक असे मानवी जीवनाचे विभाजन आपण करत असलो, तरी मूलतः मानवी जीवन हे समग्र आणि व्यामिश्र असते. त्यामुळे समाजाच्या स्थितिगतीचा कप्पेबंद पद्धतीने केलेला विचार अत्यंत अपुरा ठरतो. समाजजीवनाच्या विभिन्न क्षेत्रांचे परस्परांवर घडणारे परिणाम समजावून घेणे ही समाजशास्त्रीय अभ्यासातील एक अनिवार्य गोष्ट आहे. म्हणूनच १९ व्या शतकातील महाराष्ट्रामधील मध्यमवर्गाचा अभ्यास करताना साहित्य-संस्कृतीच्या प्रभुत्व-क्षेत्राची दखल घेणे आवश्यक वाटते.[२२६] शिक्षण आणि पत्रकारिता यांचा निर्देश प्रस्तुत प्रबंधात वेळोवेळी केलेला असल्याने त्यांबाबतची पुनरुक्ती अनावश्यक आहे. त्यामुळे येथे मुख्यतः इतिहासलेखन, साहित्य, नाट्यकला

यांविषयी व सार्वजनिक कार्यासाठी सांस्कृतिक माध्यमांच्या वापरासंदर्भात संक्षिप्तपणे काही मुद्दे मांडलेले आहेत.

इतिहासाविषयीचे जबरदस्त आकर्षण हे १९ व्या शतकातील महाराष्ट्राचे एक वैशिष्ट्य होते. 'मराठ्यांच्या इतिहासाची साधने' या ग्रंथमालेच्या पहिल्या खंडाच्या प्रस्तावनेत वि. का. राजवाडे यांनी असे म्हटले होते की, "येणेंप्रमाणें साठपासष्टांत इतिहासाच्या आस्थेची जी एक लाट उसळली ती अजून म्हणजे १८९८ तहि चढत्या प्रमाणावर आहे व पुढेंहि अशीच चढती राहील असा तर्क आहे."[२२७] या कालखंडात मोठ्या प्रमाणात इतिहास-लेखन व ऐतिहासिक ललित-साहित्य निर्माण झाले. हे लेखन प्राय: मध्यमवर्गीयांनी केलेले आणि मध्यमवर्गीय प्रेरणा व प्रवृत्तींचे दर्शन घडवणारे होते. मराठीत प्रसिद्ध झालेल्या इतिहासविषयक पुस्तकांची संख्या १८०० ते १८७४ या कालखंडात सुमारे ६० इतकी होती.[२२८] १८७५ ते १८८० या काळात १८, १८८१ ते १८९० पर्यंत ३०, तर १८९१ ते १९०० पर्यंत ६२ इतिहास-विषयक पुस्तके मराठीत प्रसिद्ध झाली.[२२९] बाळशास्त्री जांभेकर, लोकहितवादी, न्या. म. गो. रानडे, रा. गो. भांडारकर, नी. ज. कीर्तने, न्या. कृ. त्र्यं. तेलंग, विष्णुशास्त्री चिपळूणकर, का. ना. साने, वासुदेवशास्त्री खरे, राजारामशास्त्री भागवत, द. ब. पारसनीस, वि. का. राजवाडे, गो. स. सरदेसाई, अशांची इतिहास-लेखनविषयक कामगिरी महत्त्वपूर्ण होती.[२३०] त्यांचे प्रत्येकाचे व्यक्तिनिहाय मूल्यमापन येथे अभिप्रेत नाही. काही अर्थपूर्ण गोष्टींचा निर्देश मात्र आवश्यक वाटतो. इतिहासाचा पाठपुरावा करण्याच्या वृत्तीला तत्कालीन मध्यमवर्गाच्या समस्या व प्रेरणांनी जन्म दिला. "सर्व इतिहास हा समकालीन आहे" या क्रोचेच्या आणि "इतिहास लिहिणे हाच इतिहास घडवण्याचा मार्ग आहे" या ओकेशॉटच्या विधानाचा[२३१] मथितार्थ लक्षात घेतला तर १९ व्या शतकातील मध्यमवर्गीयांच्या इतिहासप्रेमाचा उलगडा होऊ शकतो. सत्ताभ्रष्टतेच्या शल्यातून महाराष्ट्रात नवे स्वत्वसंशोधन सुरू झाले. सत्ताभ्रष्टांच्या वर्गाधिष्ठित मानसिकतेतून इतिहासप्रेमाचा उद्रेक झाला आणि मराठी अस्मिता जोपासणे हे महाराष्ट्रातील इतिहासलेखनाचे उद्दिष्ट बनले. अरविंद देशपांडे यांनी म्हटल्याप्रमाणे, "...विश्लेषणाऐवजी विवेचन आणि विवेकाऐवजी अभिनिवेश हे मराठी इतिहासलेखनाचे व्यवच्छेदक घटक बनले."[२३२] मराठ्यांच्या इतिहासाला तात्त्विक अधिष्ठान देणारे न्या. रानडे आणि शास्त्रीय इतिहासलेखनाचा पाया घालणारे राजवाडे यांनीसुद्धा अस्मितावादी चौकटीतील इतिहासलेखन केले. "जुनी परंपरा आणि नव्या आशा यांचे संमेलन घडवणे आणि त्यांमध्ये फूट पडलेली दिसू नये

अशी प्रयत्नांची दिशा राखणे''[२३३] हा रानड्यांच्या उदारमतवादी विचार व कार्याचा गाभा होता. त्यांचा इतिहासविचार व इतिहासलेखन या गाभ्याशीच निगडित आहे. (१) ब्रिटिश वर्चस्व आणि पाश्चात्त्यांच्या इतिहासलेखनाचा साम्राज्यवादी दृष्टिकोन यांच्याविरुद्ध राष्ट्रीयत्वाची भावना, (२) ब्राह्मणेतर चळवळीच्या सामाजिक आव्हानाविरुद्ध ब्राह्मणी अस्मिता आणि (३) मुस्लिमांच्या राजकीय आव्हानाविरुद्ध हिंदुत्वाभिमान - या गोष्टी जोपासण्याच्या प्रतिक्रियात्मक प्रक्रिया १९ व्या शतकाअखेरीला आणि २० व्या शतकाच्या आरंभी महाराष्ट्रातील इतिहासलेखनात व इतिहासविचारात दिसून येतात. या गोष्टी तत्कालीन उच्चवर्णीय मध्यमवर्गीय हितसंबंधांना पोषक होत्या. म. फुले हे रूढार्थाने इतिहासकार मानले जात नसले, तरी प्रति-संस्कृती निर्माण करण्याच्या त्यांच्या धडपडीत त्यांनी वेळोवेळी इतिहासमीमांसा केली आणि बहुजनवादी ऐतिहासिक मिथकीकरणाला गती दिली.

एकीकडे इतिहासाचे नवे भान निर्माण होत असतानाच १८६१ मध्ये वि. ज. कीर्तने लिखित 'थोरले माधवराव पेशवे' हे मराठीतील पहिले ऐतिहासिक नाटक प्रसिद्ध झाले. १८६९ मध्ये म. फुले यांचा 'छत्रपती शिवाजी राजे भोसले यांचा पवाडा' व महादेव मोरेश्वर कुंटे यांचे 'राजा शिवाजी' हे खंडकाव्य प्रसिद्ध झाले. तसेच १८७१ मध्ये रा. भि. गुंजीकरलिखित 'मोचनगड' ही मराठीतील पहिली ऐतिहासिक कादंबरी प्रसिद्ध झाली. हा वाङ्मयप्रकार १९ व्या शतकाअखेरीला हरिभाऊ आपटे यांनी अधिक समृद्ध केला. ऐतिहासिक ललित-साहित्य म्हणजे इतिहासविषयक तत्कालीन मानसिकतेचाच एक आविष्कार होता. नवी स्वत्वनिर्मिती, नवी मूल्यसरणी, राष्ट्रवाद, मध्यमवर्गीय हितसंबंध, मध्यमवर्गीय पलायनवाद या सर्वांचे कमीअधिक दर्शन या लेखनातून घडते.

तत्कालीन महाराष्ट्रातील मध्यमवर्गीयांची इतिहासविषयक भावना इतिहासाचार्य राजवाडे यांच्या शब्दांत व्यक्त झाली आहे- ''असो. राजे निजले आहेत, जहागिरदार डुलक्या घेत आहेत आणि इनामदार झोपा काढीत आहेत. ते जागे होईतावत्कालपर्यंत, जागे झालेले मध्यम स्थितीतील जे आपण त्यांनी राष्ट्राच्या या पितरांचे स्मरण कायम ठेवले पाहिजे. आपले सामर्थ्य यद्यपि जुजबी आहे, तत्रापि या पुण्यकर्माच्या प्रीत्यर्थ ते खर्चिले पाहिजे.''[२३४] राजवाडे ज्याला 'पुण्यकर्म' म्हणतात तेच तत्कालीन अभिजनांचे प्रभुत्वमार्गी 'वर्गकर्म' होते, असे म्हणता येईल.

१९ व्या शतकातल्या महाराष्ट्रातील विज्ञान-विषयक लेखन-चिंतन हीसुद्धा प्राधान्याने तत्कालीन महाराष्ट्रातील अभिजनवर्गाची कामगिरी व मक्तेदारी ठरली.[२३५]

भारतातील आणि महाराष्ट्रातील बदलत्या वास्तवाचे व समाजविचाराचे

तत्कालीन साहित्याशी काही नाते होते. १९ व्या शतकात आधुनिक भारतीय साहित्याचे युग सुरू झाले. बदलत्या काळानुसार साहित्यिकांनी नवा आशय आणि नवे घाट स्वीकारले. निसर्गवाद, इहवाद, मानवतावाद, राष्ट्रवाद अशा विचारप्रणालींचा प्रभाव साहित्यात जाणवू लागला. तसे पाहिले तर मानवतावादाची परंपरा भारतात पूर्वीपासून होती; पण मानवतावादातील भौतिक आशय हे आधुनिक साहित्याचे वैशिष्ट्य ठरले. साहित्यातील विविध प्रकारचे बदल हा राष्ट्रवादाच्या उदयप्रक्रियेचा एक भाग होता, असे म्हणता येईल. साहित्याच्या माध्यमातून नवशिक्षित मध्यमवर्गाच्या सुधारणावादी व राष्ट्रवादी आकांक्षा व्यक्त होऊ लागल्या. सामाजिक परिवर्तनातून नव्या साहित्याच्या निर्मितीला जशी चालना मिळाली, तसाच नव्या साहित्यानेसुद्धा सामाजिक परिवर्तनाला हातभार लावला. अखिल भारतीय जागृतीमध्ये जसा साहित्याचा वाटा होता, तसाच काही समस्यांच्या निर्मितीतसुद्धा अपरिहार्यतेने साहित्याचा काही वाटा होता. या जागृतीचे आणि समस्यांचे पडसादही साहित्यात उमटत होते. १९ व्या शतकातील, विशेषत: त्याच्या उत्तराकालातील भारतीय साहित्याची ही वैशिष्ट्ये तत्कालीन मराठी साहित्यातसुद्धा प्रकर्षाने दिसून येतात.

१९ व्या शतकात महाराष्ट्रातील बदलत्या वातावरणाचे पडसाद मराठी साहित्यात उमटू लागले. निव्वळ पुराण-कीर्तनांच्या श्रोतृवर्गाऐवजी नव्या वाचकवर्गाचा उदय; साहित्यातील वाढता ऐहिक आशय; भाषांतराला आलेले महत्त्व; वृत्तपत्रीय वाङ्मयाचा विकास; निबंध या वाङ्मयप्रकाराचा वाढता उपयोग; संपर्क-सुलभ व अनौपचारिक अशा संवादमाध्यमाचा विशेषत: ब्राह्मणेतर साहित्यिकांनी केलेला वापर; विनोद व उपहासाचा वाढता वापर; काव्याच्या आशय व घाटांमध्ये घडत गेलेले बदल; 'नावल' तथा कादंबरी या वाङ्मयप्रकाराचा उदय; निसर्गवादी मानवतावादासारख्या पाश्चात्त्य संकल्पनांचा आणि इंग्रजी वाङ्मयाचा प्रभाव; परंपरा व परिवर्तन यांच्यातील द्वंद्वाचे साहित्यात उमटू लागलेले पडसाद, अशा विविध घटकांमधून साहित्यक्षेत्रातील परिवर्तनाची, तसेच समाजविचार व समाजबदलाशी असणाऱ्या त्याच्या नात्याची कल्पना येऊ शकते.

महाराष्ट्रातील सामाजिक अंत:सत्त्वाच्या निर्मितीत आणि निर्देशनात साहित्याचा निश्चितपणे वाटा होता. रानडे, चिपळूणकर, फुले व आगरकर यांनी प्रतिनिधित्व केलेले महाराष्ट्रातील प्रमुख विचारप्रवाह वैचारिक वाङ्मयाद्वारे महाराष्ट्रात रुजत होते. हे लक्षात घेता, एक सामाजिक शक्ती म्हणून साहित्याकडे पाहता येते. केवळ वैचारिक नव्हे, तर ललित-वाङ्मयातसुद्धा सामाजिक सहेतुकता प्रत्ययाला

येते. कोंडो सखाराम घाटेलिखित 'अफझलखानाच्या मृत्यूचे नाटक' (१८७१), 'नीलदर्पण' या बंगाली नाटकाचे (१८६०) मोरो विठ्ठल वाळवेकर-कृत मराठी भाषांतर (१८७२), महादेव विठ्ठल रहाळकर यांची 'नारायणराव आणि गोदावरी' ही कादंबरी (१८७९) किंवा हरिभाऊ आपटे यांची 'मधली स्थिती' ही कादंबरी (१८८५) अशा ललितकृतींच्या प्रस्तावना सामाजिक सहेतुकतेची साक्ष देतात. १९ व्या शतकाच्या उत्तरार्धात मराठी साहित्याला समाजाभिमुख वळण कसे मिळत होते, याची काही विशेष उल्लेखनीय उदाहरणे म्हणजे म. फुले यांचे विद्रोही वाङ्मय, चिपळूणकरांचे निबंध, केशवसुतांची कविता, हरिभाऊ आपटे यांच्या कादंबऱ्या, किर्लोस्कर-देवलांची नाटके आणि श्री. कृ. कोल्हटकरांचा विनोद ही होत. मध्यमवर्गातील सनातनी व सुधारक गटांमधील संघर्षाचे प्रतिबिंब मराठी साहित्यात उमटत होते. सामाजिक मूल्ये आणि समाजरचना यांच्याशी संबंधित सर्व लढे साहित्यक्षेत्रातही लढले गेले. सुधारणावादाची बलस्थाने आणि मर्यादा साहित्यकृतींमध्ये उतरल्या. मराठी साहित्यात बदलत्या सामाजिक संबंधांचे, गट-रचनेचे आणि गट-संबंधांचे पडसाद उमटत होते. ब्रिटिश अंमलाखाली महाराष्ट्रातील सामाजिक संघटनात नवे ताण उत्पन्न झाले. उच्चवर्णीय अभिजन आणि नवजागृत बहुजन असे दोन गट मध्यमवर्गांतर्गत पुढे आले होते. एकीकडे अभिजनवर्गाने सांस्कृतिक प्रभावाचे जाळे पसरायला सुरुवात केली, तर दुसरीकडे बहुजनांच्या उर्ध्वगामी हालचालींचा दबाव वाढू लागला. यामुळे मध्यमवर्गांतर्गत उद्‌भवलेल्या मर्यादित स्वरुपाच्या संघर्षाचे पडसाद तत्कालीन साहित्यात उमटू लागले. १८७३ मध्ये प्रसिद्ध झालेला 'गुलामगिरी' हा म. फुल्यांचा ग्रंथ आणि त्याच्या पुढच्या वर्षी प्रसिद्ध होऊ लागलेली विष्णुशास्त्री चिपळूणकरांची 'निबंधमाला' हे अनुक्रमे नवजागृत बहुजन आणि प्रस्थापित अभिजन यांच्या साहित्याचे ठळक आविष्कार होते. येथून पुढे या दोन गटांमधील परस्परविरोध तीव्र बनत गेला. १८८५ मधील ग्रंथकारसंमेलनप्रसंगीचे म. फुल्यांचे 'मराठी ग्रंथकारसभेस पत्र'[२३६] म्हणजे या परस्परविरोधाचा उत्कृष्ट नमुना होय. अभिजनांमध्ये सनातनी व सुधारक असे गट पडले होते. सनातनी तर प्राय: बहुजनविरोधी होते आणि सुधारकांच्या मध्यमवर्गीय मर्यादांमुळे तेसुद्धा बहुजनसमाजाविषयी फार तर सहानुभूती बाळगण्यापलीकडे काही साधू शकले नाहीत. वरिष्ठ वर्णीय-जातीय कोशातून बाहेर पडून बहुजनहिताच्या क्रांतिकारी परिवर्तनाला चालना देणे त्यांना शक्य झाले नाही. १९ व्या शतकाच्या उत्तरकालात एकीकडे राष्ट्रवादी राजकारणापुढे समाजसुधारणावाद मागे पडू लागला, तर दुसरीकडे बहुजनवादी सत्यशोधक

सुधारणावादाचा आरंभीचा जोम ओसरू लागला. या सर्व प्रक्रियांमधून निर्माण झालेल्या ताणांचे वातावरण १९ व्या शतकाअखेरीस आणि २० व्या शतकारंभी दिसून येते. मध्यमवर्गीय प्रभावाखालील तत्कालीन मराठी साहित्यात या सर्व प्रक्रियेचे मानसशास्त्रीय अवशेष आढळतात. दि. के. बेडेकरांनी ज्यांना 'युगमानसाचे कवी' म्हटले आहे,[२३७] त्या केशवसुतांची कविता या संदर्भात विशेष अर्थपूर्ण आहे.[२३८]

नाटक हा जसा वाङ्मयप्रकार आहे, तशीच ती जनसमूहासमोर सादर करण्याची कला आहे. त्यामुळे नाटकाद्वारे होणारे सामाजिक-राजकीय संज्ञापन विशेष अर्थपूर्ण असते. या माध्यमाने १९ व्या शतकात आधुनिक रूप धारण केले.[२३९] महाराष्ट्रातील इंग्रज आणि त्यांच्या संपर्काने पुढारलेले पारशी वगैरे उच्चभ्रू लोक नाट्यकलेचा आस्वाद घेऊ लागले होते. उदाहरणार्थ, मुंबई अभिलेखागारातील 'बॉंबे थिएटर' विषयीच्या १८१६ ते १८३० या कालखंडाच्या मूळ साधनांच्या दोन धारिकांवरून असे दिसते की, 'बॉंबे थिएटर' हे इलाख्यातील सर्वात जुने नाट्यगृह असून तेथे वेळोवेळी इंग्रजी नाटकांचे प्रयोग होत असत.[२४०] 'मुंबईचे वर्णन' (१८६३) मध्ये माडगावकर म्हणतात, "सन १८४० त इंग्रज लोकांनी ग्रँट रोड या ठिकाणी एक नाटकशाळा बांधिली. तिचें नाव थिएटर. एथें पूर्वी फक्त इंग्रज लोकांचींच नाटकें होत असत. परंतु हल्लीं मुंबईमध्ये लोकांस नाटकाचा नाद फार लागल्यामुळें ह्या ठिकाणीं हिंदू व पारशी लोकांचीं नाटकें होऊं लागलीं."[२४१] 'द पूना ऑब्झर्वर'च्या पहिल्याच अंकात (१५ मे १८५२) खडकी येथील नाट्यगृहातील इंग्रजी नाट्यप्रयोगांविषयीचा वृत्तांत आढळतो.[२४२] १८६७ च्या सुमारास एल्फिन्स्टन कॉलेजच्या विद्यार्थ्यांनी केलेल्या 'शाकुंतल'च्या इंग्रजी नाट्यप्रयोगाविषयी 'मराठी रंगभूमि' या पुस्तकात लिहिताना आप्पाजी विष्णु कुळकर्णी यांनी असे म्हटले आहे की, "नाट्यकलेकडे मुंबईतील नव्या सुशिक्षित विद्वानांचे व कॉलेजांतील प्रौढ विद्यार्थ्यांचे जसे लक्ष लागले होते तसेच पुण्यातील लोकांचे व विद्यार्थ्यांचेही लागले होते."[२४३] 'दर्पण'च्या १७ फेब्रुवारी १८३२ च्या अंकातील 'कलकत्त्यामध्यें हिंदु नाटकशाळा चालू झाली' या शीर्षकाच्या वृत्तांतापासून[२४४] 'केसरी'त १८८१ च्या नोव्हेंबर-डिसेंबरमध्ये प्रसिद्ध झालेल्या 'नाटकें करावीं कीं करूं नयेत?' या शीर्षकाच्या विष्णुशास्त्री चिपळूणकरांच्या लेखमालेपर्यंत[२४५] नाट्यविषयक लेखनाची जी उदाहरणे आढळतात, ती नाट्यविषयक आकर्षणाची व मध्यमवर्गीय प्रभावाची द्योतक आहेत. १८४३ साली सांगली येथे विष्णुदास भावे यांच्या 'सीतास्वयंवर' या नाट्यप्रयोगाने आधुनिक मराठी रंगभूमीचा

प्रारंभ झाला. रंगभूमीच्या या उदयकालात जत्रा, लळित, तमाशा इत्यादी लोककलांना हीन लेखून नाट्यकलेचे श्रेष्ठत्व सांगण्याची वृत्ती मध्यमवर्गीय विचारवंतांमध्ये आढळून येते. कलाकत्त्याच्या नाटकशाळेविषयीच्या वृत्तांताच्या समारोपात 'दर्पणकार' म्हणतात की, "...या नाटकांपासून जें मनोरंजन होईल तेणेंकरून देशांतील अभद्र जात्रा इत्यादि समारंभ बंद होतील."[२४६] 'मराठी रंगभूमीचे जनक' विष्णुदास भावे यांनी स्वत: असे नमूद केले होते की, "महाराष्ट्र देशांत उत्सवात, लळितप्रसंगी व तमाशांत मात्र सोंगें घेऊन कांहीं हास्यकारक बीभत्स प्रहसनें होत. परंतु ही नाट्यकला त्यांस माहीत नव्हती."[२४७] विष्णुदासांच्या 'सांगलीकर-मंडळी'चे कौतुक करताना 'ज्ञानप्रकाश'ने (१८५६) तमाशे, लळिते यांमध्ये हलकटपणा बहुत होतो, अशी तक्रार केली.[२४८] 'केसरी'तील लेखमालेत विष्णुशास्त्रींनीसुद्धा नाट्यकलेचा गौरव करताना तमाशा व लळित हे दोन्ही प्रकार 'हलकटपणाचे, विचकट व गांवढळ' असल्याचे म्हटले आणि त्यांच्या प्रेक्षकांना 'जाड्याभरड्या अभिरुचीचे निव्वळ ग्राम्य मनुष्य' संबोधले; तसेच 'राष्ट्राच्या कर्मणुकी सुधारणेंसाठी विद्वान् मंडळींना' नाट्य-अभिरुची वाढवण्याबाबत आवाहन केले.[२४९] या सर्व उदाहरणांवरून नाटक हे अभिजनवर्गाचे माध्यम म्हणून पुढे आले, हे स्पष्ट होते. स्वाभाविकपणे या वर्गाचा सुधारणावाद आणि राष्ट्रवाद त्या माध्यमाद्वारे प्रकट होऊ लागला. या संदर्भात नमुन्यादाखल दोन उदाहरणांचा निर्देश करता येईल. गोविंद बल्लाळ देवल यांचे 'शारदा' (१८९९) हे जरठकुमारी-विवाहावरील नाटक विशेष प्रसिद्ध आहे. पण १८९१च्या 'संमती-वयाच्या कायद्या'बाबत जो वाद झाला, त्या पार्श्वभूमीवर जरठकुमारी-विवाह-निषेध हा विषय असलेली 'शारदा' व्यतिरिक्त अनेक सामाजिक नाटके मराठीत लिहिली गेली.[२५०] 'कीचकवध' (१९०७) हे कृ. प्र. खाडिलकरांचे वंग-भंगाच्या पार्श्वभूमीवरचे नाटक विशेष प्रसिद्ध आहे. पण १९ व्या शतकाच्या अखेरीस व २० व्या शतकाच्या आरंभकालात लोकमान्य टिळकांचे विचार व राजकीय कार्यक्रम यांचा पुरस्कार करणारी अनेक नाटके पुढे आली आणि त्यातील काहींवर सरकारने बंदीसुद्धा घातली.[२५१] एकंदरीत नाटक हे मध्यमवर्गीय प्रभुत्वाचे व आविष्काराचे एक प्रभावी साधन बनले.

नाटकाप्रमाणेच पद्याचे लोकव्यवहारातील छंद, भजन, कीर्तन, उत्सव इत्यादी सांस्कृतिक माध्यमांचा वापरसुद्धा मध्यमवर्गाने केल्याचे आढळते. दादोबा पांडुरंग, महात्मा फुले, विष्णुशास्त्री पंडित, कृष्णराव भालेकर यांनी आपले सुधारणावादी विचार मांडण्यासाठी अभंग या लोकप्रिय माध्यमाचा वापर केला. भजन व कीर्तन ही लोकसंवादाची माध्यमे परमहंस सभा, प्रार्थना समाज, सार्वजनिक सभा,

सत्यशोधक समाज या सर्वच सुधारणावादी संघटनांनी वापरली. संतांचा भागवत-धर्म हा प्रार्थना समाजाचा पाया असल्याचे प्रतिपादन न्या. रानडे हे करत असत.[२५२] प्रार्थना समाजाचे आणखी एक नेते डॉ. रा. गो. भांडारकर यांच्या अध्यक्षतेखाली 'तुकाराम सोसायटी' स्थापन झाली. तिच्या वतीने संत तुकारामांच्या अभंगांवर चर्चा होत असे, चर्चेची वृत्ते 'सुबोधपत्रिके'त प्रसिद्ध होत असत. या सोसायटीने १८०० अभंगांवर चर्चा केली आणि त्यांपैकी ९०० अभंग दोन खंडांमध्ये प्रसिद्ध करण्यात आले.[२५३] केशवसुत, हरिभाऊ आपटे, रेव्हरंड ना. वा. टिळक या ललित लेखकांवरसुद्धा संत-साहित्याचा प्रभाव दिसून येतो. 'स्वदेशी'च्या प्रचारार्थ जशी सार्वजनिक काकांनी कीर्तने घडवून आणली, तसेच विविध जातींच्या स्त्रियांना एकत्र आणून जागृती घडवण्याच्या इच्छेने त्यांनी 'सार्वजनिक हळदीकुंकू' सुद्धा (१८७३) आयोजित केले.[२५४] लोकजागृतीसाठी टिळकांनी गणेशोत्सव (१८९४) आणि शिवाजी-उत्सव (१८९५) सुरू केल्याची उदाहरणे प्रसिद्धच आहेत. गणेशोत्सवातील 'मेळे' हे त्यांतील गाण्यांद्वारे विचारांचा प्रसार करण्याचे महत्त्वपूर्ण साधन बनले. वृत्तपत्र-रुपी 'बृहत्तर जिव्हे'च्या जोडीला या सर्व सांस्कृतिक साधनांद्वारे मध्यमवर्गाने समाजावर आपल्या विचारांचे व मूल्यसरणीचे जाळे पसरले आणि सांस्कृतिक प्रभुत्व प्रस्थापित केले.

अशा रीतीने शिक्षण, प्रशासन, समाजकारण, अर्थकारण, राजकारण आणि साहित्य-संस्कृती या प्रभुत्व-क्षेत्रांवर ताबा मिळवून महाराष्ट्रातील नवोदित मध्यमवर्गाने प्रबोधनावर आणि १९ व्या शतकाच्या इतिहासावर आपली मुद्रा उमटवली. या वर्गाने केवळ प्रांतिक समाजाला नव्हे, तर देशालासुद्धा नेतृत्व पुरवले. हे सर्व मध्यमवर्गीय कर्तृत्व व प्रभुत्व म्हणजे ऐतिहासिक अपघात नसून ते एक स्वाभाविक वास्तव होते.

□

संदर्भ आणि टिपा

१ पाहा - प्रकरण १, मुद्दा क्र. १.३, पृ. ५ ते ९.

२. बा. द. सातोस्कर, पूर्वोक्त, पृ. ४, ५, १६.

३. ...*जांभेकर,* खं. २, पृ. ९.

४. कित्ता, पृ. १३-१४.

५. कित्ता, पृ. ३.

६. कित्ता, पृ. २०९-११.

७. अ. का. प्रियोळकर, *दादोबा...*, पृ. ३८४-९३.

८. समाविष्ट दि. के. बेडेकर (संपा.), पूर्वोक्त, पृ. १-४२.
९. *समग्र फुले*, पृ. ६५५.
१०. *समग्र लोकहितवादी*, खं. १, पृ. २६-२७, ५७, १६१-६२.
११. रा. श्री. जोग (संपा.), *म. वा. इ.*, खं. ५, भा. २, पृ. १५३-५७.
१२. *समग्र लोकहितवादी*, खं. १, पृ. २७.
१३. जोग (संपा.), पूर्वोक्त, पृ. १५४.
१४. भ. श्री. पंडित (संपा.), पूर्वोक्त, पृ. १२७-२८.
१५. जोग (संपा.), पूर्वोक्त, पृ. १७९, ८१.
१६. *Ranade : M. W.*, pp. 1-56.
१७. Ranade, *Rise...* .
१८. *न्या. मा. गो. रानडे यांनी दिलेली व्यापारासंबंधी व्याख्यानें [१८७२-७३]*, पुणे, १९६३, पृ. ५८-५९. (येथून पुढे या ग्रंथाचा उल्लेख *'रानडे : व्यापारासंबंधी व्याख्याने'* असा केलेला आहे.)
१९ *समग्र टिळक*, खं. ४, पृ. २२६.
२०. घटनांची वर्षे पुढील कालपटाच्या आधारे :
म. श्री. दीक्षित, *एकोणिसाव्या शतकातील महाराष्ट्र : एक दृष्टिक्षेप*, पूर्वोक्त.
२१. इंग्रजी भाषेत १९ व्या शतकात रूढ झालेल्या 'Elite' या शब्दाचा मराठी प्रतिशब्द म्हणून 'अभिजन' हा शब्द योजलेला आहे. हा शब्द समाजातील वेचक, वेधक, निवडक भाग दर्शवतो, असे त्याच्या शब्दकोशीय अर्थावरून म्हणता येईल. उदाहरणार्थ पहा - *The Shorter Oxford English Dictionary on Historical Principles*, Vol. I, Oxford, 1980, p. 640.
या इंग्रजी शब्दासाठी वेगवेगळे अभ्यासक विविध मराठी शब्द वापरतात. उदाहरणार्थ य. दि. फडके यांनी 'शिष्टजन' असा शब्द वापरला आहे. पाहा - फडके, *वि. श. म.*, खं. १, प्रस्तावना, पृ. सोळा.
अरुण टिकेकर यांनी 'अभिजन' (Traditional Elite) आणि 'महाजन' (Modern Elite) असे दोन शब्द वापरले आहेत. पाहा - अरुण टिकेकर, *जन-मन*, पुणे, १९९५, पृ. २१६.
प्रस्तुत प्रबंधात मात्र 'अभिजन' हा शब्द योजलेला आहे. परंपरेतील ग्राह्यांश टिकवून आधुनिकतेचा स्वीकार करू पाहणारे महाराष्ट्रातील मध्यमवर्गीय बुद्धिमंत 'अभिजन' या शब्दात अभिप्रेत आहेत.
२२ पाहा - प्रकरण २, मुद्दा २.४, पृ. ५६-५७.
प्रकरण ३, मुद्दा क्र. ३.३, पृ. ८१-८२; मुद्दा क्र. ३.४, पृ. ९१.

२३. *सरदार, फुले...,* पृ. २१४-१५.
२४. सरदार, *रानडे...,* पृ. ९३-९५.
२५. स. गं. मालशे (संपा.), *कै. ताराबाई शिंदे-कृत स्त्रीपुरुष-तुलना,* मुंबई, १९७५, पृ. १२, १४. (येथून पुढे या पुस्तकाचा उल्लेख *'स्त्रीपुरुष-तुलना'* असा केला आहे.)
२६. फडके, *शोध : बाळ-गोपाळांचा,* पृ. २६.
२७. (१) कित्ता, पृ. २५-२६, ५५.
(२) सरदार, *आगरकर...,* पृ. १०७-१५.
(३) नलिनी पंडित, पूर्वोक्त, पृ. ६९.
२८. *आगरकर ले. सं.,* पृ. १००.
२९. कित्ता, पृ. १०१.
३०. अधिक तपशीलांसाठी पाहा -
नलिनी पंडित, पूर्वोक्त, पृ. ४३-४६. शिवाय -
मालशे, *गतशतक शोधिताना,* लेख क्र. ९.
Dobbin, op. cit., pp. 59, 79, 89, 94-96, 172, 202.
Sumit Sarkar, *Modern India : 1885-1947*, Madras, 1986, p. 69.
३१. पाहा - प्रकरण ३, मुद्दा क्र. ३.४, पृ. ८९-९०.
३२. *प्रभाकर,* २ जानेवारी १८४२, पु. १, का. ११, पृ. ८६-८७ आणि १६ जानेवारी १८४२, पु. १., का. १३, पृ. १०३.
३३. भा. पां. हिवाळे (संपा.), पूर्वोक्त, पृ. ३४-३५.
३४. प्रियोळकर, *दादोबा...,* पृ. १९-२०, २८.
३५. Dobbin, op. cit., pp. 88-89.
३६. Ibid., pp. 95-96.
३७. Ibid., p. 253.
३८. नलिनी पंडित, पूर्वोक्त, पृ. ४४.
३९. जावडेकर, पूर्वोक्त, पृ. १३९.
४०. अधिक माहितीसाठी पाहा - अरुण जोशी, पूर्वोक्त.
४१. उदाहरणार्थ पाहा - २० डिसें. १८९२ रोजी 'केसरी'त लिहिलेला 'शेतकऱ्यांच्या कमिशनने काय केले?' या शीर्षकाचा अग्रलेख.
समग्र टिळक, खं. ३, पृ. ३००-३०३.
४२. उदाहरणार्थ पाहा - दुष्काळग्रस्त विणकरांना दिलासा देण्यासंदर्भात टिळकांनी मुंबई शासनाशी केलेला पत्रव्यवहार.
Samagra Lokamanya Tilak, Vol. 7, Poona, 1975, pp. 350-56.

४३. उदाहरणार्थ पाहा - मुंबई प्रांतिक सभेच्या चौथ्या अधिवेशनात पुणे येथे ११ मे १८९१ रोजी टिळकांनी मांडलेला ठराव.
समग्र टिळक, खं. ६, पृ. ३९६.

४४. य. दि. फडके, *व्यक्ती आणि विचार*, पुणे, १९७९, लेख क्र. ५, पृ. ४१-६४.

४५. ह. श्री. शेणोलीकर, 'महाराष्ट्रातील सुधारणावादाची शोकांतिका', समाविष्ट भा. शं. भणगे (संपा.), *साहित्यविचार आणि समाजचिंतन*, मुंबई, १९६८, पृ. १७९.

४६. नलिनी पंडित, पूर्वोक्त, पृ. १६१-६३.

४७. शेणोलीकर, पूर्वोक्त, पृ. १८०.

४८. जावडेकर, पूर्वोक्त, पृ. ८६.

४९. सरदार, *आगरकर...*, पृ. १८७.

५०. दुर्गा भागवत, *राजारामशास्त्री भागवत यांचे निवडक साहित्य*, प्रस्तावना खंड (खंड ६), पुणे, १९७९, पृ. ८९.

५१. सरदार, *आगरकर...*, पृ. १७७.

५२. जावडेकर, पूर्वोक्त, पृ. १०२.

५३. (म. गो. रानडे), *न्या. मू. महादेव गोविंद रानडे ह्यांचीं धर्मपर व्याख्यानें*, मुंबई, १९०२, पृ. ३२५. (येथून पुढे या ग्रंथाचा उल्लेख *'धर्मपर व्याख्याने'* असा केलेला आहे.)

५४. जोग (संपा.), *म. वा. इ.*, खं. ४, पृ. ३९.

५५. बनहट्टी (संपा.), *विष्णुपदी*, खं. १, पृ. ७६.

५६. कित्ता, खं. २, पृ. ६६.

५७. सरदार, *अर्वाचीन मराठी गद्याची पूर्वपीठिका*, पृ. ११.

५८. *शतपत्रे*, पृ. ७०.

५९. पाहा - प्रकरण ३, मुद्दा क्र. ३.४, पृ. ९७-९८.

६०. Eric Stokes, op. cit., pp. 57, 324.

६१. *जांभेकर*, खं. २, पृ. ५०-५७.

६२. कित्ता, पृ. ९० आणि ९१ यांच्यामधील पानांवर छापलेल्या छायाप्रतींमधील अनुक्रमणिकेवरून.

६३. *प्रभाकर*, पु. १, का. १५, ३० जाने. १८४२, पृ. ११६-१८.

६४. कित्ता, पु. १, का. ३२, २९ मे १८४२, पृ. २५२.

६५. कित्ता, पु. १, का. ३८, १० जुलै १८४२, पृ. २९९-३००.

६६. प्रियोळकर, *दादोबा...*, पृ. ४०३-४.

६७. *शतपत्रे*, जागोजाग, विशेषत: 'विद्या' या विभागातील २३ पत्रे, पृ. ५९-१११.

६८. कित्ता, अनुक्रमे पृ. ९९, २३३, २८३.

६९. *समग्र लोकहितवादी,* खं. १, पृ. २७, ३८०.
७०. अधिक संदर्भासाठी पाहा -
सरदार, *फुले...,* पृ. ६२-६५, १९६-२०५.
७१. *समग्र फुले,* पृ. २५३.
७२. *आगरकर ले. सं.,* पृ. १६९.
७३. कुमार केतकर, पूर्वोक्त, पृ. १६६.
७४. जोग (संपा.), *म. वा. इ.,* खं. ५., भा. १, पृ. २१.
७५. उदाहरणार्थ पाहा - Dobbin, op. cit., pp. 165-172.
७६. *प्रभाकर,* पु. १, का. १३, १६ जानेवारी १८४२, पृ. १०४.
७७. *शतपत्रे,* पृ. ८७.
७८. कित्ता, पृ. १०९.
७९. कित्ता, पृ. २८३.
८०. *समग्र लोकहितवादी,* खं. १, पृ. २०३.
८१. *आगरकर ले. सं.,* पृ. १५२-५३.
८२. *समग्र फुले,* पृ. २२९-४४, ७१३-२५.
८३. कित्ता, पृ. २१०-११.
८४. कित्ता, पृ. ३२१-२२.
८५. पाहा - प्रकरण २ : मुद्दा क्र. २.३, पृ. ५२.
प्रकरण ३ : मुद्दा क्र. ३.२, पृ. ७५; मुद्दा क्र. ३.३, पृ. ७९-८०;
मुद्दा क्र. ३.४, पृ. ८६.
८६. पाहा - प्रकरण ३ : मुद्दा क्र. ३.४, पृ. ९९-१००.
८७. संदर्भासाठी मूळ आकडेवारी पाहा
– कित्ता.
८८. B. B. Misra, op. cit., p. 308.
८९. Ibid.
९०. *...जांभेकर,* खं. २, पृ. ३०-३७.
९१. हिवाळे (संपा.), पूर्वोक्त, पृ. २६.
९२. मालशे, *गतशतक शोधिताना,* पृ. १००.
९३. फडके, *वि. श. म.,* खं. १, पृ. ७५.
९४. *समग्र लोकहितवादी,* खं. १, पृ. ९०.
९५. *आगरकर ले. सं.,* पृ. ३४७-५०.
९६. Dobbin, op. cit., p. 33.
९७. Ibid., p. 169.
९८. Ibid., pp. 165-66.

९९. Ibid., p. 167.
१००. गं. दे. खानोलकर, पूर्वोक्त लेखांक ९, *महाराष्ट्र टाइम्स,* १७ जानेवारी १९८८, पृ. आठ.
१०१. जोग (संपा.), *म. वा. इ.,* खं. ५, भा. १, पृ. ४२३ वर उद्धृत.
१०२. उदाहरणार्थ पाहा - *समग्र फुले,* २७१, २७७, ३०४.
१०३. उदाहरणार्थ पाहा - कित्ता, पृ. १७७, १९०, ३२०.
१०४. जोग (संपा.), पूर्वोक्त, पृ. ४२४-२५.
१०५. *समग्र लोकहितवादी,* खं. १, पृ. १६१-७०.
१०६. कित्ता, पृ. १६४-६५.
१०७. कित्ता, पृ. १८०.
१०८. सरदार, *रानडे...,* पृ. ३२-३३.
१०९. A. R. Desai, *Social Background of Indian Nationalism,* Bombay, 1984, p. 241.
११०. *शतपत्रे,* पृ. १५५-५६.
१११. जावडेकर, पूर्वोक्त, पृ. ४५ वर उद्धृत.
११२. सरदार, *रानडे...,* पृ. २२.
११३. पाहा - जावडेकर, पूर्वोक्त, पृ. ७८ वर उद्धृत केलेले न. र. फाटक यांचे विधान.
११४. *धर्मपर व्याख्याने,* पृ. ३१०.
११५. सरदार, *रानडे...,* पृ. ६१-६२.
११६. अधिक संदर्भासाठी पाहा - जावडेकर, पूर्वोक्त, पृ. १०२-३.
११७. *धर्मपर व्याख्याने,* पृ. ८६.
११८. जावडेकर, पूर्वोक्त, पृ. १०४.
११९. *विष्णुपदी,* खं. ३, उपोद्घात, पृ. २७-२८.
१२०. उदाहरणार्थ पाहा - फडके, *शोध...,* पृ. २१-२२, २८.
१२१. सरदार, *फुले...,* पृ. २१४ वर उद्धृत.
१२२. पाहा - कित्ता, प्रकरण पाचवे : सार्वजनिक सत्यधर्म.
शिवाय, *समग्र फुले,* 'सार्वजनीक सत्य धर्मपुस्तक', विशेषत: त्यातील 'सत्य' हा भाग, पृ. ४९८-५०४.
१२३. *समग्र फुले,* पृ. ५३५-३८.
१२४. कित्ता, पृ. १९२.
१२५. उदाहरणार्थ पाहा - कित्ता, 'नीति' ही काव्यरचना, पृ. ५४५-४६.
१२६. सरदार, *फुले...,* पृ. १२४-२७.

१२७. अधिक माहितीसाठी पाहा - सरदार, *आगरकर...*, प्रकरण तिसरे : धर्मचिकित्सा. शिवाय, जावडेकर, पूर्वोक्त, पृ. २२१-२३.
१२८. माडगांवकर, पूर्वोक्त, पृ. ५.
१२९. *समग्र लोकहितवादी*, खं. १, पृ. २००-२०१.
१३०. फडके, *व्यक्ती आणि विचार*, पृ. ४२ वर उद्धृत.
१३१. सुनंदा देशपांडे, *गोपाळ गणेश आगरकर*, पुणे, १९८३, पृ. १७३ वरून उद्धृत.
१३२. अधिक तपशीलांसाठी पाहा - सुमंत आणि पुंडे (संपा.), पूर्वोक्त, विशेषत: प्रस्तावना.
शिवाय, राजा दीक्षित, *इतिहास, समाजविचार आणि केशवसुत*, पूर्वोक्त, पृ. ३२-३३.
१३३. सुमंत व पुंडे (संपा.), पूर्वोक्त, प्रस्तावना, पृ. सात.
१३४. *शतपत्रे*, पृ. २५९.
१३५. कित्ता, पृ. १५६.
१३६. फडके, *वि. श. म.*, खं. १, पृ. ४८ वर उद्धृत.
१३७. J. V. Naik, 'Bhau Mahajan and his Prabhakar, Dhumketu and Dnyan Darshan : A Study in Maharashtrian Response to British Rule' in N. K. Wagle (ed.), *Writers, Editors and Reformers : Social and Political Transformation of Maharashtra, 1830-1930*, New Delhi, 1999, p. 76.
१३८. Ibid.
१३९. *विष्णुपदी*, खं. ३, 'लोकहितवादी' या शीर्षकाचे लेख, पृ. ४०-७९.
१४०. कित्ता, उपोद्घात, पृ. ३८-४३.
शिवाय, नलिनी पंडित, पूर्वोक्त, पृ. ५१-५३.
१४१. *विष्णुपदी*, खं. ३, पृ. १७५-८०.
१४२. कित्ता, पृ. २३९.
१४३. नलिनी पंडित, पूर्वोक्त, पृ. ७९, १६१.
१४४. *समग्र लोकहितवादी*, खं. १, पृ. २०१.
१४५. राजारामशास्त्रींचे विचार सुधारणावादी असले तरी प्रथम पुनर्लग्नाला त्यांचा विरोध होता. परंतु १९०५ च्या सुमारास मात्र त्यांच्या या मतात पूर्ण परिवर्तन होऊन ते विधवा-विवाहाचे पुरस्कर्ते बनले. पाहा - दुर्गा भागवत, पूर्वोक्त, पृ. २७-२९.
१४६. अधिक संदर्भासाठी पाहा - चित्रा नाईक, 'समाजसुधारणा व भारतीय स्त्री-जीवन', समाविष्ट भा. शं. भणगे (संपा.), *साहित्यविचार आणि समाजचिंतन*, पूर्वोक्त, पृ. ३५७-६४.

गं. बा. सरदार, *महाराष्ट्राचे उपेक्षित मानकरी*, पुणे, १९५१, प्रकरणे ४ व ५.
सरदार, *आगरकर...*, प्रकरण ६, पृ. ११६-२९.
राजा दीक्षित, '१९ व्या शतकातल्या महाराष्ट्रातील स्त्री-जीवन : तळाकडून इतिहास?', *पुणे विद्यापीठ वार्ता*, महिला सबलीकरण विशेषांक, अंक २८, पुणे, एप्रिल-मे-जून २००२, पृ. ६-१२.

१४७. *आगरकर ले. सं.*, विभाग ३, लेख ११.

१४८. कित्ता, पृ. १७१.

१४९. *समग्र फुले*, पृ. ४४६.

१५०. *स्त्रीपुरुष-तुलना*, प्रस्तावना, पृ. ८.

१५१. *समग्र फुले*, पृ. ३७३.

१५२. सरदार, *रानडे...*, पृ. ९३.

१५३. जावडेकर, पूर्वोक्त, पृ. ७७.

१५४. ह. श्री. शेणोलीकर, पूर्वोक्त, पृ. १७४-७५.

१५५. या मुद्याची चर्चा मुख्यत: पुढील संदर्भांच्या आधारे केलेली आहे –
बेडेकर (संपा.), *चार जुने मराठी अर्थशास्त्रीय ग्रंथ.* शिवाय -
समग्र लोकहितवादी, खं. १.
रानडे : व्यापारासंबंधी व्याख्याने.
आगरकर ले. सं., विभाग ५.
Bipan Chandra, Mridula Mukherjee, Aditya Mukherjee, K. N. Panikkar and Sucheta Mahajan, *India's Struggle for Independence,* New Delhi, 1989, Chapter 7.
Ravindra Lonkar, 'Evolution of the Economic Thought in Maharashtra (1818-1854)', in Shrikant Paranjpe, Raja Dixit and C. R. Das (ed.), *Western India : History, Society and Culture,* (Dr. Arvind Deshpande Felicitation Volume), Pune, 1997, pp. 31-39.

१५६. *आगरकर ले. सं.*, पृ. ३०६.

१५७. प्रियोळकर, *भाऊ दाजी*, पृ. १४१-४३.

१५८. D. R. Gadgil, *The Industrial Evolution of India in Recent Times : 1860-1939,* New Delhi, 1982, p. 77.

१५९. म. श्री. दीक्षित, *सार्वजनिक काका*, पृ. २७.

१६०. Sumit Sarkar, op. cit., p. 69.

१६१. J. V. Naik, *Nationalism in India and Canada : An Overview,* (Presidential Address : Section IV : Countries Other Than India : Indian History Congress : 53rd Session), Warangal, 1993, pp. 8-10.

१६२. नलिनी पंडित, पूर्वोक्त, पृ. १८.

१६३. १७ डिसेंबर १९०१ च्या 'केसरी'च्या अग्रलेखात टिळकांनी यासाठी 'हिंदुस्थानच्या द्रव्याची पावडेओढ' असा शब्दप्रयोग वापरला होता. पाहा - *समग्र टिळक,* खं. ३, पृ. ५१.

१६४. ...*जांभेकर,* खं. २, अनुक्रमे पृ. २०-२१, १०४-०५, ११२-१४, १३९.

१६५. *प्रभाकर,* ४ सप्टेंबर १८४२, पु. १, का. ४६, पृ. ३६१.

१६६. कित्ता, पृ. ३६८.

१६७. उदाहरणार्थ पाहा -
प्रभाकर -
११ सप्टेंबर १८४२, पु. १, का. ४७, पृ. ३७६.
१८ सप्टेंबर १८४२, पु. १, का. ४८, पृ. ३८४.
२५ सप्टेंबर १८४२, पु. १, का. ४९, पृ. ३९२.
२ ऑक्टोबर १८४२, पु. १, का. ५०, पृ. ४००.

१६८. कित्ता, २० मार्च १८४२, पु. १, का. २२, पृ. १७४-७५.

१६९. *The Poona Observer,* Vol. I, No. I, 15th May 1852, Poona, p. 1.

१७०. माडगांवकर, पूर्वोक्त, पृ. २३६ वर उद्धृत.

१७१. भा. पां. हिवाळे (संपा.), पूर्वोक्त, पृ. १३.

१७२. कित्ता, पृ. १९६.

१७३. कित्ता, पृ. ६३.

१७४. कित्ता, पृ. १९६-९७.

१७५. Dobbin, op. cit., pp. 96-97.

१७६. "Poona is, we freely admit, not a manufacturing or commercial centre. It is rich... in political traditions.... Bombay is richer than Poona, but the attention as well as the time of our Bombay commercial men, is entirely taken up by their pursuits, and in consequece the work of formulating a scheme of commercial revival must be done by other hands". Cited in Sumit Sarkar, op. cit., p. 69. (मराठी भाषांतर प्रबंध - लेखकाचे).

१७७. माडगांवकर, पूर्वोक्त, अनुक्रमे पृ. ७१, ११३, १६६-६७, १७४, २२१, २२९-३२.

१७८. कित्ता, पृ. २३१.

१७९. अरुण जोशी, पूर्वोक्त, पृ. २५-२६.

१८०. Dobbin, op. cit., pp. 88, 90-93.

१८१. प्रियोळकर, *दादोबा...*, पृ. २७५-८१. शिवाय -
Dobbin, op. cit., p. 131.
१८२. म. श्री. दीक्षित, *सार्वजनिक काका*, पृ. २६-२७.
१८३. कुमार केतकर, पूर्वोक्त, पृ. ६७-६८.
१८४. अरुण जोशी, पूर्वोक्त, पृ. ८६-९२.
१८५. कित्ता, पृ. २५-२६.
१८६. सरदार, *रानडे...*, पृ. ८९.
१८७. Cited in Gadgil, op. cit., p. 82.
१८८. पाहा - *समग्र टिळक*, खं. ३, २५ सप्टेंबर १८९४ चा अग्रलेख, पृ. ६८१-८५.
१८९ कित्ता, पृ. ६८१.
१९०. "We must become capitalists and enterprisers... a nation of traders, machine-makers, and shopkeepers". Cited in Sumit Sarkar, op. cit., pp. 86-87. (मराठी भाषांतर प्रबंध-लेखकाचे).
१९१ Bipan Chandra et al., op. cit., p. 13.
१९२. ...*जांभेकर*, खं. २, पृ. ६३.
१९३. *प्रभाकर*, २७ मार्च १८४२, पु. १, का. २३, पृ. १७७-८०.
१९४. कित्ता, १० एप्रिल १८४२, पु. १, का. २५, पृ. १९५-९७.
१९५. *शतपत्रे*, पृ. २८७-९१.
१९६. कित्ता, पृ. ३१५.
१९७. कित्ता, पृ. ३१७.
१९८. ह. श्री. शेणोलीकर आणि प्र. न. देशपांडे, पूर्वोक्त, पृ. २२६-२७, ३१. शिवाय, सरदार, *फुले...*, पृ. ६५-६६.
१९९. माडगांवकर, पूर्वोक्त, पृ. १३३-५१.
२००. *विष्णुपदी*, खं. ३, पृ. ४८.
२०१. कित्ता, पृ. २३४.
२०२. नलिनी पंडित, पूर्वोक्त, पृ. ४९-५०.
२०३. सरदार, *आगरकर...*, पृ. १८.
२०४. *समग्र फुले*, पृ. ४९४-९५.
२०५. A. R. Desai, op. cit., pp. 240-42.
२०६. नलिनी पंडित, पूर्वोक्त, पृ. २४.
२०७. Dobbin, op. cit., pp. 78-93.
२०८. Ibid., pp. 93-95.
२०९. अरुण जोशी, पूर्वोक्त, पृ. १, ५-६, २१-४७.

२१०. म. श्री. दीक्षित, *सार्वजनिक काका,* पृ. २२-२३. शिवाय-
फडके, *वि. श. म.,* खं. १, पृ. ७७.

२११. Dobbin, op. cit., p. 213.

२१२. फडके, पूर्वोक्त, पृ. ८६-८७.

२१३. *समग्र फुले,* पृ. ४९२-९५, ५६०-६२, ७४, ७६, ७८.

२१४. फडके, पूर्वोक्त, पृ. ८८.

२१५. पाहा - प्रियोळकर, *भाऊ दाजी,* पृ. १४२-४३.

२१६. पाहा - कित्ता, पृ. १२६-२९.

२१७. Arati Apte, 'Bombay Legislative Council (1862-1891) : A Study of Social Issues and the Role of Indian Members', M.Phil. Dissertation, unpublished, University of Pune, 1995, pp. 120-23.

२१८. Ibid., passim.

२१९. Dobbin, op. cit., pp. 172-85.

२२०. "You don't realize our place in the history of our country. These memorials are nominally addressed to Government, in reality they are addressed to the people, so that they may learn how to think in these matters. This work must be done for many years, without expecting any other result, because politics of this kind is altogether new in this land." Cited in Bipan Chandra et al., op. cit., pp. 76-77. (मराठी भाषांतर प्रबंध-लेखकाचे).

२२१. नलिनी पंडित, पूर्वोक्त, पृ. १०२-३.

२२२. गं. दे. खानोलकर, *अर्वाचीन मराठी वाङ्मयसेवक,* सप्तम खंड, पुणे, १९६७, पृ. ६ वर उद्‌धृत.

२२३. नलिनी पंडित, पूर्वोक्त, पृ. ८०-८५.

२२४. *समग्र टिळक,* खं. ४, पृ. ३६.

२२५. जोग (संपा.), *म. वा. इ.,* खं. ५, भा. १, पृ. १०७.

२२६. या मुद्याची चर्चा मुख्यत: पुढील संदर्भांवरून केलेली आहे -
राजा दीक्षित, *इतिहास, समाजविचार आणि केशवसुत.* शिवाय -
ह. श्री. साने (संपा.), *सामाजिक शास्त्रे आणि साहित्य : अंत:संबंध,* पुणे, १९९५.

Raja Dixit, 'Social Reform, Nationalism and Literature : Study of Maharashtra in the 19th Century', in Paranjpe et al., op. cit., pp. 70-90.

२२७. राजवाडे, *ऐतिहासिक प्रस्तावना,* पृ. १-२.

२२८. जोग (संपा.), *म. वा. इ.*, खं. ४, पृ. ५५२.

२२९. कित्ता, खं. ५, भा. २, पृ. १४६.

२३०. अधिक संदर्भासाठी पाहा -
जोग (संपा.), *म. वा. इ.*, खं. ४, प्रकरण ११.
कित्ता, खं. ५, भा. २, प्रकरण २. शिवाय -
सरदार, *अर्वाचीन मराठी गद्याची पूर्वपीठिका,* प्रकरण ६.
खरे व कुलकर्णी (संपा.), *म. इ.*, खं. ३, परिशिष्ट १.
अरविंद देशपांडे, 'महाराष्ट्रातील इतिहासलेखनाची वाटचाल', *परामर्श,* खंड १०, अंक ३, पुणे, नोव्हेंबर १९८८, पृ. ३५-४५.
राजा दीक्षित, 'इतिहासकार रानडे', *संशोधक,* धुळे, जून १९९५, पृ. ११-१७.
Raja Dixit, 'Historical Writings And Research', in Rajendra Banhatti and G. N. Jogalekar (ed.), *A History of Modern Marathi Literature,* Vol. II, Pune, 2004, pp. 241-56.
Raja Dixit, 'Historical Writings : Challenge and Response' in Shraddha Kumbhojkar (ed.), *19th Century Maharashtra : A Reassessment,* Newcastle, 2009, pp. 11-20.

२३१. E. H. Carr, *What is History?,* Harmondsworth, Middlesex, 1973, pp. 20-22.

२३२. देशपांडे, पूर्वोक्त, पृ. ३७.

२३३. *धर्मपर व्याख्याने,* पृ. २९८.

२३४. जोग (संपा.), *म. वा. इ.*, खं. ५, भा. २, पृ. १४४ वर उद्धृत.

२३५. पाहा - श्री. म. (राजा) दीक्षित, *एकोणिसाव्या शतकातील महाराष्ट्र : मराठीतील विज्ञानविषयक लेखन आणि चिंतन,* पूर्वोक्त.

२३६. *समग्र फुले,* पृ. ३४१-४४.

२३७. दि. के. बेडेकर, *केशवसुतांची काव्यदृष्टि,* मुंबई, १९६७, पृ. ८-१३.

२३८. अधिक संदर्भासाठी पाहा - राजा दीक्षित, *इतिहास, समाजविचार आणि केशवसुत,* प्रकरण ३.

२३९. १९ व्या शतकातील नाट्यवाङ्मयाच्या संदर्भात अधिक माहितीसाठी/चर्चेसाठी पाहा –
राजा दीक्षित, 'इतिहास, वाङ्मयेतिहास आणि नाट्यवाङ्मय', समाविष्ट विद्यागौरी टिळक (संपा.), *वाङ्मयेतिहासलेखन : स्वरूप आणि समस्या,* पुणे, १९९९, पृ. २०६-१४.

२४०. *Mumbai Archives : Bombay Theatre Records,* File No. 601, S. R. O. 12, Comp. 40, 1819 and File No. 602, S. R. O. 12, Comp. 40., 1816-30, passim.
२४१. माडगांवकर, पूर्वोक्त, पृ. २९९.
२४२. *The Poona Observer,* Vol. I., No. I., Poona, 15 May 1852, p. 3.
२४३. प्रियोळकर, *भाऊ दाजी,* पृ. १६८ वर उद्धृत.
२४४. ...*जांभेकर,* खं. २, पृ. २४-२७.
२४५. *विष्णुपदी,* खं. ३, पृ. २१२-२३.
२४६. ...*जांभेकर,* खं. २, पृ. २७.
२४७. जोग (संपा.), *म. वा. इ.,* खं. ४, पृ. ३४२ वर उद्धृत.
२४८. कित्ता, पृ. ३३८.
२४९. *विष्णुपदी,* खं. ३, पृ. २१३-१४.
२५०. जोग (संपा.), *म. वा. इ.,* खं. ५., भा. २, पृ. ५७-५८.
२५१. कित्ता पृ. १२३-२५, शिवाय - फडके, *वि. शा. म.,* खं. १., पृ. ११४.
२५२. उदाहरणार्थ पाहा - *धर्मपर व्याख्याने,* पृ. ३-४, ८६.
२५३. सदानंद मोरे, *तुकाराम दर्शन,* अहमदनगर, १९९६, पृ. २७८-७९.
२५४. म. श्री. दीक्षित, *सार्वजनिक काका,* पृ. २७-२९.

□

प्रकरण ५

उपसंहार

१९ व्या शतकातील महाराष्ट्रामधील मध्यमवर्गाच्या उदयाचा व कार्याचा जो परामर्श येथवर घेतला, त्याच्या फलश्रुतीचा विचार करणे प्रस्तुत प्रकरणात अभिप्रेत आहे.

आधुनिक भारताच्या इतिहासाचा अन्वयार्थ लावताना वर्ण व जातींच्या वास्तवाप्रमाणे वर्ग-वास्तवाचीसुद्धा दखल घेणे आवश्यक आहे. विविध अभ्यासक समाजशास्त्रीय विश्लेषण करताना भिन्नभिन्न संदर्भात वर्ग-वास्तवावर आधारित मीमांसा करताना आढळतात.[१] भारतातील मध्यमवर्गाबाबत अनेक इतिहासकारांनी केलेल्या मीमांसेची दखल पहिल्या प्रकरणात घेतलेली आहे. आधुनिक भारतीय मध्यमवर्गाबाबत बी. बी. मिश्रांसारख्या अभ्यासकाने स्वतंत्रपणे संशोधन केल्याचा निर्देश त्यामध्ये आहे. भारतीय चौकटीत महाराष्ट्रातील मध्यमवर्गाचे वेगळेपण जाणवण्याजोगे असूनही त्यावर विस्तृत व स्वतंत्र संशोधन अद्याप झालेले नव्हते. काही अभ्यासकांच्या लेखनात या मध्यमवर्गाचा उल्लेख मात्र येतो. उदाहरणार्थ, अरविंद देशपांडे यांनी बीजरूपाने याबाबत काही विचार मांडलेले आहेत. त्यांचा उल्लेख प्रस्तुत प्रबंधात वेळोवेळी आलेला आहे. गं. बा. सरदार यांच्या लेखनात काही वेळा मध्यमवर्गाचे निर्देश आढळतात.[२] नलिनी पंडित यांनीसुद्धा मध्यमवर्गाची दखल घेतलेली आहे. उदाहरणार्थ, त्या म्हणतात, ''महाराष्ट्रातील राष्ट्रवादाचा इतिहास हा बव्हंशी येथील सुशिक्षित मध्यमवर्गाच्या बदलत्या जाणिवांचा इतिहास होय. शाळा आणि कॉलेजे, वृत्तपत्रे आणि मासिके, सभा आणि संमेलने व व्याख्याने आणि ठराव ह्यांत भाग घेणाऱ्या बहुसंख्य व्यक्ती ह्याच वर्गातील होत्या. सुधारणावाद, राष्ट्रवाद, बुद्धिवाद, व्यक्तिवाद, उदारमतवाद व मानवतावाद

इत्यादी प्रवृत्तींचा ह्याच वर्गाने पुरस्कार केला; व त्यांच्यातील झगडेही अहमहमिकेने चालविले. सुधारकही तेच आणि सनातनीही तेच; जहालही तेच आणि मवाळही तेच; व्यक्तिवादाची तुतारी फुंकणारे तेच आणि राष्ट्रवादाची नौबत झडविणारेही तेच. त्यामुळे ह्या सर्व चळवळींच्या कार्यक्षेत्रांना आपोआप मध्यमवर्गीय जीवनाच्या आणि कल्पनांच्या मर्यादा पडल्या.''[३] अशा रीतीने काही अभ्यासकांनी महाराष्ट्रातील मध्यमवर्गाची दखल घेतलेली असली, तरी ती अन्य विवेचनाच्या ओघात, प्रसंगोपात्त उल्लेखांच्या वा मतांच्या स्वरूपात घेतलेली आहे. १९ व्या शतकातील महाराष्ट्रामधील मध्यमवर्गाच्या उदयाची व कार्याची सलग, सविस्तर व स्वतंत्र अशी संशोधकीय दखल आजवर घेतली गेलेली नव्हती. या प्रबंधाद्वारे प्रथमच तसा प्रयत्न केलेला आहे. बी. बी. मिश्रा किंवा ताराचंद यांच्यासारख्या इतिहासकारांनी आधुनिक भारताच्या मध्यमवर्गाविषयी केलेले विवेचन मुख्यत: बंगाल व उत्तर भारताच्या अभ्यासावर आधारित असल्याचे पहिल्या प्रकरणात नमूद केलेले आहे. त्यांच्या विवेचनातील सर्वसाधारण निष्कर्ष महाराष्ट्राला लागू पडत असले तरी महाराष्ट्रातील मध्यमवर्गाचे वैशिष्ट्यपूर्ण वेगळेपण त्यातून स्पष्ट होऊ शकत नाही. शासकीय इंग्रजी कागदपत्रांप्रमाणेच अनेक मराठी साधनेसुद्धा अभ्यासून आणि मराठी मानसिकतेचे विश्लेषण करून या वेगळेपणावर प्रकाश टाकण्याचा प्रयत्न प्रस्तुत प्रबंधात केलेला आहे. अभिजनवर्गांतर्गत सत्तासंघर्षाच्या विरोधविकासी मार्गाने इतिहास आकार घेतो आणि आधुनिक भारताची जडणघडणसुद्धा या मार्गाने अभिजनांद्वारे झाली, या स्वरूपाचे अर्थपूर्ण प्रतिपादन बी. एम. भाटिया यांनी केलेले आहे.[४] १९ व्या शतकातील महाराष्ट्रालासुद्धा ते लागू पडू शकते, असे प्रस्तुत प्रबंधातील विश्लेषणावरून दिसून येईल. या प्रबंधासाठी स्वीकारलेली विश्लेषण-पद्धती ही आधुनिक महाराष्ट्राच्या इतिहासाची एकमेव यथार्थ विश्लेषण-पद्धती असल्याचा प्रबंधकर्त्याचा दावा नाही. इतिहास हा मूलत: अन्वयार्थ असतो आणि संशोधनाच्या पद्धतिशास्त्राचे नियम पाळून हा अन्वयार्थ विविध प्रकारे लावता येतो. आधुनिक भारत व महाराष्ट्र यांच्या इतिहासाच्या आकलनासाठी वर्ण व जातींच्या वास्तवाप्रमाणे वर्ग-वास्तवसुद्धा समजावून घेतले तर समाजजीवनाच्या व्यामिश्रतेचा वेध घेणे अधिक सुलभ होईल. ही बाब लक्षात घेऊन आधुनिक महाराष्ट्राबाबत दुर्लक्षित राहिलेल्या वर्गविश्लेषणावर प्रस्तुत प्रबंधात भर दिलेला आहे. मात्र अन्य विश्लेषणांना पूरक म्हणून हे विश्लेषण केलेले आहे. त्यामध्ये निव्वळ माहितीप्रधान मांडणी टाळून अन्वयार्थी परिशीलनाच्या आणि संकल्पनात्मक सूत्रमय मांडणीच्या पद्धतीवर भर दिलेला आहे.

यानंतर समारोपादाखल प्रस्तुत प्रबंधाचे निष्कर्षात्मक सिंहावलोकन केलेले आहे :

प्रबंधाच्या पहिल्या, म्हणजे विषय-प्रवेशाच्या प्रकरणात 'मध्यमवर्ग' या संकल्पनेची आणि भारतीय संदर्भातील तिच्या उपयोजनाची चर्चा केलेली आहे. या चर्चेतील ठळक निष्कर्ष पुढीलप्रमाणे सांगता येतील :

आर्थिक साधनसंपत्तीचा उपभोग आणि त्याद्वारे प्रभावित होणारी जीवनशैली यांच्या आधारे होणाऱ्या लोकांच्या गटवार विभागणीतून वर्गव्यवस्था आकाराला येते. सामाजिक बदलासाठी निव्वळ 'वर्ग म्हणून वर्ग' असे वर्गवास्तव असून भागत नाही, तर 'वर्गासाठी वर्ग' अशी वर्गजाणीव आवश्यक असते. आधुनिक युगाच्या ऐतिहासिक आकलनासाठी वर्गजाणीवांचा अभ्यास अर्थपूर्ण ठरू शकतो. वरिष्ठ वर्ग आणि कनिष्ठ वर्ग यांच्यामधील स्तराला किंवा स्तर-समुच्चयाला 'मध्यमवर्ग' असे म्हणतात. परंतु केवळ दोहोंच्या मध्ये असणे एवढेच त्याचे व्यवच्छेदक लक्षण नव्हे. काही व्यावसायिक व सांस्कृतिक संदर्भ आणि ऐतिहासिक भूमिका यांमुळे मध्यमवर्ग हा समाजातील एक वैशिष्ट्यपूर्ण स्तर म्हणून ओळखला जातो. इतिहासातील अनेक स्थित्यंतरांमधील मध्यमवर्गाचे कार्य महत्त्वपूर्ण होते. मध्यमवर्गात बुद्धिजीवी गटांचा समावेश होत असल्याने या वर्गाचे वैचारिक योगदानसुद्धा अर्थपूर्ण ठरलेले आहे. मध्यमवर्गात प्रामुख्याने पांढरपेशे, व्यावसायिक व बुद्धिजीवी यांचा समावेश होतो.

भारतातील आणि महाराष्ट्रातील मध्यमवर्गाच्या उदयाला ब्रिटिश अंमल कारणीभूत ठरला असला, तरी ते मध्यमवर्गाच्या उदयाचे एकमेव कारण नव्हे. इतिहास हा सातत्य आणि बदल यांच्या द्वंद्वात्मक संवादातून साकार होतो, हे लक्षात घेता ब्रिटिशांद्वारे घडलेल्या बदलांप्रमाणे भारताच्या ऐतिहासिक सातत्याची दखल घेणेसुद्धा महत्त्वाचे ठरते. तिच्या आधारे असे म्हणता येईल की, मध्ययुगीन भारतीय सामाजिक-आर्थिक जीवन अत्यंत स्थितिशील मानणे चुकीचे आहे. किंबहुना त्यामध्ये बदलाच्या काही सुप्त क्षमता होत्या. आधुनिक मध्यमवर्गाचा अग्रदूत (precursor) असा मध्यम-स्तरही भारतीय समाजात साकार झालेला होता. त्यामुळे ब्रिटिश कालखंडात काही अनुकूल घटकांची जोड मिळाल्यावर आधुनिक मध्यमवर्गीय जाणीवेची उदयप्रक्रिया सुलभ झाली. 'मध्यमवर्ग' या संकल्पनेचा भारतीय संदर्भात वापर करण्याविषयी अभ्यासकांमध्ये मतभेद आहेत. परंतु अशा वापराबाबत अनुकूल असलेले अभ्यासकसुद्धा असे मानतात की, युरोपीय पद्धतीचा व्यापारी-उद्योजकीय मध्यमवर्ग भारतात नव्हता; तो मुख्यत:

बुद्धिजीवी मध्यमवर्ग होता. बी. बी. मिश्रा, ताराचंद वगैरे इतिहासकारांचे भारतीय मध्यमवर्गाबाबतचे विवेचन प्राधान्याने बंगाल व उत्तर भारताच्या अभ्यासावर आधारलेले आहे. भारतीय मध्यमवर्गाच्या सर्वसाधारण चौकटीत जे भिन्न भिन्न प्रादेशिक आविष्कार दिसून येतात, त्यांची पुरेशी दखल इतिहासकारांकडून घेतली गेलेली नाही.

दुसऱ्या प्रकरणात १९ व्या शतकाच्या आरंभकाळातील महाराष्ट्राविषयी चर्चा करून मध्यमवर्गाच्या उदयाची पार्श्वभूमी स्पष्ट केलेली आहे. या चर्चेचे ठळक निष्कर्ष पुढीलप्रमाणे :

तत्कालीन समाजजीवनावरील धर्माचा पगडा, वर्णधर्म, जातिव्यवस्था, अस्पृश्यता, गावगाडा, कुटुंबव्यवस्था, स्त्री-जीवन, विविध सामाजिक रूढी व वैगुण्ये, इत्यादींचा परामर्श घेतल्यावर असे दिसून येते की, महाराष्ट्रातील समाजव्यवस्थेची परंपरागत चौकट उर्वरित भारतापेक्षा फारशी भिन्न नव्हती. तत्कालीन अन्य भारतीय राजकर्त्यांमधील मध्ययुगीन वैगुण्ये मराठ्यांच्यासुद्धा विनाशाला कारणीभूत ठरली. १८ व्या शतकावर मराठ्यांच्या सत्ताविस्ताराचा ठसा निश्चितपणे उमटला. अन्य अनेक भारतीय राज्यकर्त्यांच्या तुलनेत मराठ्यांनी अधिक प्रमाणात राष्ट्रीय वृत्ती दाखवली. महाराष्ट्रीय समाजात परिवर्तनाच्या काही सुप्त शक्ती होत्या. परंतु त्या शक्तींचा विकास होण्यापूर्वीच मराठ्यांची प्रगत ब्रिटिशांशी गाठ पडली.

एल्फिन्स्टनने महाराष्ट्रात ब्रिटिश अंमल प्रस्थापित करण्याची व त्याला मजबुती आणण्याची कामगिरी तर केलीच; परंतु त्याबरोबर येथील मध्यमवर्गाच्या उदयप्रक्रियेत आणि आधुनिकतेकडील वाटचालीतसुद्धा त्याचा काहीएक वाटा होता. एल्फिन्स्टन हा मूलत: एक साम्राज्यवादी होता आणि त्याची सर्व प्रशासकीय व्यूहरचना ब्रिटिश साम्राज्यवादाला पूरक होती. त्याच्या धोरणातील उदार आशय एतद्देशीयांना हितावह वाटणे स्वाभाविक असले, तरी ब्रिटिश साम्राज्यवादाच्या दृष्टीने तर तो अधिक हितावह होता. लष्करी बळावर वर्चस्व प्राप्त केल्यावर ते टिकवण्यासाठी मात्र सक्तीपेक्षा संमतीचा मार्ग एल्फिन्स्टनला अधिक योग्य वाटला. ब्रिटिश वर्चस्वाला अधिमान्यता मिळवण्यासाठी त्याने चातुर्याने कल्याणकारी कारभार केला. मात्र तो एक मार्ग होता, अंतिम उद्दिष्ट नव्हते. एल्फिन्स्टनच्या प्रशासकीय नीतीची बैठक परंपरावादी व निसर्गवादी असून त्याने गरजेनुरूप उपयुक्ततावादाचा अंगीकार केला, असे दिसते. एतद्देशीय व युरोपीय पद्धतींचा मेळ घालून विकसित केलेल्या प्रशासनपद्धतीला सुविहित कायद्याच्या रेखीव

चौकटीत बद्ध करताना त्याने परंपरावादाचा उपयुक्ततावादाशी समन्वय साधला. त्याची ही तात्त्विक बैठक समजावून घेतली तर त्याच्या 'नवे काही नको' या मंत्रातच नवतेचे झरे कसे दडलेले होते, याचे रहस्य उलगडू शकते.

पेशवाईच्या पाडावानंतर त्याबाबतची खंत शाहिरी वाङ्मयात व्यक्त झाली. महाराष्ट्रात विविध उठावही घडून आले. इंग्रजी राज्याविषयी अनुकूल-प्रतिकूल ग्रह विचारवंतांकडून व्यक्त होऊ लागले. त्यांमध्ये इंग्रजी राज्याला 'ईश्वरी प्रसाद' मानण्यापासून 'सर्वात कटू शाप' म्हणून धिक्कारण्यापर्यंत दोन टोकांचे मतप्रवाह दिसून येतात. इंग्रजी राज्य सुरू झाल्यावर शासकीय धोरणे, पाश्चात्त्य शिक्षण, एतद्देशीयांचे आत्मपरीक्षण व नव्या ऐहिक आकांक्षा यांमुळे महाराष्ट्रात नव्या बौद्धिक-सांस्कृतिक घडामोडींना व सामाजिक बदलांना सुरुवात झाली. त्या काळी उदयास येत असलेल्या मध्यमवर्गाची अशा सर्व बदलांमधील भूमिका साक्षीदार व भागीदार या दुहेरी नात्याने अर्थपूर्ण होती.

तिसऱ्या प्रकरणात महाराष्ट्रातील मध्यमवर्गाचे स्वरूप व उदय-प्रक्रिया यांचा विचार केलेला आहे. त्याचे ठळक निष्कर्ष पुढीलप्रमाणे :

ऐतिहासिक विकासक्रमाच्या भारतीय चौकटीत महाराष्ट्राचा प्रादेशिक आविष्कार वैशिष्ट्यपूर्ण होता. त्यामुळे महाराष्ट्रातील मध्यमवर्ग हा भारतीय मध्यमवर्गाचा भाग असूनही त्याचे स्वरूप भिन्न बनले. ऐतिहासिक-सांस्कृतिक पार्श्वभूमीपासूनच त्याचे वेगळेपण जाणवते. मध्ययुगीन महाराष्ट्रातील संत-चळवळ, शिवाजी महाराजांचे कार्य आणि पेशवेकालीन विस्तारवाद या घटकांमुळे महाराष्ट्राचे सामाजिक-सांस्कृतिक अंत:सत्त्व वैशिष्ट्यपूर्ण बनले. सत्ताविस्तारामुळे मराठ्यांच्या प्रशासनाला अधिक लौकीक स्वरूप प्राप्त झाले. पारंपरिक वतनदार उच्चाधिकाऱ्यांव्यतिरिक्त नव्या प्रशासकांचा स्तर उदयाला आला की जो पुढे ब्रिटिश कालखंडातसुद्धा प्रशासन हाताळू लागला. मध्ययुगीन वैगुण्यांपासून महाराष्ट्रीय समाज मुक्त नव्हता; परंतु नवतेची काही बीजे त्यामध्ये रुजलेली होती. इंग्रजांनी जिंकून घेतलेला महाराष्ट्र हा एक स्थितिशील मध्ययुगीन भौगोलिक आविष्कार नव्हता, तर तो परिवर्तनाच्या उंबरठ्यावर उभा असलेला स्वत्वशील समाज होता. सत्तांतरानंतर महाराष्ट्रात जे नवे स्वत्वसंशोधन सुरू झाले, त्यामध्ये परंपरेतून मिळालेल्या प्रेरणा आणि इंग्रजी अंमलातील पूरक घटक यांचा समन्वय घडला. त्याचे महत्त्वाचे फलित म्हणजे महाराष्ट्रातील मध्यमवर्ग होय. हा वर्ग प्रामुख्याने आंग्लविद्याविभूषित, नागर, उच्चवर्णीय, बुद्धिजीवी व्यावसायिकांचा व नोकरदारांचा वर्ग होता. इंग्रजी अंमलात शिक्षणाद्वारे अभ्युदयाचे नवे मार्ग खुले होऊ लागले आणि पारंपरिक समाजातील

उच्चवर्णीय गटांमधील अनेक व्यक्ती त्या मार्गांनी वाटचाल करू लागल्या. या वाटचालीत जातींचा बंदिस्तपणा ओलांडून वर्गीय हितसंबंध आकार घेऊ लागले. जातिवास्तवाला छेद जाऊ लागला आणि त्यामुळे समाजातील व्यामिश्रता वाढू लागली. ब्रिटिश हे प्रत्यक्ष सत्ताधीश असले, तरी सत्तेच्या गाभ्याभोवती पसरलेल्या विस्तृत प्रशासकीय सत्तावर्तुळात नवोदित मध्यमवर्गातील व्यक्तींनी प्रवेश केला. ब्रिटिश शासनाच्या कृपाछत्राखाली हा वर्ग विस्तारू लागला. मात्र या मुद्यावर अतिरिक्त भर देणे चुकीचे ठरेल. सत्ताभिलाषेपोटी या वर्गाने ब्रिटिशांचे अखंड लांगूलचालन केल्याचे दिसत नाही. पाश्चात्त्य संस्कृतीचे व राज्यपद्धतीचे आकर्षण त्यांना निश्चितच वाटत होते. परंतु ब्रिटिश साम्राज्यवाद आणि भारतीय जनता यांच्यातील हितसंबंध-विरोधाचे भानही त्यांना होते. ब्रिटिशांचे राज्य कायमस्वरूपी असल्याचा भ्रम त्यांनी बाळगला नाही. हे परकीय राज्य संपुष्टात येईल तेव्हाचे एतद्देशीय राज्य कसे असावे याची व नवसमाजाची रूपरेषा आखण्यात आणि त्या रूपरेषेत स्वत:चे हितसंबंध राखण्यात मध्यमवर्ग गर्क होता. या वर्गापुढे उदारमतवादी भांडवलशाही लोकशाही राष्ट्रनिर्मितीचे ध्येय होते. जुन्या-नव्याच्या संघर्षात्मक संवादातून साकार होऊ पाहणारी आधुनिक मूल्यसरणी त्याने स्वीकारली. नवतेच्या स्वागताला हा वर्ग उत्सुक होता; परंतु परंपरेशी पूर्ण फारकत घेणे त्याला शक्य नव्हते. या अर्थाने तो कात्रीत सापडलेला वर्ग होता. सुधारणावादी पुनरुज्जीवनवादाचे उत्क्रांतिमार्गी धोरण त्याने स्वीकारले. या वर्गाने विविध बाबतीत देशाला नेतृत्व पुरवले आणि १९ व्या शतकातील प्रबोधनात अर्थपूर्ण भूमिका पार पाडली.

बंगाल व उत्तर भारतातील मध्यमवर्गाशी तुलना करता महाराष्ट्रातील मध्यमवर्गाचे वेगळेपण एका बाबतीत विशेषत्वाने जाणवते. महाराष्ट्रातील मध्यमवर्ग हा जमीनदारी पायावरचा सधन वर्ग नसून आर्थिक दृष्ट्या तो निम्नस्तरीय होता. धनिकांसारखा आर्थिक दबदबा नसल्याने प्रसंगी थोडे नमते घेऊन आणि सातत्याने आपला बौद्धिक-सांस्कृतिक दबदबा वाढवण्याचे प्रयत्न करून या वर्गाने आपल्या प्रागतिक सुधारणा-चळवळी पुढे नेल्या. म. फुले यांचा सत्यशोधकी संप्रदाय बहुजनवादी असला, तरी वर्गीय पातळीवर त्याचा समावेश मध्यमवर्गातच करावा लागतो. इंग्रजी राज्यातील गतिशीलतेच्या पार्श्वभूमीवर कनिष्ठ स्तरातून छोट्या प्रमाणात उर्ध्वगामी हालचाल सुरू झाली. त्यातून काही व्यक्तींना मध्यमवर्गीयत्व प्राप्त झाले. महाराष्ट्रातील मध्यमवर्गात सनातनी व सुधारक अभिजन आणि नवजागृत बहुजन अशा विभिन्न गटांचा समावेश होता. या गटांमध्ये अनेक बाबतीत मतभेद

असले तरी व्यापक मूल्यसरणीबाबत आणि देशाच्या ऐहिक अभ्युदयाबाबत त्यांच्यात एकवाक्यता होती. नव्या सत्तासंरचनेतील आपल्या हितसंबंधांविषयी मध्यमवर्गीय जागरुक होते. फारतर त्याविषयीच्या कल्पनांमध्ये व्यक्ती वा गटपरत्वे भिन्नता होती.

विविध साधनांच्या माध्यमातून उपलब्ध होणारी आकडेवारी मध्यमवर्गाची उदय-प्रक्रिया समजावून घेताना उपयुक्त ठरते. या आकडेवारीद्वारे मध्यमवर्गाच्या उदय-प्रक्रियेचा अचूक आलेख मिळत नसला, तरी तिचे ढोबळ निर्देशन मात्र निश्चितपणे होऊ शकते. नागरीकरण; शिक्षण; बुद्धिजीवी व्यवसाय; ज्ञान, माहिती व मनोरंजनाची साधने; राजकीय, सामाजिक व सांस्कृतिक उपक्रम, इत्यादी सर्वांमध्ये १९ व्या शतकभर होत गेलेली वाढ मध्यमवर्गाच्या विकासाची निदर्शक आहे. या आकडेवारीवरून असे दिसते की, विविध क्षेत्रांमध्ये उच्चजातीय मध्यमवर्गीयांचे प्राबल्य होते. मुंबई व पुणे परिसरात मध्यमवर्गाचे प्रमाण अधिक असले, तरी अन्यत्रही मध्यमवर्ग वाढत गेला. एकूण लोकसंख्येत मध्यमवर्गाचे प्रमाण अत्यल्प होते; पण या नवोदित अल्पसंख्य प्रगत वर्गाची कामगिरी मोठी होती.

चौथ्या प्रकरणात मध्यमवर्ग आणि विविध प्रभुत्व-क्षेत्रे यांची चर्चा केली आहे. तिचे ठळक निष्कर्ष पुढीलप्रमाणे :

समाजाचे धुरीणत्व हे निव्वळ राजकीय सत्ता व दण्डशक्तीद्वारे मिळत नाही. विशेषत: परकीय अंमलात ती शक्यता आणखीनच दुरावलेली होती. त्यामुळे एकीकडे राजकीय सत्तेतील वाटेकरी बनण्याचे प्रयत्न चालू ठेवून दुसरीकडे जीवनाच्या विविध क्षेत्रांमध्ये प्रभुत्व संपादन करण्यासाठी महाराष्ट्रातील मध्यमवर्गाने बहुमुखी हालचाली सुरू केल्या. महाराष्ट्रातील मध्यमवर्ग हा संकुचित प्रादेशिक अस्मितेत अडकलेला वर्ग नव्हता. महाराष्ट्रापुरता संकुचित विचार न करता देशाच्या स्थितीचा व भवितव्याचा व्यापक विचार महाराष्ट्रातील मध्यमवर्गीय बुद्धिमंत करत होते. या मानसिकतेमुळे महाराष्ट्रातील मध्यमवर्गीय नेतृत्वाची झेप राष्ट्रीय स्तरावर पोहोचली.

महाराष्ट्राच्या मध्यमवर्गातील बुद्धिमंतांच्या रूपाने एक अभिजनवर्ग विकसित होत गेला आणि जीवनाच्या विविध क्षेत्रांतील मध्यमवर्गीय प्रभुत्वाची व्यूहरचना त्याच्याद्वारे आकार घेऊ लागली. या अभिजनांचा सामाजिक ध्येयवाद अप्रामाणिक नव्हता; पण तो मध्यमवर्गीयतेच्या मर्यादेत बद्ध होता. बहुजनहित साधण्याची त्यांची इच्छा होती; पण हितनियंत्रक किल्ल्या आपल्या हाती बाळगण्याची धडपड

त्यांनी चालवली होती. मध्यमवर्गाला क्रांतिकारक स्थितिबदल अभिप्रेत नव्हता आणि तो घडवण्याची कुवतसुद्धा या वर्गाकडे नव्हती. उत्क्रांतिमार्गी प्रागतिक स्थितिबदलाला मात्र त्याने चालना दिली. त्यासाठी त्याने वर्गमेळ साधला.

शिक्षण आणि त्यातून मिळणारी उपजीविकेची संधी हे मध्यमवर्गीयत्व प्राप्त करण्याचे महत्त्वपूर्ण साधन बनले. केवळ पारंपरिक नव्हे, तर नव्या उपयुक्त आंग्लविद्येबाबतसुद्धा उच्चवर्णीय मध्यमवर्गीयांनी आपले वर्चस्व अबाधित राखले. शिक्षणातून प्रकट होणारी मूल्ये व विचार ही सामाजिक अधिमान्यतेची दोन प्रभावी अस्त्रे मध्यमवर्गाच्या हाती असल्याने तत्कालीन प्रबोधनावर मध्यमवर्गाचीच छाप उमटली. सत्तावर्तुळाचे केंद्रस्थान परकीयांच्या कबजात असले, तरी प्रशासकीय नोकऱ्यांच्या मार्गाने सत्तावर्तुळाच्या परिघात प्रवेश करून समाजातील आपला प्रभाव वाढवणे मध्यमवर्गीयांना शक्य झाले. असा प्रवेश ही भावी काळात सत्तेच्या केंद्रस्थानी पोहोचण्याची पूर्वतयारी होती. प्रशासन हे केवळ मध्यमवर्गीयत्व प्राप्त करण्याचे नव्हे, तर बळकट करण्याचेसुद्धा एक मूलभूत साधन बनले. प्रशासकीय सत्तेचा संकुचित वापर करणारे स्वार्थलोलुप कामदार अनेक होते; परंतु देशकल्याणाची व्यापक दृष्टी बाळगणारे कर्तव्यतत्पर प्रशासक आणि प्रशासकीय नीतिसंहिता निर्माण करू पाहणारे बुद्धिमंतही तत्कालीन मध्यमवर्गात दिसून येतात. मध्यमवर्गाने ज्या नव्या मूल्यांचा स्वीकार केलेला होता, त्या मूल्यांच्या प्रकाशात समाजजीवनाची घडी नव्याने बसवण्याचा त्याचा प्रयत्न होता. त्यासाठी मध्यमवर्गीय नेतृत्वाने सामाजिक-धार्मिक सुधारणा-चळवळींमध्ये पुढाकार घेतला. आचारधर्मात सुधारणा, जातिभेद-विरोध, स्त्री-पुरुषविषयक व विवाहविषयक समस्यांची सोडवणूक यांवर सुधारकांनी लक्ष केंद्रित केले. अर्थात या चळवळी केवळ विशिष्ट समस्यांच्या सोडवणुकीपुरत्याच मर्यादित नव्हत्या; तर नव्या मूल्यसरणीवर आधारित अशी सामाजिक संबंधांची पुनर्रचना त्यांमध्ये अभिप्रेत होती. सामाजिक संस्थांचे व सामाजिक संबंधांचे लोकशाहीकरण घडवून राष्ट्रीय ऐक्य व सर्वांगीण प्रगती साधणे, हे त्यांचे उद्दिष्ट होते. सार्वजनिक कार्यासाठीच्या संघटनात्मक प्रयत्नांवर मध्यमवर्गीय छाप होती. सत्यशोधकांच्या प्रखर बहुजनवादी दृष्टीचा अपवाद वगळता अन्य बहुतांश प्रयत्न उच्चवर्णीय मध्यमवर्गीय हितसंबंधांना प्राधान्य देणारे होते. १९ व्या शतकात ब्रिटिश अंमलाखाली मध्ययुगीन सरंजामशाही अर्थव्यवस्थेकडून आधुनिक व्यापारवादी-भांडवलशाही अर्थव्यवस्थेच्या दिशेने जे स्थित्यंतर घडू लागले त्याविषयी मध्यमवर्ग जागरुक होता. मध्यमवर्गीय विचारवंतांनी तत्कालीन स्थित्यंतराची व इंग्रजांच्या अर्थनीतीची चिकित्सा केली, कठोर आत्मपरिक्षण

केले, देशोन्नतीचे विचार मांडले आणि आर्थिक राष्ट्रवादाला चालना दिली. आर्थिक बदलातील प्रत्यक्ष सहभागापेक्षा त्याची वैचारिक पायाभरणी करण्यात मध्यमवर्गीय विचारवंतांचा मोठा वाटा होता. तत्कालीन स्थित्यंतरातून मध्यमवर्गीय हितसंबंधांचे रक्षण व्हावे, अशी त्यांची धडपड होती. साम्राज्यवादाविरूद्धचे आर्थिक राष्ट्रवादी भूमिका-युद्ध पुकारून मध्यमवर्गाने राजकीय चळवळीकडे वाटचाल सुरू केली. तसेच भावी भारतीय भांडवलशाही अर्थव्यवस्थेतील आपल्या प्रभुत्वाची पायाभरणी करून ठेवली. अर्थात महाराष्ट्रीय मध्यमवर्गीय विचारवंतांनी पाश्चात्त्य उदारमतवादी अर्थनीती जशीच्या तशी न स्वीकारता, तिचे भारतीयीकरण करण्याचा प्रयत्न केला. १९ व्या शतकातील मध्यमवर्गाने राजकारण या साधनाचा टप्प्याटप्प्याने व वाढत्या प्रमाणात वापर करून आपले प्रभुत्व प्रस्थापित केले आणि राष्ट्रीय पातळीवर नेतृत्व मिळवले. राजेशाही व सरंजामशाहीची मध्ययुगीन चौकट झुगारून त्याने आधुनिक राष्ट्रवादी उदारमतवादी लोकशाही चौकट स्वीकारली. मध्यमवर्गीय विचारवंतांनी ब्रिटिश साम्राज्यशाहीचा वैचारिक प्रतिवाद केला; तसेच राज्यकर्त्यांकडून उपलब्ध होऊ लागलेला घटनात्मक अवकाश रुंदावत नेऊन राष्ट्रीय स्वातंत्र्यलढा संघटित केला. या कामगिरीद्वारे भावी सत्तासंरचनेत अग्रमानांकित होण्याची तयारीही मध्यमवर्गाने करून ठेवली. मध्यमवर्गीय प्रभुत्वाखालील सर्व राजकीय संघटनांचे समान वैशिष्ट्य म्हणजे त्यांचा कारभार मुख्यत: घटनाबद्ध नियमांद्वारे लोकशाही पद्धतीने चालत असे. त्यांच्या मागण्यांचे स्वरूप लोकशाहीप्रधान होते आणि त्यांचे मार्ग सनदशीर होते. राजकीय धुरीणत्वासाठी लोकशिक्षणाची आणि लोकसंग्रहाची आवश्यकता काही मध्यमवर्गीय नेत्यांना जाणवू लागली होती. न्या. रानडे व लो. टिळक ही त्याची ठळक उदाहरणे होत. संस्कृती हे समाजजीवनापासून तुटलेले स्वयंभू व स्वायत्त बेट नसून मूलत: ती सामाजिक निर्मिती आणि सामाजिक शक्ती असते. कोणत्याही समाजातील अधिशास्ता वर्ग आपली मूल्ये व आपले विचार संस्कृतीद्वारे समाजात पसरवून आपले धुरीणत्व समाजसंमत बनवतो. याची प्रचिती १९ व्या शतकातील महाराष्ट्रामधील इतिहासलेखन, साहित्य, विज्ञानविषयक लेखन-चिंतन आणि नाट्यकला यांवरील मध्यमवर्गीय प्रभाव आणि सार्वजनिक कार्यासाठी त्याने केलेला सांस्कृतिक माध्यमांचा वापर, या सर्वांवरून येऊ शकते.

अशा रीतीने शिक्षण, प्रशासन, समाजकारण, अर्थकारण, राजकारण आणि साहित्य-संस्कृती या प्रभुत्व-क्षेत्रांवर ताबा मिळवून महाराष्ट्रातील नवोदित मध्यमवर्गाने प्रबोधनावर आणि १९ व्या शतकाच्या इतिहासावर आपली मुद्रा उमटवली.

केवळ ज्ञानभांडाराच्याच नव्हे, तर जीवनाच्या विभिन्न क्षेत्रांच्या किल्ल्या त्याने आपल्या कंबरेला ठेवल्या. 'समानांमधील अधिक समान' बनण्याचे उद्दिष्ट ठेवले. केवळ प्रांतिक समाजाला नव्हे, तर देशालासुद्धा नेतृत्व पुरवले. हे सर्व मध्यमवर्गीय कर्तृत्व व प्रभुत्व म्हणजे ऐतिहासिक अपघात नसून ते एक स्वाभाविक वास्तव होते.

□

संदर्भ आणि टिपा

१. उदाहरणार्थ पाहा –

सुहास पळशीकर, 'मध्यमवर्ग : भांडवलशाहीचा सांगाती', *प्रगत,* दिवाळी अंक, मुंबई, १९९७, पृ. ६८-७२.

राजेंद्र व्होरा, 'मध्यम वर्ग आणि त्याचे राजकारण', *समाज प्रबोधन पत्रिका,* सातारा, एप्रिल-जून १९९८, पृ. १०३-७.

Pavan K. Varma, The Great Indian Middle Class, New Delhi, 1998.

पवन वर्मा, *आपला थोर मध्यमवर्ग,* मराठी अनु. विश्राम गुप्ते, मुंबई, २००३.

राजेंद्र व्होरा, 'समतेचा लढा व मध्यमवर्गाची संस्कृती', समाविष्ट ग. प्र. प्रधान (संपा.), *आव्हानांशी संघर्ष आणि परिवर्तनाची दिशा,* पुणे, २००३, पृ. १२४-३२.

२. उदाहरणार्थ पाहा -

सरदार, *रानडे...,* पृ. ९९-१०२. शिवाय -

सरदार, *आगरकर...,* पृ. ९-११, १८३.

३. नलिनी पंडित, पूर्वोक्त, पृ. ६-७.

४. भाटिया यांचा दृष्टिकोन पुढील दोन ग्रंथांच्या आधारे समजावून घेता येतो -

B. M. Bhatia, *History and Social Development : Vol. I : Elites in Modern India,* Delhi, 1974.

B. M. Bhatia, *History and Social Development : Vol. II : Elites, Democracy and Socialism,* Delhi, 1977.

□

निवडक संदर्भ-साहित्य-सूची

मूळ साधने

(अ) मराठी :

(१) आगरकर गोपाळ गणेश, लेख -
प्रधान गणेश प्रभाकर (संपा.), *आगरकर-लेखसंग्रह,* साहित्य अकादेमी, नवी दिल्ली, १९७१.

(२) आपटे द. वि. आणि ओतुरकर रा. वि. (संपा.), *साधन परिचय अर्थात् महाराष्ट्राचा [मराठ्यांचा] पत्ररूप इतिहास,* सुधारलेली दुसरी आवृत्ती, पुणे विद्यार्थी गृह प्रकाशन, पुणे, १९६३.

(३) ऐतिहासिक पोवाडे -
केळकर यशवंत नरसिंह (संपा.), *ऐतिहासिक पोवाडे अथवा मराठ्यांचा काव्यमय इतिहास,* टिळक महाराष्ट्र विद्यापीठ, पुणे, १९६९.

(४) ओतूरकर राजाराम विनायक (संपा.), *पेशवे-कालीन सामाजिक व आर्थिक पत्रव्यवहार (इ.स. १७२२ ते इ. स. १८५४),* भारत इतिहास संशोधक मंडळ, पुणे, १९५०.

(५) चिपळूणकर विष्णुशास्त्री कृष्णशास्त्री, निबंध -
बनहट्टी श्री. ना. (संपा.), *विष्णुपदी,* खंड १, २ आणि ३, सुविचार प्रकाशन मंडळ, पुणे आणि नागपूर, १९७४.

(६) जांभेकर बाळशास्त्री गंगाधरशास्त्री, इंग्रजी व मराठी निवडक लेख -
जांभेकर गणेश गंगाधर (संशोधक व संपा.), *पश्चिम भारतातील नवयुगप्रवर्तक आणि आधुनिक महाराष्ट्राचे जनक आचार्य बाळ गंगाधर शास्त्री जांभेकर (१८१२-१८४६) यांचें जीवनवृत्त व लेखसंग्रह,* शताब्दी स्मारक-ग्रंथ, खंड २, प्रकाशक : ग. गं. जांभेकर, पुणे, १९५०.

(७) टिळक बाळ गंगाधर, लेख/अग्रलेख –
समग्र लोकमान्य टिळक, खंड ३ *(राजकीय लेखसंग्रह),* खंड ४ *(नवें नेतृत्व),* खंड ५ *(समाज व संस्कृति),* केसरी प्रकाशन, पुणे, १९७६.

(८) तर्खडकर दादोबा पांडुरंग, आत्मचरित्र -
प्रियोळकर अनंत काकबा (संपा. व चरित्रलेखक), *रावबहादूर दादोबा पांडुरंग : आत्मचरित्र व चरित्र,* केशव भिकाजी ढवळे, मुंबई, १९४७.

(९) दामले कृष्णाजी केशव (केशवसुत), कविता व पत्रे -
पंडित भ. श्री. (संपा.), *समग्र केशवसुत,* व्हीनस प्रकाशन, पुणे, १९७८.

(१०) देशमुख गोपाळ हरी (लोकहितवादी), शतपत्रे -
सहस्रबुद्धे पुरुषोत्तम गणेश (संपा.), *लोकहितवादींची शतपत्रे,* कॉन्टिनेन्टल प्रकाशन, पुणे, १९७७.

(११) देशमुख गोपाळ हरी (लोकहितवादी), समग्र वाङ्मय -
पारीख गोवर्धन आणि पारीख इंदुमती (संपा.), *लोकहितवादी : समग्र वाङ्मय,* खंड १, महाराष्ट्र राज्य साहित्य संस्कृति मंडळ, मुंबई, १९८८.

(१२) *प्रभाकर,* पुस्तक १, कागद ५ ते पुस्तक १, कागद ५३, मुंबई, २१ नोव्हेंबर १८४१ ते २३ ऑक्टोबर १८४२.

(१३) फुले जोतीराव गोविंदराव, समग्र वाङ्मय -
फडके यशवंत दिनकर (संपा.), *महात्मा फुले समग्र वाङ्मय,* सुधारित चौथी आवृत्ती, महाराष्ट्र राज्य साहित्य आणि संस्कृती मंडळ, मुंबई, १९९१.

(१४) माडगांवकर गोविंद नारायण, (संपा. फाटक नरहर रघुनाथ), *मुंबईचे वर्णन,* मुंबई मराठी ग्रंथसंग्रहालय, मुंबई, १९६१.

(१५) राजवाडे विश्वनाथ काशिनाथ, *ऐतिहासिक प्रस्तावना (राजवाडे-लेखसंग्रह-भाग १ला),* चित्रशाळा प्रेस, पुणे, १९२८.

(१६) रानडे महादेव (माधवराव) गोविंद, *न्या. मा. गो. रानडे यांनी दिलेली व्यापारासंबंधी व्याख्यानें (१८७२-७३),* गोखले अर्थशास्त्र संस्था, पुणे, १९६३.

(१७) रानडे महादेव गोविंद, *न्या. मू. महादेव गोविंद रानडे ह्यांची धर्मपर व्याख्याने,* प्रकाशिका : रमाबाई रानडे, मुंबई, १९०२.

(१८) रामकृष्ण विश्वनाथ, लोकहितवादी, हरि केशवजी, चिपळोणकर कृष्णशास्त्री, अर्थशास्त्रीय ग्रंथ -
बेडेकर दि. के. (संपा.), *चार जुने मराठी अर्थशास्त्रीय ग्रंथ (१८४३-१८५५),* गोखले अर्थशास्त्र संस्था, पुणे, १९६९.

(१९) शिंदे ताराबाई, स्त्रीपुरुष-तुलना -
मालशे स. गं. (संपा.), *कै. ताराबाई शिंदे-कृत स्त्रीपुरुष-तुलना,* मुंबई मराठी ग्रंथसंग्रहालय, मुंबई, १९७५.

(२०) ज्ञानोदय, उतारे -
हिवाळे रे. भास्कर पांडुरंग (संपा.), *ज्ञानोदयाचीं पहिलीं शंभर वर्षे,* ज्ञानोदय बोर्ड ऑफ मॅनेजमेंट, मुंबई, १९४१.

(आ) इंग्रजी :

(1) Census Reports, 1872 -

1. *Census of the Bombay Presidency Taken on the 21st Feb. 1872, Detailed Census Returns of the Bombay Presidency, Part III,* Government Central Press, Bombay, 1875.
2. *Census of the Bombay Presidency, 1872, Central Report and Tables of the Population, Houses, and C., Enumerated in The Bombay Presidency on the 21st Feb. 1872, Part II,* Government Cental Press, Bombay, 1875.

(2) Census Report, 1881 -

Imperial Census of 1881, Operations And Results in the Presidency of Bombay including Sind, Vol. I, Text, Government Central Press, Bombay, 1882.

(3) Census Report, 1891 -

Census of India, 1891, Vol. II, Bombay and Its Feudatories, Part I, Report, Government Central Press, Bombay, 1892.

(4) Census Reports, 1901 -

1. *Census of India, 1901, Vol. IX, Bombay, Part I, Report,* Government Central Press, Bombay, 1902.
2. *Census of India, 1901, Vol. IX - B., Bombay, Part III, Provincial Tables,* Government Central Press, Bombay, 1902.
3. *Census of India, 1901, Vol. XI, Bombay (Town and Island), Part V, Report,* Times of India Press, Bombay, 1901.

(5) *Mumbai Archives : Bombay Theatre Records,* File No. 601, S. R. O. 12, Comp. 40, 1819 and File No. 602, S. R. O. 12, Comp. 40, 1816-30.

(6) Ranade Mahadeo Govind, *Rise of the Maratha Power,* Publications Division, Government of India, New Delhi, 1974.

(7) *Samagra Lokmanya Tilak,* Vol. 7, *(Towards Independence),* Kesari Prakashan, Poona, 1975.

(8) *The Miscellaneous Writings of the late hon'ble Mr. Justice M. G. Ranade,* Published by Mrs. Ramabai Ranade, Bombay, 1915.

(9) *The Poona Observer And Deccan Weekly Reporter,* Vol. I, No. I, Poona, Saturday, 15 May 1852.

दुय्यम साधने

(इ) मराठी :

(१) ओक प्रमोद, *एल्फिन्स्टन,* राजहंस प्रकाशन, पुणे, १९९०.

(२) कुलकर्णी अ. रा., *शिवकालीन महाराष्ट्र : सामाजिक-आर्थिक जीवनाचा अभ्यास,* सुधारित व वाढीव आवृत्ती, राजहंस प्रकाशन, पुणे, १९९३.

(३) कुलकर्णी अ. रा. आणि खरे ग. ह. (संपा.), *मराठ्यांचा इतिहास,* खंड २, महाराष्ट्र विद्यापीठ ग्रंथनिर्मिती मंडळासाठी कॉन्टिनेन्टल प्रकाशन, पुणे, १९८५.

(४) खरे ग. ह. आणि कुलकर्णी अ. रा. (संपा.), *मराठ्यांचा इतिहास,* खंड ३, महाराष्ट्र विद्यापीठ ग्रंथनिर्मिती मंडळासाठी कॉन्टिनेन्टल प्रकाशन, पुणे, १९८६.

(५) जावडेकर आचार्य शं. द., *आधुनिक भारत,* कॉन्टिनेन्टल प्रकाशन, पुणे, १९७९.

(६) जोग रा. श्री. (संपा.), *मराठी वाङ्मयाचा इतिहास,* खंड ४, खंड ५ : भाग १ आणि २, महाराष्ट्र साहित्य परिषद, पुणे, १९७३.

(७) जोशी अरुण रा., *गोविंद बाबाजी जोशी (वसईकर) : एक उपेक्षित समाजसुधारक,* मराठी ग्रंथ संग्रहालय, ठाणे, १९८१.

(८) दीक्षित म. श्री., *एकोणिसाव्या शतकातील महाराष्ट्र : एक दृष्टिक्षेप,* प्रकाशक : म. श्री. दीक्षित, पुणे, १९८६.

(९) दीक्षित म. श्री., *सार्वजनिक काका (चरित्र आणि कार्य),* पुणे सार्वजनिक सभा, पुणे, १९९३.

(१०) दीक्षित राजा, *इतिहास, समाजविचार आणि केशवसुत,* लोकवाङ्मय गृह, मुंबई, १९९३.

(११) दीक्षित श्री. म. (राजा), *एकोणिसाव्या शतकातील महाराष्ट्र : मराठीतील विज्ञानविषयक लेखन आणि चिंतन,* सेंटर फॉर सोशल सायन्स अँड ह्यूमॅनिटिज्, पुणे विद्यापीठ, पुणे, २००८.

(१२) प्रियोळकर अनंत काकबा, *डॉक्टर भाऊ दाजी : व्यक्ति, काल व कर्तृत्व,* मुंबई मराठी साहित्य संघ, गिरगाव, मुंबई, १९७१.

(१३) पंडित नलिनी, *जातिवाद आणि वर्गवाद,* लोकवाङ्मय गृह, मुंबई, १९९६.

(१४) पंडित नलिनी, *महाराष्ट्रातील राष्ट्रवादाचा विकास,* मॉडर्न बुकडेपो प्रकाशन, पुणे, १९७२.

(१५) फडके यशवंत दिनकर, *विसाव्या शतकातील महाराष्ट्र : १९०१-१९१४ :* खंड पहिला, सासवड आश्रम विश्वस्त मंडळ, सासवड, १९८९.

(१६) फडके यशवंत दिनकर, *शोध : बाळ-गोपाळांचा,* श्री विद्या प्रकाशन, पुणे, १९७७.

(१७) बेडेकर दि. के. आणि भगणे भा. शं. (संपा.), *भारतीय प्रबोधन (समीक्षण व चिकित्सा),* समाज प्रबोधन संस्था, पुणे, १९७३.

(१८) भगणे भालचंद्र शंकर (संपा.), *साहित्यविचार आणि समाजचिंतन,* प्रा. गं. बा. सरदार षष्ट्यब्दीपूर्ती-गौरव-ग्रंथ, ओरिएंट लाँगमन्स लिमिटेड, मुंबई, १९६८.

(१९) भावे वासुदेव कृष्ण, *पेशवेकालीन महाराष्ट्र,* भारतीय इतिहास अनुसन्धान परिषद, नवी दिल्ली, १९७६.

(२०) मालशे स. गं., *गतशतक शोधिताना,* प्रतिमा प्रकाशन, पुणे, १९८९.

(२१) मालशे स. गं. आणि आपटे नन्दा, *विधवाविवाह चळवळ (१८००-१९००),* अनमोल प्रकाशन, पुणे, १९९०.

(२२) वाळिंबे रा. शं., *एकोणिसाव्या शतकातील महाराष्ट्राची सामाजिक पुनर्घटना,* भाग १, जोशी-लोखंडे प्रकाशन, पुणे, १९६२.

(२३) शेणोलीकर ह. श्री. आणि देशपांडे प्र. न., *महाराष्ट्र संस्कृती : घडण आणि विकास,* मोघे प्रकाशन, कोल्हापूर व पुणे, १९७२.

(२४) सरदार गंगाधर बाळकृष्ण, *आगरकरांचा सामाजिक तत्त्वविचार,* व्हीनस प्रकाशन, पुणे, १९७५.

(२५) सरदार गंगाधर बाळकृष्ण, *महात्मा फुले : व्यक्तित्व आणि विचार,* ग्रंथाली अभिनव वाचक चळवळ, मुंबई, १९८२.

(२६) सरदार गंगाधर बाळकृष्ण, *रानडेप्रणीत सामाजिक सुधारणेची तत्त्वमीमांसा,* पुणे विद्यापीठ, पुणे, १९७३.

(२७) सातोस्कर बा. द., *मराठी मासिकांचे पहिले शतक,* शुभदा-सारस्वत पब्लिकेशन्स प्रा. लि., पुणे, १९८६.

(ई) इंग्रजी :

(1) Ballhatchet Kenneth, *Social Policy and Social Change in Western India : 1817-1830,* Oxford University Press, London, 1961.

(2) Bhattacharya Sabyasachi and Thapar Romila (ed.), *Situating Indian History,* (for Sarvepalli Gopal), Oxford University Press, New Delhi, 1986.

(3) Bottomore Tom, Harris Laurence, Keirnan V. G. and Miliband Ralf (ed.), *A Dictionary of Marxist Thought,* Basil Blackwell Publisher Ltd., Oxford, 1985.

(4) Carr E. H., *What is History?,* Penguin Books Ltd., Harmondsworth, Middlesex, 1973.

(5) Chand Tara, *History of the Freedom Movement in India,* Vol. II, Publications Division, Government of India, New Delhi, 1983.

(6) Chandra Bipan, Mukherjee Mridula, Mukherjee Aditya, Panikkar K. N. and Mahajan Sucheta, *India's Struggle for Independence,* Penguin Books (India), New Delhi, 1989.

(7) Chandra Satish, *Medieval India : Society, The Jagirdari Crisis and The Village,* Macmillan India Limited, New Delhi, 1982.

(8) Deshpande A. M., 'British Attitude and Marathi Response', unpublished paper.

(9) Deshpande A. M., 'Reform in Maharashtra : Unsolved Conflict?', *Rojnishi,* Vol. 1, History Academy, University of Poona, Pune, Jan. 1983.

(10) Deshpande Arvind, '19th Century Maharashtra : a reassessment,' unpublished paper.

(11) Dobbin Christine, *Urban Leadership in Western India : Politics and Communities in Bombay City : 1840-1885,* Oxford University Press, Londan, 1972.

(12) Giddens Anthony, *Sociology,* Polity Press, Oxford, 1990.

(13) Haralambos M. and Heald R. M., *Sociology : Themes and Perspectives,* Oxford University Press, New Delhi, 1980.

(14) Khan Iqtidar Alam, *The Middle Classes in the Mughal Empire,* Presidential Address, Medieval India Section, Indian History Congress, 36th Session, Aligarh, Dec. 1975, The Aligarh Muslim University Press, Aligarh, 1975.

(15) Kumar Ravinder, *Western India in the Nineteenth Century : A Study in the Social History of Maharashtra*, Routledge and Kegan Paul, London and University of Toronto Press, Toronto, 1968.

(16) Lewis Roy and Maude Agnus, *The English Middle Classes,* Phoenix House Ltd., London, 1950.

(17) Misra B. B., *The Indian Middle Classes : Their Growth In Modern Times,* Oxford University Press, New Delhi, 1978.

(18) Naik J. V., 'Renaissance in Maharashtra', *Quarterly of the Bharata Itihasa Samshodhaka Mandala,* Year 62, No.s 1-4, Pune, July 1983-April 1984.

(19) Nurullah Syed and Naik J. P., *A History of Education in India (During the British Period),* Second (Revised and Enlarged) Ed., Macmillan and Co. Ltd., Bombay, 1951.

(20) Paranjpe Shrikant, Dixit Raja and Das C. R. (ed.), *Western India : History, Society and Culture,* Dr. Arvind Deshpande Felicitation Volume, Itihas Shikshak Mahamandal, Maharashtra, Pune, 1997.

(21) Stokes Eric, *The English Utilitarians and India,* Oxford University Press, New Delhi, 1989.

(22) Torri Michelguglielmo, ' "Westernised Middle Class", Intellectuals and Society in Late Colonial India', *Economic and Political Weekly,* Bombay, 27 January 1890.

(23) Varma Sushma, *Mountstuart Elphinstone in Maharashtra (1801-1827),* K. P. Bagchi and Company, Calcutta and New Delhi, 1981.

(24) Yermakova Antonina and Ratnikov Valentin, *What Are Classes and the Class Struggle?,* Progress Publishers, Moscow, 1987.

■

www.ingramcontent.com/pod-product-compliance
Ingram Content Group UK Ltd.
Pitfield, Milton Keynes, MK11 3LW, UK
UKHW021242031026
15588UKWH00001B/223

9 788184 832235